ராஜேஷ்குமார்

ஃப்ளாட் நெம்பர்

144

அதிரா அபார்ட்மென்ட்

பாகம் 1

PRATILIPI PAPERBACKS | பிரதிலிபி காகிதப்பிரதிகள்

PRATILIPI PAPERBACKS
பிரதிலிபி காகிதப்பிரதிகள்

Published in Tamil as *Flat No. 144 Adhira Apartment, Part 1* in 2023 by Pratilipi Paperbacks, an imprint of Westland Books, a division of Nasadiya Technologies Private Limited

No. 269/2B, First Floor, 'Irai Arul', Vimalraj Street, Nethaji Nagar, Alapakkam Main Road, Maduravoyal, Chennai 600095

ISBN: 9789357762908

10 9 8 7 6 5 4 3 2 1

Typeset by RK Publishing

Printed at Nutech Print Services-India

1

அஸிஸ்டெண்ட் கமிஷனர் சந்திரசூடன் காக்கி யூனிஃபார்ம்க்குள் நுழைந்து கண்ணாடி பார்த்து, தலை சீவிக்கொண்டிருந்தபோது மனைவி ஹம்சினியின் குரல் பின்னால் எழுந்தது.

"என்னங்க...!"

"ம்....... சொல்லு"

"உங்க ஃப்ரெண்ட் கங்காதரன் உங்களைப் பார்க்க வந்திருக்கார்."

சந்திரசூடன் கண்ணாடியினின்றும் வியப்போடு திரும்பினார்.

"கங்காதரனா.....? இவ்வளவு காலையில் எதுக்காக வந்திருக்கார்ன்னு தெரியலையே? என்ன விஷயம்ன்னு கேட்டியா?"

"நான் கேட்க முடியுமா..... நீங்களே போய்க் கேளுங்க. மனுஷன் கொஞ்சம் டென்ஷனாய் இருக்கார். கண்ணெல்லாம் சிவந்து முகம் வெளிறி போய் பார்க்கவே என்னவோ மாதிரி இருக்கார்."

ஹம்சினி சொல்லிவிட்டு கிச்சனை நோக்கிப் போய்விட, சந்திரசூடன் அறையினின்றும் வெளிப்பட்டு ஹாலுக்கு வந்தார்.

ஹாலை ஒட்டியிருந்த வரவேற்பறையின் ஓரமாய் போடப்பட்டிருந்த சோபாவில் இருப்புக்கொள்ளாமல்

உட்கார்ந்திருந்த அந்த நடுத்தர வயது கங்காதரன் மெல்ல எழுந்து நின்றார்.

சந்திரசூடன் ஒரு மெல்லிய புன்னகையுடன் "குட்மார்னிங்.....! வாங்க கங்காதரன்" என்றார். கங்காதரன் குரலில் சுரத்தே இல்லாமல் மெல்ல முனகினார். "கு....கு..... குட்மார்னிங்"

"மொதல்ல உட்கார்ங்க... என்ன இவ்வளவு காலை நேரத்துல வந்திருக்கீங்க.....?'' சொல்லிக்கொண்டே கங்காதரனின் தோள் மீது கையை வைத்தார்.

அவர் மறுபடியும் சோபாவுக்கு சாய்ந்தார்.

"ஸாரி ஃபார் த டிஸ்டர்பன்ஸ்..... நீங்க ஸ்டேஷனுக்கு கிளம்பிப் போயிட்டிருக்கீங்க போலிருக்கு.....?"

"ஆமா.... இன்னிக்கு என்னோட பீட் ஏரியாவுக்கு ஒரு மினிஸ்டர் தேர்தல் பிரசாரத்துக்காக வர்றார்..... மக்களுக்கு பாதுகாப்பு தராமே போனாலும், மந்திரிகளுக்கு பாதுகாப்பு கொடுத்து ஆகணுமே.....? அதான் கிளம்பிட்டிருக்கேன்... ஒண்ணும் பிரச்சனையில்லை. ஒரு அரைமணி நேரம் லேட்டாய் கூட போலாம்.... ரொம்பவும் டென்ஷனாய் இருக்கீங்க.... என்ன விஷயம் சொல்லுங்க.....?"

கங்காதரன் சில விநாடிகள் மௌனமாய் இருந்துவிட்டு மெல்லிய குரலில் பேச ஆரம்பித்தார்.

"மூணு மாசத்துக்கு முந்தி ஒரு புது மாருதி ஸ்விப்ட் கார் வாங்கினது உங்களுக்குத் தெரியும்ன்னு நினைக்கிறேன்."

"ம்..... தெரியும்.... கலர் கூட அட்லாண்டிக் ப்ளூ. போன மாசம் காஸ்மாபாலிட்டன் கிளப்புக்கு நான் வந்திருந்தப்ப உங்களை அந்தக் கார்ல பார்த்தேன்.... அந்த கார் சம்பந்தமாக ஏதாவது பிரச்சினையா.....?"

"நேத்து ராத்திரி பத்து மணியிலிருந்து அந்தக் காரைக் காணோம்."

சந்திரசூடன் நிமிர்ந்து உட்கார்ந்தார்.

"என்னது காரைக் காணோமா.....?"

"ஆமா..!"

"எப்படி.....?"

“நேத்து ராத்திரி ஒரு ரிலேடிவ் வீட்டு மேரேஜ் ரிசப்ஷனுக்கு நானும் என்னோட ஒய்ஃப்பும் கார்ல போயிருந்தோம். பார்க்கிங் மெயின் ரோட்டில் கிடைக்காமப் போகவே பக்கத்துத் தெருவில் காரை ஒதுக்குப்புறமாய் பார்க் பண்ணிட்டு ஃபங்ஷனை அட்டெண்ட் பண்ணிட்டு.... பத்து மணிக்கு வெளியே வந்து காரை நிறுத்தியிருந்த இடத்துக்குப் போனோம். கார் அங்கயில்லை. அதிர்ச்சிலே அந்தத் தெருவில் இருந்த ஆட்களிடம் விசாரிச்சோம். யார்க்கும் தெரியலை.”

சந்திரசூடன் குறுக்கிட்டு கேட்டார்.

“காரை எந்தத் தெருவில் பார்க் பண்ணியிருந்தீங்க......?”

“நெல்சன் மாணிக்கம் மெயின் ரோட்டிலிருந்து ஒன்பதாவது குறுக்குத் தெருவில் ஒரு மரத்துக்கு கீழே நிறுத்தியிருந்தோம். அந்த இடத்துல போதுமான வெளிச்சமில்லை. காரை அங்கே ஃபார்க் பண்ணும்போதே என்னோட ஒய்ஃப் அந்த இடத்துல ஃபார்க் பண்ணாதீங்க. ஆள் நடமாட்டம் இல்லை. இருட்டாயிருக்குன்னு சொன்னா. அப்படி அவ சொன்னதை நான் பொருட்படுத்தாமே இருந்தது எவ்வளவு பெரிய தப்புன்னு இப்பத்தான் தெரியுது.”

“சரி.... உங்க ஏரியா பீட் போலீஸ் ஸ்டேஷன்ல கார் காணாமே போனது சம்பந்தமா புகார் பண்ணிட்டீங்களா...?”

“நேத்து ராத்திரி பதினோரு மணிக்கு கே-3 அமிஞ்சிக்கரை போலீஸ் ஸ்டேஷன்ல புகார் கொடுத்துட்டேன். ஸ்டேஷன் இன்ஸ்பெக்டர் ராஜேந்திரன் புகாரை பதிவு பண்ணிட்டு உடனடியாய் சில நடவடிக்கைகள் எடுத்தார்.

காரைப் பத்தின எந்த ஒரு தகவலும் கிடைக்காததால என்னை நாளைக்கு காலையில வாங்கன்னு சொல்லி அனுப்பிட்டார். ராத்திரி பூராவும் தூக்கமில்லை. இன்னிக்கு எந்திரிச்சதும் எனக்குசட்டுன்னு உங்க ஞாபகம் வந்தது. ஒரு அஸிஸ்டெண்ட் கமிஷனராய் இருக்கிற உங்ககிட்ட இந்த விஷயத்தைச் சொன்னா கொஞ்சம் கூடுதலான கான்சன்ட்ரேஷன் கிடைக்குமேங்கிற நம்பிக்கையில் உங்களைப் பார்க்க வந்தேன்.”

“காரோட ஆர்.ஸி.புக் காப்பி இருக்கா...?”

“கொண்டு வந்திருக்கேன்.” சொன்ன கங்காதரன் தன்

கையில் வைத்து இருந்த சிறிய ஃபைலைப் பிரித்து அதிலிருந்து ஆர்.ஸி.புக்கின் ஜெராக்ஸ் காப்பியை எடுத்துக்கொடுத்தார். அதை வாங்கி மேலோட்டமாய் பார்வையிட்ட சந்திரசூடன் ஒரு சிறிய புன்னகையோடு நிமிர்ந்தார்.

"கங்காதரன்......! உங்க மனைவி சொன்னமாதிரி காரை பார்க்கிங் செய்யும்போது ஆள்நடமாட்டம் இருக்கக்கூடிய வெளிச்சமான இடமாய்ப் பார்த்து செலக்ட் பண்ணி காரை நிறுத்தணும். முக்கியமா சி.சி.டி.வி. கேமிரா இருக்கிற ஏரியாவில் நிறுத்தறது இன்னமும் பெட்டர். இட்ஸ் ஓ.கே..... வாட் ஷுட் நாட் ஹேவ் ஹேப்பன்ட் ஹேஸ் ஹேப்பன்ட்..... இனிமே நடக்க வேண்டியதைப் பார்ப்போம். எனக்கு ரெண்டு நாள் டயம் கொடுங்க... கார் எங்கேயிருக்குன்னு ஸ்பாட் அவுட் பண்ணிடலாம்"

"முடியுமா.....?"

"ஒண்ணும் வொர்ரி பண்ணிக்காதீங்க.....! காரை சர்வீஸ்க்கு விட்டதா நினைச்சுட்டு ஆபீஸீக்கு போய்ட்டு வாங்க...! நான் என்னோட சைடிலிருந்து இன்வெஸ்டிகேஷனை ஆரம்பிக்கறேன்... கே-3 போலீஸ் ஸ்டேஷன் இன்ஸ்பெக்டர் ராஜேந்திரனும் ஒரு எஃப்பிஷியண்ட் போலீஸ் ஆபீஸர்...... நானும் அவர்கிட்ட பேசறேன். உங்க கார் எப்படியும் கிடைச்சுடும்.... ஃபீல் ஃப்ரீ....அண்ட் பி கம்பர்டபிள்."

"தேங்க் யூ....!"

"காப்பி சாப்பிடலாமா கங்காதரன்..?"

"வேண்டாம்.... வீட்லயிருந்து வரும்போதுதான் சாப்டுட்டு வந்தேன்.... நான் மறுபடியும் உங்களுக்கு எப்ப போன் பண்ணட்டும்...?"

"நானே போன் பண்றேன்."

கங்காதரன் மறுபடியும் ஒரு நன்றியைச் சொல்லிவிட்டு போய்விட ஹம்சினி உள்ளேயிருந்து வந்தாள்.

"என்னங்க நீங்க பாட்டுக்கு காரைக் கண்டுபிடிச்சு தர்றேன்னு சொல்லிட்டீங்க.... அவரும் நம்பிட்டுப் போயிட்டார். அந்தக் கார் எங்கேயிருக்குன்னு உங்களுக்கு எப்படி தெரியும்.....?"

"இனிமேத்தான் யோசிக்கணும்."

சென்னையின் புறநகர்ப்பகுதி முடிச்சூர். காலை ஒன்பது மணி.

சவுக்கு மரங்கள் மண்டிய அந்தப் பகுதியின் உள்ளே ஒரு சிறிய மைதானம் போன்ற காலியிடத்தில் பெயிண்ட் உதிர்ந்து போன கார்கள் திசைக்கொன்றாய் நின்றிருக்க, 'கார் க்யூர் ரிப்பேரிங் சென்டர்' என்று சொன்ன எழுத்துக்களோடு பெயர்ப்பலகையொன்று நாற்பத்தைந்து டிகிரி கோணத்தில் சாய்ந்து தொங்கியது. மரத்துக்கு முட்டுக் கொடுத்து சற்றே சாய்ந்திருந்த ஒரு பழைய ஹூண்டாய் கார்க்குக் கீழே படுத்து அதனுடைய உள்ளுறுப்புகளை நோண்டிக்கொண்டிருந்த மாத்யூ குரல் கொடுத்தான்.

"பாண்டி....!"

மாருதி ஜென் ஒன்றின் வாயை அகலமாய் திறந்து வைத்து அதற்குள் தலையை விட்டு பேட்டரியின் இணைப்பு வயர்களை சரி பார்த்துக் கொண்டிருந்த இருபது வயது பாண்டி "என்னண்ணே....?" என்றான்.

"அந்த டபுள் என்ட்டட் ஸ்பேனர் எடு...!"

"டூல்கிட் உள்ளார இருக்கண்ணே....!"

"போய் எடுத்துட்டு வா..... அப்படியே கையோடு அந்த காம்பினேஷன் ஸ்பேனரையும் கொண்டாந்துடு....!"

"அண்ணே...!"

"என்னடா.....?"

"நம்ம ஓனர்வர்றாரு....."பாண்டி குனிந்து குரலைத் தாழ்த்திக்கொண்டு சொல்ல, மாத்யூ ஹூண்டாய் காரின் கீழேயிருந்து தன்னை உருவிக்கொண்டு வெளியே வந்தான். அணிந்திருந்த அழுக்கான டீ சர்ட்டையும் பேண்ட்டையும் க்ரீஸும், டீஸலும் கலந்த கலவை மேலும் அழுக்காக்கியிருந்தது. காற்றில் டீசல் வாசம்.

"பாண்டி....!"

"என்னண்ணே....?"

"கார் வர்ற வேகத்தைப் பார்த்தா ஓனர் ரொம்பவும் கோபமாயிருப்பார் போலிருக்கு.நீ எதையும் பேசாதே. அவர் கேட்கிற கேள்விகளுக்கு நான் பதில் சொல்லிக்கிறேன்."

“சரிண்ணே..!”

மாத்யூவும், பாண்டியும் பார்த்துக் கொண்டிருக்கும்போதே அந்த டாடா நெக்ஸான் கார் செம்மண் புழுதி பறக்க வேகமாய் வந்து நின்றது. காரினின்றும் இறங்கினார் ரகுநாத்.

ரகுநாத்துக்கு ஐம்பது வயது இருக்கலாம். குபீரென்ற உயரத்தோடு அரசியல்வாதிகளின் யூனிஃபார்மான மொடமொடப்பான வெள்ளை நிற சட்டையையும், வேஷ்டியையும் அணிந்து கண்களுக்கு குளிர் கண்ணாடி கொடுத்து கம்பீரம் காட்டினார்.

மாத்யூ பவ்யமாய் பக்கத்தில் போய் “குட்மார்னிங் ஸார்'' என்று சொல்ல ரகுநாத் தன்னுடைய குளிர் கண்ணாடியை கழற்றிவிட்டு அவனை ஒரு நெருப்புப் பார்வையில் நனைத்தார்.

“என்ன அந்த ப்ளூ கலர் மாருதி ஸ்விப்ட்டை கலர் மாத்தி பிரிச்சு கூறு போட்டுட்டியா...?”

“இல்ல ஸார்.”

“இன்னும் என்ன பண்ணிட்டிருக்கே....! காரைக் கடத்திட்டு வந்து பனிரெண்டு மணி நேரமாகப் போகுது..... அதை அப்படியே வெச்சுட்டிருக்கிறது எவ்வளவு பெரிய ரிஸ்க்ன்னு உனக்குத் தெரியாதா... இந்நேரத்துக்கு அக்கு அக்காய் பிரிச்சு நம்மகிட்ட இருக்கிற ஸ்பேர் பார்ட்ஸ்களோடு கலந்து அடையாளம் தெரியாதபடிக்கு பண்ணியிருக்க வேண்டாமா..?”

“ஸாரி ஸார்.... நேத்து ராத்திரி பூராவும் இந்த ஏரியாவுல கரண்ட் இல்லை.... ஆட்டோமோட்டிவ் ஸ்பிரே பெயிண்ட்டிங் மெஷின் வேலை செய்யறதுல கொஞ்சம் பிரச்சினை இருந்தது. எல்லாத்துக்கும் மேலா காரை பிரிக்கிற டிஸ்மேண்டிலர் டிவைஸ் டூல் ரூமுக்குள்ள இருந்தது. அந்த ரூமோட சாவியை எங்கேயோ கைதவறி வெச்சுட்டேன். கரண்ட் இல்லாததால தேட முடியல்ல. இப்பத்தான் ஒரு அரைமணி நேரத்துக்கு முன்னாடிதான் டூல் ரூம் சாவி கிடைச்சுது.”

ரகுநாத் எரிந்து விழுந்தார்.

“கடத்திட்டு வந்த காரையாவது பத்திரமா வெச்சிருக்கியா..?”

"வழக்கமான ஸ்கிராப் யார்ட்ல கான்வாஸ் படுதாவை போட்டு பக்காவா கவர் பண்ணியிருக்கேன் ஸார்"

"வா.... போய்ப் பார்த்துடலாம்." சொன்ன ரகுநாத் பயந்துபோன முகத்தோடு நின்றிருந்த பாண்டியிடம் திரும்பினார்.

"நீ இங்கேயே நில்லு..... கஸ்டமர் யாரும் உள்ளே வந்துடாதபடி பார்த்துக்க!"

அவன் சரியென்று தலையாட்ட மாத்யூவும், ரகுநாத்தும் சற்று ஒதுக்குப்புறமாய் இருக்கும் ஸ்கிராப் யார்ட்டை நோக்கி நடந்தார்கள்.

"மாத்யூ..!"

"ஸார்..."

"கொஞ்ச நாளைக்கு இந்தக் கார்த் திருட்டை நாம நிறுத்தி வைக்கிறது நல்லது."

"ஏன் ஸார்.....?"

"போலீஸ் முன்ன மாதிரி இல்லை..... கார்த் திருட்டை கண்டுபிடிக்கிறதுக்கே ஸ்பெஷல் ஸ்க்வாட் போட்டு இருக்காங்க. சிட்டியில இருக்கிற ஒரு தெரு விடாமே சி.சி. டி.வி. ஃபிக்ஸ் பண்ணப் போறாங்களாம்."

"ஸார்.....நம்மகிட்டே சி.சி.டி.வி. காமிரா ஜாமர் இருக்கும்போது என்ன பயம்.....?"

"இந்த ஓவர் கான்ஃபிடன்ஸ் வேண்டாம் மாத்யூ. ஒரு ஆறு மாசத்துக்கு ஒழுங்கா கஸ்டமர்களுக்கான கார் சர்வீஸை மட்டும் பண்ணு போதும்."

"சரி ஸார்......" மாத்யூ தலையாட்டிக்கொண்டே நின்றிருந்த பழைய கார்களுக்கு நடுவே நடந்து கான்வாஸ் படுதாவால் மூடப்பட்டிருந்த அந்த கார்க்கு முன்பாய் போய் நின்றான். படுதாவைப் பிடித்து இழுக்க உள்ளே அட்லாண்டிக் ப்ளூ நிறத்தில் மாருதி ஸ்விப்ட் பளபளப்பான உடம்போடு நின்றிருந்தது.

"மாத்யூ..... அடுத்த ஒரு மணி நேரத்துக்குள்ளே இந்தக் காரோட கலர் மாறியிருக்கணும். அதுக்கு அடுத்த ஒரு மணி நேரத்துக்குள்ளே காரோட ஒவ்வொரு ஸ்பேர்பார்ட்ஸும் டிஸ்மேண்டலாகி ஸ்டோரிங்க்

செக்ஷனுக்குப் போயிடணும்...... அதுக்கு முன்னாடி...”

மேற்கொண்டு பேச்சைத் தொடர நினைத்த ரகுநாத்தின் பார்வை அப்படியே நிலைத்து திகைத்தது.

“மா....மா.....மாத்யூ.......! காரோட டிக்கியைப் பாரு.”

மாத்யூ பார்த்தான்.

சாத்தப்பட்ட காரின் டிக்கியிலிருந்து வழிந்த ரத்தம் திட்டுத்திட்டாய் கீழே விழுந்து உறைந்து போயிருந்தது.

2

வெகுவாய் முகம் மாறிப் போனார் ரகுநாத். காரின் டிக்கியை கலவரமாய் பார்த்துக்கொண்டே மாத்யூவிடம் திரும்பினார்.

"அது ரத்தம்தானே..?"

மாத்யூ பக்கத்தில் போய்ப் பார்த்துவிட்டு உதறும் குரலில் "ஆமா ஸார்..... அப்படித்தான் தெரியுது." என்றான்.

"டிக்கியை ஓப்பன் பண்ணு.....!"

மாத்யூ தன்னுடைய பேண்ட் பாக்கெட்டில் கையை நுழைத்து அந்த சி ஷேம் ஷாக்கிங் ஃபேக் கார் சாவியை எடுத்து அதன் முன்புறம் இருந்த பட்டனை இரண்டு முறை அழுத்தினான். டிக்கி "டப்" என்ற சத்தத்துடன் திறந்து கொண்டது. ரகுநாத் கேட்டார்.

"நேத்து ராத்திரி காரை இங்க நிறுத்தும்போது இந்த ரத்தக்கறையை நீ கவனிக்கலையா மாத்யூ?"

"கவனிக்கலை ஸார்.... நேத்து ராத்திரி பூராவும் கரண்ட் இல்லை.... கேன்வாஸ் படுதாவால மூடின காரை இப்பத்தான் நான் பார்க்கறேன்."

"சரி.... டிக்கியைத் திறந்து உள்ளே என்ன இருக்குன்னு பாரு?"

ரகுநாத் சொல்ல மாத்யூ இருந்த இடத்தை விட்டு அசையாமல் அப்படியே நின்றான்.

"என்ன.... நான்.... சொன்னது காதுல விழலையா?"

"பயமாயிருக்கு ஸார்..."

"என்னது பயமா..? சரி இந்த டிக்கியை திறந்து உள்ளே என்ன இருக்குன்னு பார்த்துச் சொல்றதுக்கு போலீஸுக்கு போன் பண்ணி இங்கே வரச் சொல்லட்டுமா..?"

"ஸாரி ஸார்..... உள்ளே என்ன இருக்குன்னு இப்ப பார்த்துடறேன்." சொன்ன மாத்யூ டிக்கியை நோக்கிப் போய் அதன் கைப்பிடி பாகத்தில் கையை வைத்து சிறிது சிறிதாய் டிக்கியைத் தூக்கினான்.

போலீஸ் கமிஷனர் அலுவலகத்தை ஒட்டியிருந்த ட்ராஃபிக் விஜிலன்ஸ் என்றப் பலகையோடு தெரிந்த கட்டிடத்திற்குள் அஸிஸ்டெண்ட் கமிஷனர் சந்திரசூடன் இறுகிய முகத்துடன் நாற்காலிக்கு சாய்ந்திருந்தார். கையில் இருந்த டிஸ்போஸல் டம்ளரில் டீ மூச்சுவிட்டுக்கொண்டிருந்தது.

எதிர்ச்சுவரில் ஒரு பெரிய டி.வி.திரை சென்னையின் நேற்றைய இரவு நேரச் சாலைகளைக் காட்டிக்கொண்டிருந்தது.

அவர் அருகே உட்கார்ந்திருந்த விஜிலன்ஸ் ஆபீஸர் ராமானுஜம் திரையைப் பார்த்தபடியே விபரம் சொல்லிக்கொண்டிருந்தார்.

"ஸார்..... ட்ராக்கிங் மிஸ்ஸிங் வெகிகிள்ஸ் சிஸ்டம், போலீஸ் பேட்ரோலிங் ரிப்போர்ட் இந்த இரண்டையுமே கம்பைன் பண்ணி இதுவரைக்கும் சிட்டியோட தொன்னூறு சதவீத சாலைகளை பார்த்துட்டோம். அந்த ப்ளூ கலர் மாருதி ஸ்விப்ட் எந்த ஒரு சி.சி.டி.வி.காமிராவோட பார்வைக்கும் தட்டுப்படலை. நெல்சன் மாணிக்கம் மெயின் ரோட்டிலிருந்த ஒன்பதாவது குறுக்குத்தெருவில் நிறுத்தியிருந்த காரைத் திருடின நபர் அதை மெயின் ரோட்டுக்கு கொண்டு வந்திருந்தா கண்டிப்பா சி.சி.டி.வி.காமிராவுக்கு மாட்டியிருக்கணும். அப்படி ஏதும் நடக்காதது ஆச்சர்யமாயிருக்கு ஸார்."

"இன்னொரு தடவை சரியாய் மானிட்டரிங் பண்ணிப் பாருங்க...ராமானுஜம்."

"ஸாரி ஸார்..... இதுவரைக்கும் மூணுதடவை போட்டுப் பார்த்துட்டோம். நேத்து ராத்திரி பத்து மணியிலிருந்து இன்னிக்குக் காலை ஆறு மணி வரைக்கும் சிட்டியில் பதிவான எல்லா முக்கியமான சி.சி.டி.வி. ஃபுட்டேஜ்க்களை

போட்டுப் பார்த்ததும் வி குட் நாட் ஃபைண்ட் எனிதிங்க். காரைக் கடத்தின பேர்வழி ஏதோ ஒரு டெக்னாலஜியை யூஸ் பண்ணியிருக்கணும்”

“அது எதுமாதிரியான டெக்னாலஜின்னு நம்ம விஜிலன்ஸ் டிபார்ட்மெண்ட்டால கண்டுபிடிக்க முடியாதா...?”

“நவ் ஐ ஹேவ் நோ ஐடியா ஸார்..... பட் வீ கேன் டூ ஒன்திங்க்.”

“சொல்லுங்க!”

“சைபர் க்ரைம் பிராஞ்சை இந்த கேஸ்ல இன்வால்வ் பண்ண வெச்சா ஏதாவது ரிசல்ட் கிடைக்கலாம் ஸார்.”

“சைபர் க்ரைம் சேம்பர்ல இப்ப யார் டிஜிடல் செக்‌ஷன்ல இருக்காங்க..?”

“மிஸ்டர் சிவசங்கர். டெல்லியில் போன ஆறு மாசத்துக்கு முன்னாடி வரை சைபர் அண்ட் இன்ஃபர்மேஷன் செக்யூர்ட்டி டிவிசன்ல சிஸ்டம்ஸ் அட்மினிஷ்ட்ரேட்டராய் இருந்திருக்கார். ஹைலி இண்டலிஜென்ட் பர்சன் ஸார்.”

“அவர்க்கு போன் போட்டு கொடுங்க. நான் பேசறேன்.”

“ஒரு நிமிஷம் ஸார்.” என்று சொன்ன ராமானுஜம் தன்னுடைய செல்போனை எடுத்து கான்டாக்ட் ஆப்ஷனுக்கு போய் சிவசங்கர் செல்போன் எண்ணைத்தேடி எடுத்து தொடர்பு கொண்டார்.

மறுமுனையில் ரிங் போனதும் செல்போனை சந்திரசூடனிடம் நீட்டினார் ராமானுஜம்.

“ஹேவ் ஏ டாக் ஸார்.... ஹி ஈஸ் ஆன் த லைன்.”

செல்போனை வாங்கிக்கொண்டு பேச ஆரம்பித்தார் சந்திரசூடன்.

மாத்யூ காரின் டிக்கியைக் கொஞ்சம் கொஞ்சமாய் திறக்க ரகுநாத் தன்னுடைய பயப்பார்வையை டிக்கிக்குள் கொண்டு போனார்.

ஒரு பெரிய பாலீதீன் கவரால் உருவாக்கப்பட்ட மூட்டையொன்று அவருடைய முதல் பார்வைக்குத் தட்டுப்பட்டது. காற்றில் மருந்து வாடை பரவி நாசிக்குள் பரவியது.

"மாத்யூ...! அந்த மூட்டைக்குள்ளே என்ன இருக்குன்னு பாரு....!"

"ஸ....ஸார்....உள்ளே ஏதோ டெட்பாடி மாதிரி தெரியுது. ஸ்மெல் வராமே இருக்கிறதுக்காக குளோரின் மருந்தை ஸ்பிரே பண்ணியிருக்காங்க..... டிக்கி பூராவும் ரத்தம் பரவி உறைஞ்சு போயிருக்கு."

"மொதல்ல மூட்டையை வெளியே இழுத்துப் போடு."

"பாண்டியைக் கூப்பிடலாமா ஸார்..?"

"வேண்டாம்.... அவன் சின்னப்பையன் பயந்துக்குவான். நீயே இழுத்துப் போடு."

மாத்யூ மூச்சை அடக்கிப் பிடித்துக்கொண்டு அந்த பாலிதீன் மூட்டையைப் பிடித்து இழுத்து கீழே தள்ளினான். அது சத்தம் இல்லாமல் தரையில் விழுந்து உருண்டது. ஒரு நைலான் கயிற்றால் இறுக்கிக் கட்டப்பட்டிருந்த அந்த மூட்டையின் மேல் ரத்தக்கறைத் திட்டுக்கள் பரவலாய் தெரிய ரகுநாத் சுற்றும்முற்றும் பார்த்துவிட்டு குரலைத் தாழ்த்தினார்.

"மாத்யூ...!"

"ஸார்...."

"இது ஒரு பெரிய பிரச்னையா மாறும் போலிருக்கே? இந்த காரோட ஓனர் பேர் என்ன..?"

"கங்காதரன்னு ஆர்.சி.புக்ல பார்த்தேன் ஸார்."

"ஆளை நீ நேர்ல பார்த்தியா..?"

"நான் பார்க்கல ஸார். வழக்கம் போல இருட்டான தெருப்பகுதியில் நிறுத்தியிருக்கிற கார்களை நோட்டம் விட்டப்ப இந்தக் கார் ஒண்ணுதான் புதுசு மாதிரி தெரிஞ்சுது. லேஸர் பீம் கீயை உபயோகப்படுத்தி கார் லாக்கை ஓப்பன் பண்ணி அடுத்த நிமிஷமே காரைக் கிளப்பிகிட்டு வந்துட்டேன்."

"அந்த கங்காதரன்தான் காரோட டிக்கிக்குள்ளே இப்படியொரு டெட்பாடி இருக்கப்போய்த்தான் காரை இருட்டான தெருவுல நிறுத்திட்டு போயிருக்கான். இந்த பாடியை டிஸ்போஸ் பண்ண சரியான நேரத்தை எதிர்பார்த்து காத்திட்டிருந்திருக்கான் போலிருக்கு. நம்ம

போதாத நேரம் காரை இங்கே கொண்டு வந்துட்டோம். இனிமேல காரைக் கடத்துறதுக்கு முன்னாடி டிக்கியெல்லாம் செக் பண்ணிப் பார்த்துட்டு கிளப்பிகிட்டு வரணும்போல."

"சரி இப்ப இதை என்ன பண்றது ஸார்....?"

"மொதல்ல மூட்டையோட முடிச்சைப் பிரி. உள்ளே இருக்கிற பாடி ஆணா.... பொண்ணா ? அது என்ன கண்டிஷன்ல இருக்குன்னு பார்த்துடலாம்...."

மாத்யூ தன்னுடைய கர்ச்சீப்பை எடுத்து மூக்குப்பகுதியையும், வாய்ப்பகுதியையும் சேர்த்து கட்டிக்கொண்டு மூட்டையை நோக்கி குனிந்து முடிச்சின் மேல் கையை வைத்தான்.

நைலான் கயிற்றால் இறுக்கமாய் போடப்பட்ட அந்த முடிச்சு அவிழ்வதற்கு அடம் பிடித்தது. ஒரு ஐந்து நிமிடப் போராட்டத்துக்குப் பிறகு முடிச்சு நெகிழ்ந்து கொடுக்க, மாத்யூ அந்தக் கயிற்றை உருவினான். ரத்தக் கறைகளோடு இருந்த அந்த பாலிதீன் மூட்டையிலிருந்து கன்னங்கரேலென்ற கரிய நிறத்தில் அந்தப் பெண்ணின் உடல் சலனமில்லாமல் வெளிப்பட்டு மல்லாந்து விழுந்தது. கிழிந்து போன சுடிதார் உடை உடம்பின் மானத்தைக் காப்பாற்ற, ஒட்டுமொத்த உடலும் அடர்த்தியான கருப்பு நிறத்தில் தெரிந்தது.

"இப்படியும் கருப்பாய் ஒரு பொண்ணு இருப்பாளா...?"

ரகுநாத் உற்றுப்பார்த்துக் கொண்டிருக்கும்போதே மாத்யூ பயத்தில் முகம் வெளிறிப் போனவனாய் அவரை ஏறிட்டான்.

"ஸ.....ஸார்...... இந்த கருப்பு கலர் பொண்ணோட கலர் கிடையாது..... கருப்பு பெயிண்டை பூசியிருக்காங்க....."

"என்ன சொல்றே..... கருப்பு பெயிண்டா...?"

"ஆமா ஸார்..... பாருங்க..... உடம்பு பூரா ஏதோ சுவர்க்கு பெயிண்ட் பூசற மாதிரி நேர்த்தியாய் பூசியிருக்காங்க" சொன்னவன் பெண்ணின் நெற்றியில் தன்னுடைய இடது கையின் ஆட்காட்டிவிரலை அழுத்தமாய் வைத்து எடுத்தான். விரலில் ஒட்டிக்கொண்ட பெயிண்டைக் காட்டினான்.

"என்ன சொல்றே..... கருப்பு பெயிண்டா...?

"பாருங்க ஸார்."

ரகுநாத் பார்த்துவிட்டு அதிர்ந்து போனவராய் நடுக்கத்தோடு காரின் மீது சாய்ந்து கொண்டார். அவருடைய உடம்பு வியர்வை மழையில் ஒரு குளியல் போட்டுக் கொண்டிருந்தது.

"மாத்யூ...! இந்த காரோட ஓனர் கங்காதரன் ஒரு சாதாரணப்பட்ட நபராய் இருக்க வாய்ப்பில்லை. ஒரு பொண்ணை இப்படி கொடூரமாய் கொலை பண்ணியிருக்கான்னா அவன் ஒரு மனுஷனாகவே இருக்க மாட்டான்"

"ஸார்.....இப்போதைக்கு அந்த கங்காதரனைப் பத்தி கவலைப்படறதுக்கோ பயப்படறதுக்கோ நேரம் இல்லை. அடுத்தபடியா நாம இப்ப என்ன பண்ணப் போறோம்?"

"மொதல்ல இந்த பாடியை டிஸ்போஸ் பண்ணனும்....?"

"எங்க கொண்டு போய் எப்படி டிஸ்போஸ் பண்றது ஸார்..?"

"பக்கத்தில் இருக்கிற சவுக்குத்தோப்புக்கு கொண்டு போய் ஆழமாய் குழி தோண்டி புதைச்சுட வேண்டியதுதான். அதுக்கப்புறம் காரை டிஸ்மேண்டில் பண்ணிடலாம்."

"வேண்டாம் ஸார்."

ரகுநாத் திகைத்தார். "என்னது வேண்டாமா...?"

"ஆமா ஸார்..... நீங்க சொன்ன ரெண்டுமே வேண்டாம்."

"அப்புறம்....என்ன பண்றதாம்...?"

"இப்ப இந்தப் பிரச்சினையிலிருந்து நாம தப்பிக்கறது முக்கியமா.... இல்லையா..?"

"ரொம்பவும் முக்கியம்."

"அப்படீன்னா அதுக்கு ஒரே ஒரு வழிதான் இருக்கு ஸார்."

"என்ன...?"

3

மாத்யூ சுற்றும் முற்றும் பார்த்துவிட்டு வெகுவாய் குரலைத் தாழ்த்தினான்.

"ஸார்..... இந்தக் காரும் கார்க்குள்ளேயிருந்து வெளியே எடுத்துப் போட்டிருக்கிற இந்தப் பொண்ணோட டெட்பாடியும் இங்கே இருக்கிற ஒவ்வொரு நிமிஷமும் நமக்கு ஆபத்து. நம்ம ஒர்க்ஷாப்பில் இருந்து உடனடியாய் அப்புறப்படுத்தியாகணும். பாடியை எடுத்து கார்ல போட்டுகிட்டு இங்கிருந்து பத்து கிலோமீட்டர் தள்ளி ஆள்நடமாட்டம் இல்லாத ஒதுக்குப்புறமான இடத்துக்கு கொண்டு போய் நிறுத்திட்டு வந்துடலாம். எப்படியும் அடுத்த சில மணி நேரத்துக்குள்ளே தனியா நிக்கிற காரைப் பார்த்துட்டு யாராவது போலீஸுக்கு தகவல் கொடுக்கலாம். போலீஸ் கைக்கு கார் போயிட்டா அதுக்கப்புறம் இந்தப் பொண்ணோட டெட்பாடிக்கு பதில் சொல்ல வேண்டிய வேலை காரோட ஓனர்கங்காதரனுக்குத்தான்...."

ரகுநாத் தாடையைத் தடவிக்கொண்டு மௌனமாயிருக்க மாத்யூ கேட்டான்.

"என்ன ஸார் பேச்சையே காணோம்?"

"கார் புதுசாயிருக்கேன்னு பார்க்கிறேன். பிரிச்சு மேஞ்சா மூணு நாலு லட்ச ரூபாயை ரெண்டு நாளைக்குள்ளே பார்த்துடலாம்."

"ஸார் நமக்கு இப்ப பணம் பெரிசில்லை.... போலீஸ்கிட்ட

மாட்டிகிட்டா இந்த கார் திருட்டு ஒரு கொலைக் கேஸா மாறிடும். செத்த பொண்ணு யார்ன்னு தெரியலை..... கொலை பண்ணின நபர் இந்தப் பொண்ணை ரொம்பவும் கொடூரமான முறையில் கொலை பண்ணியிருக்கான். போலீஸ் கையில் மாட்டினோம்ன்னா கொலையை நாமதான் பண்ணினோம்ங்கிற அளவுக்கு கேஸை பின்னி கோர்ட்ல நிக்க வெச்சு கழுத்துல தூக்குக் கயிறை மாட்டற அளவுக்கு கொண்டு போயிடுவாங்க.”

“நீ ரொம்பவும் பயப்படறே?”

“பயப்படறதுக்கு பயப்பட்டுதான் ஆகணும் ஸார். நான் சொல்றதை சொல்லிட்டேன்..... அப்புறம் உங்க இஷ்டம்.”

“சரி....பாடியை எடுத்து டிக்கியில போடு. காரை நீயே ஓட்டிகிட்டுப் போய் பத்து கிலோ மீட்டர் தள்ளி சி.சி.டி.வி. காமிரா இல்லாத இடமாய்ப் பார்த்து நிறுத்திட்டு வந்துடு...... பாண்டிக்கு இந்த விஷயம் தெரிய வேண்டாம்.”

“ஒரு கை பிடிங்க ஸார்..... பாடியைத் தூக்கி டிக்கியில் போட்டுடலாம்.”

இருவரும் மூச்சைப் பிடித்து அந்தப் பெண்ணின் உடலைத் தூக்கி டிக்கிக்குள் திணித்தார்கள். மாத்யூ ஒரு துணியை எடுத்து டிக்கியின் மேற்புறத்தில் பரவியிருந்த உறைந்து போன ரத்தத்தை துடைத்து சுத்தமாக்கினான்.

“பாடியை எந்த ஏரியாவுக்கு கொண்டு போறதாய் உத்தேசம்?”

“வண்டலூர்க்குப் பக்கத்துல பெருங்களத்தூர் ஏரியாவில் இடிஞ்சு போன ஒரு பழைய கட்டிடமும், அதையொட்டுன மாதிரி ஒரு குப்பைமேடும் இருக்குது. உங்களுக்கு தெரியும்ன்னு நினைக்கிறேன் ஸார்.”

“ம்.... தெரியும் சொல்லு.”

“அந்த குப்பைமேட்டுப்பகுதியில் காரைக் கொண்டு போய் நிறுத்திடலாம் ஸார்.”

“சரி..... எப்படியோ டிஸ்போஸ் பண்ணிட்டு வா..... நீ போற வழியில டோல்கேட் எதுவும் இல்லையே?”

“இல்ல ஸார்...”

“சரி..... கிளம்பு...”

மாத்யூ காரின் ட்ரைவிங் இருக்கைக்கு போய் உட்கார்ந்தான். சாவியை நுழைத்து இக்னீஷியனை உசுப்பினான். கார் ஒரு முறை கனைத்துவிட்டு மௌனமாயிற்று.

இரண்டாவது தடவை சாவியைத் திருகி ஆக்ஸிலேட்டரை அழுத்த அது நீளமாய் கனைத்துவிட்டு நிசப்தம் காத்தது.

ரகுநாத் எரிச்சலான குரல் கொடுத்தார்.

"என்னாச்சு....?"

"தெரியலை ஸார்.... ஏதோ ஸ்டார்ட்டிங் ட்ரபுள்."

"புதுக்கார்ல எப்படி ஸ்டார்ட்டிங் ட்ரபுள் வரும்...?"

"அதான் ஸார்.... தெரியலை.... இப்ப என்னான்னு பார்த்துடறேன்...." சொன்னவன் காரின் பானெட்டைத் திறப்பதற்கான பட்டனை அழுத்திவிட்டு காரினின்றும் கீழே இறங்கினான்.

சைபர் க்ரைம் ப்ராஞ்ச் செல். நேரம் காலை மணி ஒன்பதரை.

அஸிஸ்டெண்ட் கமிஷனர் சந்திரசூடன் விஜிலென்ஸ் ஆபீஸர் ராமானுஜம், சைபர் அண்ட் சிஸ்டம்ஸ் அட்மினிஷ்ட்ரேட்டர் சிவசங்கர் மூன்று பேரும் ஹோம் தியேட்டரில் இருந்த அந்தப் பெரிய ஸ்கீரினுக்கு முன்பாய் உட்கார்ந்து சி.சி.டி.வி. ஃபுட்டேஜ்களை உன்னிப்பாய் பார்த்துக் கொண்டிருந்தார்கள். ஒரு பத்து நிமிஷம் பார்த்ததுமே சிவசங்கர் ஸ்கீரினில் இருந்த சி.சி.டி.வி. ஃபுட்டேஜ் காட்சியை ஃப்ரீஸ் செய்துவிட்டு சந்திரசூடனிடம் திரும்பினார்.

"ஸார்..... காரைத் திருடின நபர் ஒரு ஹைடெக் பேர்வழியாய் இருக்க வாய்ப்பு அதிகம். சக்தி வாய்ந்த சி.சி. டி.வி.காமிராக்களை ஜாமர் மூலமா முடமாக்கறதுங்கிறது சாதாரண விஷயம் கிடையாது. இதுமாதிரியான ஜாமர்களை தயாரிக்கிற கம்பெனிகள் சீனாவில் மிக அதிகம். ஆனா அந்த நாட்டுல இந்த ஜாமர்களை யாரும் உபயோகப்படுத்த முடியாது. உபயோகப்படுத்தினது தெரிய வந்தா பத்து வருஷ ஜெயில் தண்டனை நிச்சயம். அவங்க தயாரிக்கறது வெளிநாடுகள்ல விற்பனை செய்யறதுக்கு மட்டும்தான்..... இதோட விலையும் ரொம்பவும் அதிகம்ங்கிறதால சாதாரண நபர்கள் கார் திருட்டுல ஈடுபட முடியாது."

"மிஸ்டர் சிவசங்கர்...! நீங்க சொல்றதைப் பார்த்தா இந்த கார்த் திருட்டுக்குப் பின்னாடி ஒரு ஹைடெக்கான பணக்கார நபராத்தான் இருக்க முடியும்...இல்லையா?"

"மே.....பி.....!"

"சரி.... இப்ப இந்தக் காரைக் கண்டுபிடிக்க முடியுமா.... முடியாதா?"

"முடியும்..... அதுக்கு ஒரு 'ஏப்'பும் டிவைஸூம் இருக்கு. பேரு லேஸர் ட்ராக்கிங்க் சிஸ்டம்..... இந்த சிஸ்டத்தை லேட்டஸ்ட் ஆன்ட்ராய்ட் செல்போனான கேலக்ஸி இஸட்டில் இன்ஸ்டால் பண்ணி சி.சி.டி.வி. காமிராக்களின் ஃபுட்டேஜ்ஜில் லிங்க் பண்ணிட்டா திருடப்பட்ட கார் ஒரு முழு வடிவமாய் தெரியாமே ஒளிப்புள்ளிகளாய் மாறி நகர்ந்து போனது தெரியும். ஆனா குறிப்பா எந்த இடத்துல இருக்குன்னு லொகேட் பண்றது கஷ்டம்."

ராமானுஜம் குறுக்கிட்டு சொன்னார். "அந்த கார் எந்த ஏரியாவில் இருக்குன்னு தெரிஞ்சா போதும் ஸார். அந்த ஏரியாவை மட்டும் ஒரு டீப் மானிட்டரிங்கிற்கு உட்படுத்தினா கார் இருக்குமிடம் தெரிஞ்சுடும்."

"ரொம்ப கஷ்டம். ஆனா, ட்ரை பண்ணிப் பார்ப்போம்." சொன்ன சிவசங்கர் தன்னிடமிருந்த டிவைஸ்கிட்டை எடுத்து உள்ளேயிருந்து அந்த நவீன கேலக்ஸி இஸட் போனை எடுத்தார். போனுக்கு உயிர் கொடுத்தவர் ப்ளே ஸ்டோர்க்கு சென்று லேஸர் ட்ராக்கிங்க் சிஸ்டத்துக்கான செயலியை தரவிறக்கம் செய்து, அதை கம்ப்யூட்டரில் இருக்கும் சி.சி.டி.வி.ஃபுட்டேஜ்களோடு இணைத்தார். வியூ பட்டனைத் தட்ட ஸ்கீரினில் மறுபடியும் சென்னையின் ராத்திரி நேர சி.சி.டி.வி. காமிராக்கள் பதிவு செய்திருந்த காட்சிகள் மெதுவாய் நகர ஆரம்பித்தன.

அடுத்த சில விநாடிகளுக்குள்ளாகவே ஒவ்வொரு ட்ராஃபிக் சிக்னலிலும் வாகனங்களுக்கு மத்தியில் சில ஒளிப்புள்ளிகள் வேகமாய் நகர்வது புலப்பட்டது.

சிவசங்கர் சுட்டிக்காட்டினார்.

"உங்க நண்பரோட கார் அதுவாகத்தான் இருக்கணும். அந்த ஒளிப்புள்ளிகளையே உன்னிப்பாய்ப் பார்த்துட்டு வாங்க."

மூன்று பேரும் பார்க்க ஆரம்பித்தார்கள்.

கிட்டத்தட்ட ஒரு மணி நேரம்.

ராமானுஜம் மேப்பைப் பார்த்துவிட்டு சொன்னார். "ஸார் கார் முடிச்சூரை நோக்கி போற மாதிரி தெரியுது."

"எஸ்.... யூ ஆர் கரெக்ட்."

"காரோட வெஹிக்கிள் ஐடென்டிஃபிகேஷன் நெம்பர் என்னன்னு தெரியுமா ஸார்." சிவசங்கர் கேட்க சந்திரசூடன் சொன்னார்.

"தெரியும்" என்று சொன்னவர் பேப்பர்ல அந்த எண்ணை எழுதிக் கொடுத்துவிட்டு கேட்டார்.

"இந்த ஐடென்டிஃபிகேஷன் நெம்பரை வெச்சுகிட்டு கார் இருக்கிற இடத்தை லொகேட் பண்ண முடியுமா சிவசங்கர்...?"

"ஓரளவுக்கு முடியும் ஸார்... மொதல்ல அந்த ஏரியா எதுன்னு கண்டுபிடிப்போம். அதுக்கப்புறம் எடுக்க வேண்டிய நடவடிக்கைகளைப் பத்தி யோசிப்போம்."

பார்வையை உன்னிப்பாக்கி மேலும் ஐந்து நிமிடங்களை மானிட்டரிங்கில் செலவழித்த ராமானுஜம் உறுதியான குரலில் சொன்னார்.

"ஸார்.... கார் முடிச்சூர்க்குள்ளிருந்து வெளியே போகலை. ஏதோ ஒரு இடத்துக்கு கொண்டு போய் மறைச்சு வைக்கப்பட்டு இருக்கலாம்ன்னு கெஸ் பண்றேன்."

"அது எந்த இடங்கிறதை எப்படி கண்டுபிடிக்கப் போறோம் ராமானுஜம்.?"

"ஒரே ஒரு வழிதான் இருக்கு ஸார்"

"என்ன....?"

"முடிச்சூர் போலீஸ் ஸ்டேஷனுக்கு தகவல் கொடுத்து ஒரு அதிரடி பேட்ரோலிங் சர்ச்சுக்கு ஏற்பாடு பண்ணனும்."

"அந்த ஸ்டேஷனுக்கு இன்ஸ்பெக்டர் யாரு....?"

"அரவிந்தன்னு நினைக்கிறேன். போன மாசம் கூட வண்டலூர்ல ஒரு ஃபங்ஷனப்ப அவரைப் பார்த்தேன் ஸார். இன்னமும் முடிச்சூர் ஸ்டேஷன்லதான் இருக்காரா இல்லையா வேற ஸ்டேஷனுக்கு ட்ரான்ஸ்பர்

ஆயிட்டாரான்னு தெரியலை."

"முடிச்சூர் ஸ்டேஷனுக்கு போன் பண்ணிப் பாருங்க"

ராமானுஜம் தன்னுடைய செல்போனை எடுத்துக்கொண்டு முடிச்சூர் போலீஸ் ஸ்டேஷனைத் தொடர்பு கொண்டார். மறுமுனையில் தொடர்பு கிடைத்து ஒரு குரல் கேட்டது.

"எஸ்..... முடிச்சூர் போலீஸ் ஸ்டேஷன்...?"

"இன்ஸ்பெக்டர் அரவிந்தன் இருக்காரா...?"

"நீங்க...?"

"நான் ராமானுஜம்.. ஃப்ரம் சைபர்அண்ட் டிஜிடல் ஃபாரன்ஸிக் டிபார்ட்மெண்ட்."

"ஒரு நிமிஷம் ஸார்...."

ராமானுஜம் சில விநாடிகள் காத்திருக்க, அடுத்த சில விநாடிகளில் இன்ஸ்பெக்டர் அரவிந்தன் உற்சாகமாய் லைனுக்கு வந்தார்.

"குட்மார்னிங் மிஸ்டர் ராமானுஜம்..... திடீர்ன்னு போன் பண்ணியிருக்கீங்க..... எனிதிங் இம்பார்ட்டண்ட்."

"சூப்பர் இம்பார்ட்டண்ட்."

"சொல்லுங்க என்ன விஷயம்....?"

ராமானுஜம் ஒரு இரண்டு நிமிட நேரத்திற்குள் கார் திருடுபோன விஷயத்தையும் அது தற்போது முடிச்சூர் பகுதிக்குள் இருப்பதையும் சொல்லி முடித்தார். எல்லாவற்றையும் கவனமாய் கேட்டுக்கொண்ட அரவிந்த் ஒரு சின்னப் புன்னகையோடு சொன்னார்.

"ராமானுஜம்.....நீங்க சரியான நேரம் பார்த்துதான் போன் பண்ணியிருக்கீங்க....?"

"சரியான நேரமா....?"

"எஸ்..... கடந்த ஆறு மாசகாலமாவே எனக்கு ஒரு தகவல் வந்துகிட்டேயிருந்தது. அதாவது முடிச்சூர்ல ரகுநாத்ன்னு ஒரு பழைய எம்.எல்.ஏ. இருக்கார். அவர் முடிச்சூர்க்கு வெளியே ஒரு சவுக்கு தோப்புக்குள்ளே 'கார் க்யூர் ரிப்பேரிங் சென்டர்'ங்கிற பேர்ல ஒரு ஓர்க்ஷாப்பை நடத்திட்டு வர்றார். அது பேர்க்குத்தான் ஓர்க்ஷாப். சென்னையில் திருடுபோற பல கார்கள் ராத்திரியோடு ராத்திரியாய் அங்கே

கொண்டுவரப்பட்டு உருத்தெரியாம ஸ்பேர் பார்ட்ஸ்களா பிரிக்கப்பட்டு அது வெளிமார்க்கெட்ல விற்பனை செய்யப்படறதாய் ஒரு தகவல் எனக்கு கிடைச்சுகிட்டே இருந்தது. சரியான ஆதாரம் கிடைக்காத காரணத்தால் நான் அதில் ஆர்வம் காட்டாமே இருந்தேன். ஆனா இப்போ நீங்க சொல்ற விஷயத்தை வெச்சுப் பார்க்கும்போது, நான் கேள்விப்பட்ட விஷயம் உண்மையாய் இருக்கலாமோன்னு என்னோட மனசுக்குப்படுது. நான் உடனே இப்பவே புறப்பட்டு அந்த ரகுநாத்தோட ஓர்க்ஷாப்புக்கு போய் காணாமப்போன கார் அங்கே இருக்கான்னு பார்த்துட்டு உங்களுக்கு போன் பண்றேன்."

"ப்ளீஸ்... டூ இட் இம்மிடீயட்லி...... வீ வில் வெயிட் ஃபார் யுவர் போன்கால்."

4

போலீஸ் ஜீப் முடிச்சூரின் புறநகர் சாலையில் எண்பது கிலோ மீட்டர் வேகத்தில் சீறிக்கொண்டிருக்க, ஜீப்பின் பின்இருக்கையில் உட்கார்ந்திருந்த அரவிந்தன் செல்போனை தன் காதுக்கு கொடுத்திருந்தார். மறுமுனையில் ராமானுஜம் பேசினார்.

"என்ன ஸ்பாட்டுக்கு போயிட்டு இருக்கீங்களா?"

"ஆமா ராமானுஜம்...... இன்னும் ஒரு அரை மணி நேரத்துக்குள்ளே நாங்க கார் க்யூர் ரிப்பேர் சென்டர்க்கு போயிடுவோம்."

"அந்த ரகுநாத் பழைய எம்.எல்.ஏன்னு சொல்றீங்க. அவரோட பொலிடிக்கல் பேக்ரவுண்ட் எப்படியிருக்குன்னு பார்த்துக்குங்க. அப்புறம் நமக்கே பேக்ஃபயர் ஆயிடப்போகுது."

"நோ.. நோ.... நான் விசாரிச்சுட்டேன். அந்த ஆள் அப்படியொன்னும் பவர்ஃபுல் பர்சன் கிடையாது. மொதல்ல ஸ்பாட்டுக்குப்போய் பார்க்கிறேன். கார் அந்த வொர்க்ஷாப்ல இருந்தா உடனடியாய் கைது பண்ணி ஸ்டேஷனுக்கு கொண்டு போய் உட்கார வெச்சு ஒரு ஃபார்மல் என்கொய்ரியை ஆரம்பிச்சுட வேண்டியதுதான்."

"பி காஷியஸ் அரவிந்தன்...... பொதுவா கார் திருட்டுல சம்பந்தப்பட்டறவன் தனியாளாய் இருக்கமாட்டான். அவனுக்குப் பின்னாடி ஒரு கும்பல் இருக்கும். நீங்க எச்சரிக்கையோட அந்த எல்லைக்குள் நுழையறது நல்லது."

"பயப்பட வேண்டிய அவசியமில்லை ராமானுஜம். ஜீப்ல நாலு கான்ஸ்டபிள்ஸ் ஆர்ம்ஸோட இருக்காங்க. ஏதாவது பிரச்சினையின்னா அதை சுலபத்துல சமாளிக்க முடியும்... நான் ஸ்பாட்டுக்குப் போய் நிலவரத்தைப் பார்த்துட்டு உடனடியாய் உங்களை காண்டாக்ட் பண்றேன்."

"ஓ.கே...... உங்க போன்காலுக்காக வெயிட் பண்ணிட்டிருக்கேன்...." மறுமுனையில் ராமானுஜம் போன் இணைப்பை துண்டித்துவிட அரவிந்தன் செல்போனை அணைத்து பாக்கெட்டுக்குள் போட்டுக்கொண்டு ஜீப் ட்ரைவரின் முதுகைத் தொட்டார்.

"முத்துகுமார்..... ரோடுதான் காலியாய் கிடக்கே.... வண்டியைக் கொஞ்சம் விரட்டு.......!"

அடுத்த விநாடியே ஜீப்பின் ஸ்பீடாமீட்டர் முள் நூறைத் தொட வாகனத்தின் வேகம் காற்றைக் கிழித்தது.

காரின் பானெட்டைத் திறந்து இரண்டு நிமிஷ நேரம் செலவழித்து அதனுடைய இணைப்புகளையெல்லாம் உற்றுப் பார்த்துவிட்டு மறுபடியும் பானெட்டைச் சாத்தினான் மாத்யூ.

சற்று தள்ளியிருந்த ரகுநாத் கேட்டார்.

"என்னாச்சு மாத்யூ?"

"கார்ல எந்த பிரச்சினையும் இருக்கிறமாதிரி தெரியலை ஸார்."

"அப்புறம் ஏன் ஸ்டார்ட்டாக மாட்டேங்குது. கார்ல பெட்ரோல் இருக்கா இல்லையா?"

"பெட்ரோல் இருக்கு ஸார்..... முக்கால்வாசி டேங்க் நிறைய பெட்ரோல் இருக்கிறதா ஃப்யூல் காஜ் காட்டுதே."

"சரி..... மறுபடியும் ஒரு தடவை காரை ஸ்டார்ட் பண்ணிப் பாரு"

காருக்குள் ஏறி உட்கார்ந்தான் மாத்யூ. சாவியைத் திருகி இக்னீஷியனை உசிப்பினான். கார் சின்னதாய் கனைத்துவிட்டு நிசப்தம் காத்தது.

மாத்யூ தொடர்ந்து நான்கைந்துமுறை முயற்சி செய்து பார்த்துவிட்டு எரிச்சலோடு காரினின்றும் இறங்கினான்.

“கார் ஏன் ஸ்டார்ட்டாக மாட்டேங்குதுன்னு புரியலை ஸார்.... நேத்து ராத்திரி நான் ஓட்டிகிட்டு வந்தப்ப வண்டியில் எந்த பிரச்சினையும் இருக்கிற மாதிரி தெரியலை. ஒரு புதுக்காரை ட்ரைவ் பண்ணினா எதுமாதிரியான ஃபீல் கிடைக்குமோ அது எனக்கும் கிடைச்சது ஸார்.”

“சரி.... உன்னோட ஃப்ரண்ட் ஸ்டீபனுக்கு கார் மெக்கானிஸமெல்லாம் அத்துபடி. அவனுக்கு போன் பண்ணி பிரச்சினையை சொல்லு... கார் ஸ்டார்ட்டாக அவன் ஏதாவது டிப்ஸ் தரலாம்.”

“இப்பவே போன் பண்ணிடறேன் ஸார்.” சொன்ன மாத்யூ தன்னுடைய செல்போனை எடுத்துக்கொண்டு அந்த ஸ்டீபனைத் தொடர்பு கொள்ள, அவன் உடனே இணைப்பில் கிடைத்தான். உற்சாகமாய் குரல் கொடுத்தான்.

“என்ன மாத்யூ..... ராத்திரி புது மீனை பிடிச்சிட்டே போலிருக்கு...... வெட்டி கூறு போட்டியா இல்ல இன்னமும் வெச்சுட்டு இருக்கியா?”

“மீன் இன்னமும் அப்படியேதான் இருக்கு”

“ஏன் என்னாச்சு?”

“எதிர்பாராத விதமா ஒரு பிரச்சினை.... அந்தப் பிரச்சினையை அப்புறமாய் சொல்றேன்.... முதல்ல நான் கேட்கிற கேள்விக்கு பதில் சொல்லு ஸ்டீபன்?”

“என்ன.... இவ்வளவு டென்ஷனா பேசறே? விஷயம் என்னன்னு சொல்லு. நேத்து ராத்திரி கொண்டு வந்தது மாருதி ஸ்விப்ட்தானே?”

“ஆமா..... புது மாருதி ஸ்விப்ட் கார்..... வாங்கி மூணுமாசம்தான் இருக்கும்.... நேத்து ராத்திரி தட்டிட்டு வந்து வொர்க்ஷாப்ல வெச்சுட்டேன். இப்ப அதை வேற இடத்துக்கு கொண்டு போக வேண்டிய கட்டாயம் கார்ல உட்கார்ந்து இக்னீஷியனைத் தர்றேன்.... கார் ஸ்டார்ட்டாக மாட்டேங்குது..... அடம் பிடிக்குது.”

“புதுக்கார்ன்னு சொல்றே........ அது எப்படி ஸ்டார்ட்டாகாமே இருக்கும்...?”

“அதான் புரியலை.... பேட்டரி வீக்காக வாய்ப்பில்ல ஏன்னா புது பேட்டரி...... பெட்ரோலும் இருக்கு.”

“அப்படீன்னா காரோட ஸ்டீயரிங் வீல் லாக்காகி இருக்கலாம். அதை செக் பண்ணிப் பார்த்தியா?”

“ம்...... பார்த்தேன்... வீல் லாக் ஆகலை.”

“இக்னீஷியன் ஸ்விட்ச் ஆஃப்ல இருக்கான்னு பார்.”

“பார்த்துட்டேன்..... அது ஆன்ல தான் இருக்கு.”

“அப்படீன்னா என்ஜினுக்கு பெட்ரோலை சுத்தப்படுத்தி அனுப்பற ஃபில்டரில் அடைப்பு ஏதாவது இருந்தா கார் ஸ்டார்ட் ஆகாது. செக் பண்ணு.”

“இது புது கார் ஸ்டீபன்.... அப்படியெல்லாம் அடைப்பு ஏற்பட வாய்ப்பில்லை.”

மறுமுனையில் ஸ்டீபன் சிரித்தான். “என்ன மாத்யூ...... காரைப் பத்தி எதுவுமே தெரியாத ஆள் மாதிரி பேசிட்டிருக்கே? கார் வாங்கி மூணு மாசமாகியிருக்கலாம்ன்னு சொல்றே..... பொதுவா ஒரு கார் பத்தாயிரம் கிலோ மீட்டரிலிருந்து பதினஞ்சாயிரம் கிலோ மீட்டர் தூரம் ஓடியிருந்தா பெட்ரோலை சுத்தப்படுத்தற ஃபில்டரை மாத்தியாகணும். அந்தக் கார் இந்த மூணு மாசத்துல பத்தாயிரம் கிலோ மீட்டர் ஓடியிருக்கலாமே...? முதல்ல அதை செக் பண்ணு. அப்படியே டயமிங் பெல்ட்டையும் நல்ல கண்டிஷன்ல இருக்கான்னு பார்த்துடு”

“நீ சொன்ன இதையெல்லாம் நான் யோசிச்சுப் பார்க்கலை ஸ்டீபன்.... இப்ப எல்லாத்தையும் சரி பார்த்துடறேன்.”

“அப்புறம் இன்னொரு விஷயம்?”

“என்ன?”

“கார்க்கு தப்பான சாவியைக் கொடுத்து ஸ்டார்ட் பண்ண முயற்சி செஞ்சிருந்தா அடுத்த அரை மணி நேரத்துக்கு வண்டியை ஸ்டார்ட் செய்ய முடியாதபடி ஏதாவது டெக்னாலஜி அந்த கார்க்குள்ளே இருக்கலாம்..... அதையும் பார்த்துடு.”

“அப்படியெல்லாம் இருந்திருந்தா காரை நான் எப்படி கொண்டு வந்திருக்க முடியும்....? கார் சண்டித்தனம் பண்றதுக்குக் காரணம் நீ சொன்ன அந்த பெட்ரோல் ஃபில்டர்தான்னு நினைக்கிறேன். அதை இப்ப நான் சரி பார்த்துடறேன்.”

"அந்தக் கார்ல வேற ஏதோ பிரச்சினைன்னு சொன்னியே என்ன?"

"இப்ப விளக்கமா சொல்லிட்டிருக்க நேரமில்லை ஸ்டீபன். ஒரு மணி நேரம் கழிச்சு நானே போன் பண்றேன்."

மாத்யூ செல்போனை அணைத்துவிட்டு தன்னையே பார்த்துக் கொண்டு நின்றிருந்த ரகுநாத்தை ஏறிட்டான் மெல்லிய குரலில் சொன்னான்.

"காரை இன்னும் பத்து நிமிஷத்துக்குள்ளே ஸ்டார்ட் பண்ணிடலாம் ஸார்."

"நீ என்ன பண்ணுவியோ... ஏது பண்ணுவியோ எனக்குத் தெரியாது. நான் இந்த சிகரெட்டை குடிச்சு முடிக்கிறதுக்குள்ளே கார் இந்த இடத்தைவிட்டு போயிருக்கணும்." சொன்ன ரகுநாத் சிகரெட் ஒன்றை உதட்டுக்கு கொடுக்க, மாத்யூ டூல்பாக்ஸை எடுக்க பக்கத்தில் இருந்த ஆஸ்பெஸ்டாஸ் வேய்ந்த ஒரு சிறிய அறையை நோக்கி ஓடினான்.

ஜீப், நல்லவேகத்தில் போய்க்கொண்டிருக்க, சாலையின் இரண்டு பக்கமும் சவுக்குத் தோப்புகள் விடாப்பிடியாய் வந்து கொண்டேயிருந்தன.

இன்ஸ்பெக்டர் அரவிந்தன் கான்ஸ்டபிள் ஒருவரிடம் திரும்பினார். "என்ன குமரேசன்.... போய்கிட்டேயிருக்கோம். அந்த ரகுநாத்தோட கார் க்யூர் ரிப்பேரிங் சென்டர் போர்டு கண்ணிலேயே படலையே....?"

"இன்னும் ஒரு கிலோமீட்டர் போகணும் ஸார். தோப்புக்குள்ளே அது கொஞ்சம் மறைவான பகுதி...... போர்டெல்லாம் பார்வைக்குத் தட்டுப்படாது ஸார்."

"நீ அந்த இடத்துக்குப் போயிருக்கியா....?"

"ரெண்டு வருஷத்துக்கு முன்னாடி என்னோட டூவீலர்ல ஒரு சின்ன ரிப்பேர் பார்க்க வேண்டியிருந்தது. அப்ப போனதுதான் ஸார்."

கான்ஸ்டபிள் சொல்லிக்கொண்டிருக்கும்போதே ஜீப்பின் வேகம் சற்றே குறைய ட்ரைவர் சொன்னார்.

"ஸார்..... ரைட்ல வொர்க்ஷாப் மாதிரி ஒரு கட்டிடமும் உள்ளே போறதுக்கான மண் ரோடும் தெரியுது. உள்ளே

போயிடலாமா..?”

“ம்.....போ......!”

கார் யூடர்ன் எடுத்து மண்பாதைக்குள் நுழைந்தது. சவுக்கு மரங்கள் காற்றுக்கு அசைந்து கொண்டிருக்க, ஜீப் சீரற்ற பாதையில் தத்தி தத்தி ஓடியது. சுற்றிலும் அசாத்திய நிசப்தம்.

“ஸார்.... போர்டு தெரியுது.... கார் க்யூர் ரிப்பேரிங் சென்டர்..... உள்ளே நாலைஞ்சு பழைய கார் நிக்குது.”

“ஆள்நடமாட்டம் இல்லாத இந்த இடத்துல ஒரு வொர்க்ஷாப் வெச்சிருக்கான் அந்த பழைய எம்.எல்.ஏ. ரகுநாத். உண்மையிலேயே இது வொர்க்ஷாப்தானா..... இல்லை அந்தப் போர்வையை போர்த்திகிட்டு வேற வேலை ஏதாவது பார்த்துட்டு இருக்கானா? இன்னிக்கு தரோவா செக் பண்ணிப் பார்த்துட வேண்டியதுதான்.”

தகரத்தாலான காம்பௌண்ட் கதவு அகலமாய் திறந்திருக்க, ஜீப் உள்ளே போயிற்று. மரத்தையொட்டி நின்றது. அரவிந்தனைத் தொடர்ந்து நான்கு கான்ஸ்டபிள்களும் இறங்கினார்கள்.

ஒரு பழைய காரின் வீல் போர்ஷனைப் பிரிப்பதில் கவனமாய் இருந்த பாண்டி, போலீஸைப் பார்த்ததும் வியர்த்து விறுவிறுத்துப் போனவனாய் தயக்க நடை போட்டபடி வந்தான். கான்ஸ்டபிள்களில் ஒருவர் அதட்டினார்.

“வேகமா வாடா......!”

மூச்சு வாங்கியபடி பாண்டி வேகமாய் வந்து நிற்க அரவிந்தன் கேட்டார்.

“உம் பேர் என்னடா....?”

“ப.....ப......பாண்டி ஸார்”

“இங்க வேற யார் இருக்காங்க....?”

“மெக்கானிக் இருக்கார் ஸார்.”

“எங்கே அந்த ஆள்....?”

பாண்டி திரும்பி நின்று கைகாட்டினான். “அதோ அந்தப் பக்கம் முதலாளியோடு போயிருக்கார்.”

"முதலாளி பேர் ரகுநாத்தானே....?"

"ஆமா ஸார்."

"ரெண்டு பேரும் அங்கே என்ன பண்றாங்க....?"

"அது....அது..... வந்து..."

"சொல்லுடா"

"எ....எ....எனக்குத் தெரியலை ஸார்."

"வா....வந்து அந்த இடத்தைக் காட்டு." பாண்டியை முன்னால் நடக்கவிட்டு அரவிந்தனும் கான்ஸ்டபிள்களும் பின்தொடர்ந்தார்கள்.

இரண்டு நிமிஷ நடையில் மரங்கள் சூழ்ந்த அந்தப் பகுதி வர, தள்ளித்தள்ளி தெரிந்த பழைய கார்களுக்கு நடுவே அட்லாண்டிக் ப்ளூ நிறத்தில் மாருதி ஸ்விப்ட் கார் பார்வைக்குத் தட்டுப்பட்டது.

கான்ஸ்டபிள்களில் ஒருவர் கத்தினார்.

"ஸார்..... திருடுபோன கார் இதுதான்னு நினைக்கிறேன்."

"மேபி..." என்று சொல்லிக்கொண்டே காரை நோக்கி வேகமாய் போன அரவிந்தன் சட்டென்று இதயம் அதிர்ந்து போனவராய் நின்றார். பார்வை நடுங்கியது.

காரின் முன்பக்க டயர்க்குப் பக்கத்தில் ரகுநாத் மல்லாந்து விழுந்து கிடந்தார். கழுத்தில் அரிவாள் ஒன்று ஆழமாய் சிவப்பு நிறத்தில் இறங்கியிருக்க சுற்றிலும் சின்னச்சின்ன ரத்த ஆறுகள் வழிந்து மண்ணில் உறைந்து போயிருந்தது. ஈக்கள் வட்டமடித்துக் கொண்டிருந்தன.

5

இன்ஸ்பெக்டர் அரவிந்தன் அதிர்ந்து போனவராய் அப்படியே நின்றார். ஒரு சிலவிநாடிகளுக்குப்பின், சுய உணர்வுக்கு மீண்டவர் தனக்குப் பக்கத்தில் இருண்ட முகங்களோடு நின்றிருந்த கான்ஸ்டபிள்களை ஏறிட்டார்.

"வெட்டுப்பட்டு கீழே கிடக்கிற ஆள் ரகுநாத்தானே?"

"ஆமா..... ஸார்."

"ப்ளட் இன்னும் ஃப்ரீஸ் கூட ஆகலை. நாம வர்றதுக்கு கொஞ்ச நேரத்துக்கு முன்னாடிதான் சம்பவம் நடந்திருக்கும்ன்னு நினைக்கிறேன். ஆள் போயிட்டானா இல்ல இன்னமும் உடம்புல உயிர் இருக்கான்னு போய் பாரு" கான்ஸ்டபிள்களில் இரண்டு பேர் ரகுநாத் விழுந்து கிடந்த இடத்தை நோக்கி வேகமாக போக, அரவிந்தன் திரும்பி உடல் நடுக்கத்தோடு நின்றிந்த சிறுவன் பாண்டியை பார்த்தார். கையசைத்துக் கூப்பிட்டார்.

"பக்கத்துல வாடா"

"ஸ.....ஸார்......."தயக்கத்தோடு வந்தான்.

"என்னடா..... இதெல்லாம்.......?"

பாண்டி அழ ஆரம்பித்தான். "எ....எ....எனக்கொண்ணும் தெரியாது ஸார்..... முதலாளியும் மெக்கானிக் மாத்யூ அண்ணனும் என்னை வொர்க் ஷாப் வாசல்லயே நிக்க வெச்சுட்டு கஸ்டமர்ஸ் யாரும் உள்ளே வராதபடி

பார்த்துக்கோன்னு சொல்லிட்டு உள்ளே போனாங்க.. நான் காவலுக்கு இருந்தேன். அப்பத்தான் நீங்க வந்தீங்க...... ஸார்"

"மெக்கானிக் மாத்யூ எங்கே?"

"தெரியல..... ஸார்"

"சரி..... இது திருட்டு கார்தானே?"

பாண்டி தலைகுனிந்தபடி பேசாமல் நின்றான்.

"சொல்லுடா..... இது திருடிகிட்டு வந்த கார்தானே?"

"ஆ.... ஆமா ஸார்"

"இந்த கார் திருட்டு வேலை எத்தனை நாளா நடக்குது?"

அரவிந்தன் கோபமாய் குரலை உயர்த்தி கேட்டுக் கொண்டிருக்கும்போதே கான்ஸ்டபிள்களில் ஒருவர் பக்கத்தில் வந்தார்.

"ஸார்..... கழுத்துல அரிவாள் வெட்டு ஆழமாய் விழுந்து தலையே துண்டாகியிருக்கு. ஸ்பாட் டெட் ஸார்.... மெக்கானிக் மாத்யூவுக்கும் இந்த ரகுநாத்துக்கும்...... திருட்டுக் கார் சம்பந்தமாய் ஏதாவது பிரச்சினை ஏற்பட்டு இப்படியொரு அரிவாள் வெட்டுல போய் முடிஞ்சிருக்கலாம்ன்னு நினைக்கிறேன்"

அரவிந்தன் மையமாய் தலையாட்டினார்.

"என்னோட யூகமும் அதுதான்..... அந்த மாத்யூ ரொம்ப தூரம் தப்பிச்சுட்டுப் போயிருக்க முடியாது.... இந்த தோப்புக்குள்ளேதான் எங்கேயாவது பதுங்கியிருக்கணும்" சொன்னவர் தனக்கு அருகில் இருந்த இரண்டு கான்ஸ்டபிள்களை ஏறிட்டார்.

"ராகவன்!... பசுபதி!"

"ஸார்..!"

"ரெண்டு பேரும் உள்ளே போய் தேடுங்க.... அவன் கையில ஆயுதம் இருக்கலாம். தாக்க முயற்சி பண்ணினா ஒரு செக்கண்ட் கூட லேட் பண்ணாமே சுட்டுத்தள்ளுங்க.... ம்..... போங்க"

"எஸ்.... ஸார்......" சொல்லிவிட்டு இருவரும் வேகமாய் நகர முயன்ற விநாடி அந்த தடுமாற்றமான முனகல் சத்தம் காற்றில் கலந்து பலஹீனமாய் கேட்டது.

“ம்....ம்.....ம்மா..... ஆ.....”

திடுக்கிட்டுப் போன அரவிந்தன் திரும்பிப் பார்த்தார்.

ஐம்பதடி தூரம் தள்ளியிருந்த ஆஸ்பெஸ்டாஸ் கூரை வேய்ந்த டூல்ஸ் அறைக்கு பின்புறமிருந்து அந்தச் சத்தம் கேட்டது. அரவிந்தன் வேகவேகமாய் போய் அறையின் பின்புறத்தை எட்டிப் பார்த்தார்.

தலையில் ரத்த காயத்துடன் மல்லாந்து விழுந்துகிடந்த மெக்கானிக் மாத்யூவின் உடல் வலியில் துடித்து லேசாய் புரண்டபடி தெரிய பாண்டி கத்தியபடி ஓடினான். அழுகையில் குரல் வெடித்தது.

“அண்ணே.....!”

அரவிந்தன் குரல் கொடுத்தார். “டேய்..... பக்கத்துல போகாதே..... இவன்தான் மாத்யூவா?”

“ஆமா ஸார்.....”

அரவிந்தன் மண்டியிட்டு மாத்யூ அருகே உட்கார்ந்து அவனுடைய தோளை மெல்லத் தொட்டார். பின்தலையில் தேங்கியிருந்த ரத்தம் கழுத்தில் ஒரு கோடு போட்டுக்கொண்டு மெல்ல இறங்க பாதி விழிகள் சொருகியபடி அவரைப் பார்த்தான் மாத்யூ. உதடுகளும், கன்னச்சதையும் துடித்தன.

“ஸ.....ஸ.....ஸார்”

அரவிந்தன் குனிந்து “சொல்லு....... உன்னையும் ரகுநாத்தையும் இப்படி வெட்டியது யாரு?”என்று கேட்க மாத்யூ பேச முடியாமல் திணறி மூச்சு வாங்கினான்.

“ஸ.... ஸார்......”

“சொல்லு...... யாரவன்?”

“செ....செ.....செல்வதுரை...... ஸார்”

“செல்வதுரையா..... யாரது?”

“ர......ர......ரகுநாத்... ஸா...ஸாரோட ப......ப......பங்காளி ஸார். இந்த வொர்க் ஷாப் இருக்கிற இடம்..... சம்பந்தமாய் ..... ரெண்டு பேர்க்குமே பல வருஷப் பகை..... இ....இ...இன்னிக்கு திடீர்ன்னு செல்வதுரை த....த.....தன்னோட ஆட்களோடு வ.....வந்து......”

மாத்யூ சொல்லிக்கொண்டிருக்கும்போதே

அவனுடைய விழிகள் எதிர்பாராத ஒரு விநாடியில் நிலைத்துப்போய் இலக்கில்லாமல் வெறித்தது. அரவிந்தன் பார்த்துக்கொண்டிருக்கும்போதே மாத்யூவின் உயிர் பிரிந்தது.

ஃபாரன்ஸிக் சயின்ஸ் டிபார்ட்மெண்ட்டின் செங்காவி நிறக் கட்டிடம். மாலை ஆறு மணி.

ஃபாரன்ஸிக் பயோமெட்ரிக் கான்ஃப்ரன்ஸ் அறையில் அஸிஸ்டெண்ட் கமிஷனர் சந்திரசூடன், இன்ஸ்பெக்டர் அரவிந்தன், விஜிலென்ஸ் ஆபீஸர் ராமானுஜம் மூன்று பேரும் பாறையாய் இறுகிப் போன முகங்களோடு உட்கார்ந்திருக்க, ஃபாரன்ஸிக் இன்வெஸ்டிகேட்டர் பெர்ணான்டோ ஆங்கிலத்தில் அழுத்தம் திருத்தமான குரலில் பேசிக்கொண்டிருந்தார்.

“இதுபோன்ற ஒரு கொடூரமான கொலையை நான் கடந்த பத்தாண்டுகளில் பார்த்தது இல்லை. காரின் டிக்கிக்குள் அடைக்கப்பட்டிருந்த அந்தப் பெண்ணின் உடலை போஸ்ட்மார்ட்டம் செய்து பார்த்தபோது அதிர்ந்து போனேன்.

அந்தப் பெண்ணை அடையாளம் தெரிந்துவிடக்கூடாது என்பதற்காக அவளுடைய முழு உடம்பையும் ஒரு அங்குலம் விடாமல் கொலையாளி கருப்பு பெயிண்ட்டால் சீராக பூசியிருப்பது தெரிந்தது. அப்படி பெயிண்ட் பூசப்படும்போது அவள் சுய உணர்வோடு இருந்திருக்க வாய்ப்பில்லை. காரணம் அவளுடைய உடம்பில் டேட் ரேப் ட்ரக்ஸ் எனப்படும் ஜி.ஹெச்.பி. மயக்க மருந்து இரண்டு ஆம்பியூல் என்ற அளவில் கலந்து இருந்ததுதான். டேட் ரேப் ட்ரக்ஸ் எனப்படும் மருந்து அந்தப் பெண்ணுக்கு கொடுக்கப்பட்டு இருந்தாலும் அவள் கற்பழிக்கப்படவில்லை என்பது இன்னொரு வியப்பான விஷயம்”

பெர்ணான்டோ மேற்கொண்டு பேசும்முன்பு அஸிஸ்டெண்ட் கமிஷனர் சந்திரசூடன் குறுக்கிட்டார்.

“அப்படியென்றால் இந்த கொலையின் நோக்கம் என்னவாக இருக்கும். கற்பழிப்பு முயற்சிகூட இல்லை என்று எடுத்துக் கொள்ளலாமா?”

பெர்ணான்டோ தலையசைத்தார். “என்னுடைய எண்ணமும் அதுதான். கொலையாளியின் நோக்கமானது

அந்தப் பெண்ணை அவமானப்படுத்தி பிறகு கொலை செய்வதாகக்கூட இருக்கலாம். முதலில் இந்தப்பெண் யார் என்பதைக் கண்டுபிடித்தால் மட்டுமே கொலை யாரால் எதற்காக ஏன் செய்யப்பட்டது போன்ற கேள்விகளுக்கு விடை கிடைக்கும். ஆனால் இந்த பெண் யார் என்பதைக் கண்டுபிடிப்பது சிரமம்”

இன்ஸ்பெக்டர் அரவிந்தன் பெர்னான்டோவை ஒரு வியப்புப் பார்வையால் நனைத்தார்.

“ஏன் ஸார்...... அந்தப் பெண் யார் என்பதை கண்டுபிடிப்பதில் என்ன சிரமம்? அவளுடைய உடம்பில் பூசியிருக்கிற பெயிண்டை தின்னர் மாதிரியான லிக்விட்டை உபயோகித்து ரிமூவ் செய்தால் அடையாளம் தெரிய வாய்ப்ப்பு இருக்கிறதே?”

பெர்னான்டோ பெருமூச்சுவிட்டார் “யூ ஆர் கரெக்ட் மிஸ்டர் அரவிந்தன்..... ஆனால் அந்தப் பெண்ணின் உடம்பிலிருந்து பெயிண்டை ரிமூவ் செய்ய முடியாது. காரணம் உடம்பு டீகம்போஸிங் ஸ்டேஜில் இருப்பதுதான். போஸ்ட்மார்ட்டம் ரிப்போர்ட்படி அந்தப் பெண் இறந்து 24 மணி நேரத்துக்கு மேலே ஆகிவிட்டது. உடம்பின் செயலற்ற செல்களும், பெயிண்ட்டும் இணைந்துவிட்டதால் இனி எதுமாதிரியான ரசாயனத்தை பயன்படுத்தி பெயிண்டை எடுக்க முயன்றாலும் உடம்பின் சதைப்பாகமும் சேர்ந்துதான் வரும்.... பெயிண்ட் பூசியிருக்கிற இந்த நிலைமையில் பார்த்தால்கூட முகம் ஓரளவுக்கு பிடிபடலாம். ஆனால் பெயிண்டை நீக்க நினைத்தால் இப்போது நாம் பார்க்கிற முகமும் அடியோடு சிதைந்து போகும். இந்த நிமிஷம் இருக்கிற இவளுடைய முகத்தை பார்மல்டிஹைடின் உதவியால் மேற்கொண்டு சிதையாமல் பார்த்துக்கொள்வதுதான் முக்கியம்”

பெர்னான்டோ பேசிக்கொண்டிருக்கும்போதே, அஸிஸ்டெண்ட் கமிஷனர் சந்திரசூடனின் செல்போன் தன்னுடைய டயல்டோனை வெளியிட்டது. பெர்னான்டோவைப் பார்த்து ஒரு “எக்ஸ்யூஸ்மீ” யை உதிர்த்துவிட்டு அழைப்பது யார் என்று பார்த்தார். மறுமுனையில் டெப்டி கமிஷனர் விநாயகம் அழைத்துக்கொண்டிருந்தார்.

சந்திரசூடன் செல்போனை காதுக்குக் கொடுத்து மெல்ல குரல் கொடுத்தார்.

"ஸார்.... அயாம் சந்திரசூடன்"

"என்ன சந்திரசூடன் ஃபாரன்ஸிக்ல தான் இருக்கீங்க போலிருக்கு?"

"ஆமா ஸார்"

"ரகுநாத்தையும், மெக்கானிக் மாத்யூவையும் வெட்டி கொலை செஞ்ச செல்வதுரையை கண்டுபிடிக்கிற விஷயத்துல ஏதாவது முன்னேற்றம் இருக்கா..... ஆளை ஸ்பாட்அவுட் பண்ணிட்டீங்களா?"

"இல்ல ஸார்..... அந்த செல்வதுரை தலைமறைவாயிட்டான். அவனை கண்டுபிடிக்கிறதுக்காக ஒரு தனிப்படை செயல்பட்டுகிட்டிருக்கு.... ரெண்டு நாளைக்குள்ளே மடக்கிடலாம்"

"கொலை செய்யப்பட்டு கார் டிக்கியில் அடைக்கப்பட்டிருந்த பெண்ணுக்கும், ரகுநாத் மாத்யூ இந்த ரெண்டு பேரும் வெட்டி கொலை செய்யப்பட்ட சம்பவத்துக்கும் ஏதாவது தொடர்பு இருக்கும்ன்னு நினைக்கிறீர்களா?"

"அப்படியிருக்க வாய்ப்பில்லை ஸார். ரகுநாத்தோட வொர்க்ஷாப்பில் வேலை பார்த்த பாண்டியை விசாரிச்சப்ப கார் திருட்டு மட்டும்தான் ரகுநாத், மாத்யூவோட பிரதான தொழிலாய் இருந்திருக்கு... என்னோட ஃப்ரண்ட் கங்காதரனோட காரைத் திருடும்போது மாத்யூவோடு அந்தப் பையன் பாண்டியும் கூடவே இருந்திருக்கான். டிக்கிக்குள்ளே ஒரு டெட்பாடி இருக்கிற விஷயம் தெரியாமலேயே காரைத் திருடிகிட்டு வந்திருக்காங்க"

"அப்படீன்னா..இனிமேல நீங்க விசாரிக்க வேண்டியது உங்க நண்பர் கங்காதரனைத்தான்.....?"

"எஸ்.... ஸார்...... கங்காதரன் இப்போ ஹாஸ்பிடல்ல இருக்கார். அதான் அவரை விசாரிக்க முடியலை"

"ஹாஸ்பிடல்ல இருக்காரா.... ஏன் என்னாச்சு அவர்க்கு.....?"

"கங்காதரன்.... கார் திருடு போன நிமிஷத்திலிருந்தே டென்ஷனாய் இருந்திருக்கார். என்கிட்டே வந்து

விஷயத்தைச் சொல்லிட்டு போனவர்க்கு பி.பி.சூட்டப் ஆகி மயக்கமாயிட்டார். உடனே ஹாஸ்பிடலைஸ் பண்ணினதில் இப்போ நார்மல்...... நான் இனிமேதான் விசாரிக்கப் போகணும்.... ஸார்"

"அவரோட கார்ல ஒரு பெண்ணோட டெட்பாடி இருந்த விஷயத்தை அவர்கிட்டே சொன்னீங்களா.....?"

"இல்ல ஸார்..அதையும் சொல்லி என்கொய்ரியை ஆரம்பிக்கணும்"

"மிஸ்டர் சந்திரசூடன்.... அவர் உங்க நண்பர்ங்கிற காரணத்துக்காக விசாரணையில் நிதானமான அணுகுமுறை வேண்டாம்..... இனியும் லேட் பண்ணாமே உடனடியாய் ஹாஸ்பிடலுக்கு போய் என்கொய்ரியை ஆரம்பிங்க...."

"எஸ்.... ஸார்.....!"

மறுமுனையில் டெப்டி கமிஷனர் விநாயகம் செல்போனை வைத்துவிட, சந்திரசூடனும் தன்னுடைய செல்போனை அணைத்துவிட்டு ஃபாரன்ஸிக் இன்வெஸ்டிகேட்டர் பெர்ணான்டோவை ஏறிட்டார்.

"மிஸ்டர் பெர்ணான்டோ.... நான் ஒரு அவசர வேலையாக கிளம்பிப் போக வேண்டியிருக்கிறது. நீங்கள் அந்தப் பெண்ணின் அடாப்ஸி சம்பந்தப்பட்ட ஃபாரன்ஸிக் விபரங்களை இன்ஸ்பெக்டர் அரவிந்தன், விஜிலென்ஸ் ஆபீஸர் ராமானுஜம் இருவரிடமும் கொடுத்து அனுப்புங்கள்"

"ஷ்யர் ஸார்'' பெர்ணான்டோ சல்யூட் வைத்து வழியனுப்ப சந்திரசூடன் நாற்காலியைத் தள்ளிக்கொண்டு எழுந்தார்.

வடபழனியில் இருந்த அந்த ஹாஸ்பிடலுக்குள் காரை நுழைத்து பார்க்கிங் ஏரியாவில் நிறுத்திவிட்டு, கீழே இறங்கிய சந்திரசூடன் ரிசப்ஷனில் விசாரித்துக்கொண்டு கங்காதரன் அட்மிட்டாகியிருந்த வார்டுக்குள் நுழைந்தார்.

ரிசப்சனிஷ்ட் பெண் சொன்ன அறை நெம்பரை நினைவு வைத்துக்கொண்டு வராந்தாவில் தேடியபடி, நடக்க வழியிலேயே கங்காதரனின் மனைவி நாராயணி தட்டுப்பட்டாள். கையில் ப்ளாஸ்க்.

சந்திரசூடனை பார்த்ததும் நின்றாள். மெல்ல மலர்ந்தாள்.

“வாங்க”

“கங்காதரன் எப்படியிருக்கார்.....?”

“தேவலை.... பி.பி. கண்ட்ரோலுக்கு வந்துடுச்சு. இன்னிக்கு ஒருநாள் பார்த்துட்டு வீட்டுக்கு போயிடலாம்ன்னு டாக்டர் சொன்னார். இப்ப நல்லா தூங்கிட்டிருக்கார்.... காணாம போன காரைப்பத்தி ஏதாவது தகவல் கிடைச்சுதா.....?”

“ம்...... கிடைச்சுது......”

நாராயணி முகத்தில் ஒரு மகிழ்ச்சி மின்னல் பளிச்சிட்டு மறைந்தது.

“அவர்கிட்ட சொன்னா ரொம்பவும் சந்தோஷப்படுவார். கார் எங்கேயிருந்தது?”

“அதைப்பத்தி சொல்றதுக்கு முந்தி உங்ககிட்ட கொஞ்சம் பேசணும்”

“என்ன.....?”

“காரை வீட்டிலிருந்து எடுத்து கல்யாண ரிசப்ஷனுக்கு போறதுக்கு முன்னாடி உங்க காரோட டிக்கியைத் திறந்து பார்த்தீங்களா.....?”

நாராயணியின் முகம் மாறியது.

“எதுக்காக கேட்கறீங்க.....?”

“ப்ளீஸ்.... கேட்டதுக்கு பதில் சொல்லுங்க. காரணத்தை அப்புறமா சொல்றேன்”

“திறந்து பார்த்த மாதிரி எனக்கு ஞாபகமில்லை”

“சரி... கல்யாண ரிசப்ஷனுக்கு போறதுக்கு முந்தி.... வழியில வேற எங்கேயாவது யாரையாவது பார்க்கப் போயிருந்தீங்களா .....?”

சில விநாடிகள் நாராயணி யோசித்துவிட்டு தலையாட்டினாள்.

“ஆமா......”

“எங்கே.....?”

“அதிரா அபார்ட்மெண்ட்”

6

சந்திரசூடன் பார்வையில் திகைப்பு பரவியது. நாராயணியை தன் பரந்த நெற்றி சுருங்க ஏறிட்டார்.

"என்ன சொன்னீங்க.... அதிரா அபார்ட்மெண்ட்டா.....?"

"ஆமா"

"அது எங்கே இருக்கு.....?"

"ஈஞ்சம்பாக்கம்"

"ஈஞ்சம்பாக்கம்ன்னா இங்கிருந்து இருபது கிலோமீட்டர் தூரமாவது இருக்குமே.....?"

"ம்.... இருக்கும்"

"அங்கே எதுக்கு போனீங்க.....?"

"அந்த அபார்ட்மெண்ட்ல எங்களுக்கு சொந்தமான ஒரு ஃப்ளாட் இருக்கு.... அதை வித்துடலாம்ன்னு ரொம்ப நாளாவே ஒரு எண்ணம். அது சம்பந்தமா ஒரு புரோக்கர்கிட்டே சொல்லி வெச்சிருந்தோம். நானும் அவரும் கல்யாண ரிசப்ஷனுக்குப் புறப்பட்டு போற நேரத்துல புரோக்கர்கிட்டயிருந்து போன் வந்தது. ஃப்ளாட்டை வாங்க பார்ட்டி ஒருத்தர் பிரியப்படறதாகவும், இன்னிக்கே பார்த்து ரேட் பேச விரும்பறதாவும் சொன்னார். மேரேஜ் ரிசப்ஷனுக்கு கொஞ்ச லேட்டா கூட போய்க்கலாம்ன்னு நினைச்சு நாங்க ஈஞ்சம்பாக்கம் புறப்பட்டுப் போனோம். புரோக்கர் அங்கே பார்ட்டியோடு வெயிட் பண்ணிட்டிருந்தார். ஃப்ளாட்

பார்ட்டிக்கு பிடிச்சிருந்தாலும் ரேட் படியலை. கிட்டத்தட்ட ஒரு மணி நேரம் பேசியும் பிரயோஜனமில்லாததால நானும் அவரும் புறப்பட்டு வந்துட்டோம்"

"நீங்க ஃப்ளாட்ல பார்ட்டியோடு பேசிட்டிருக்கும்போது உங்க காரை எந்த இடத்துல பார்க் பண்ணியிருந்தீங்க....?"

"அபார்ட்மெண்ட்டுக்கு கீழே இருக்கிற பார்க்கிங் ஏரியாவுலதான் நிறுத்தியிருந்தோம்"

"அந்த இடத்துல உங்க காரைத் தவிர வேற ஏதாவது காரோ வாகனமோ நின்னுட்டிருந்ததா....?"

நாராயணி லேசாய் முகம் மாறி கலவரமானாள்.

"எதுக்காக இவ்வளவு விரிவா விசாரணை பண்ணிட்டிருக்கீங்க. ஏதாவது பிரச்சனையா....?"

"பிரச்சனைதான்.... அந்த பிரச்சனை என்னன்னு பின்னாடி சொல்றேன். இப்ப நான் கேட்கிற கேள்விகளுக்கு மட்டும் பதில் சொல்லிட்டு வாங்க. உங்க காரைத் தவிர அந்தப் பார்க்கிங் ஏரியாவில் வேற ஏதாவது வாகனங்கள் இருந்ததா....?"

நாராயணி தன்னுடைய வியர்த்த முகத்தை புடவைத் தலைப்பால் ஒற்றிக்கொண்டே சில விநாடிகள் யோசித்துவிட்டு சொன்னாள்.

"அது அபார்ட்மெண்ட்டோட பேஸ்மெண்ட் ஏரியாவோட கார் பார்க்கிங். அதனால அங்கே குடியிருக்கிறவங்களோட கார்கள் மட்டுமே நின்னுட்டிருந்தது"

"வேன் மாதிரி ஏதாவது இருந்ததா....?"

"நான் கவனிக்கலை....."

"சரி.... உங்க ஃப்ளாட்டை வாங்க வந்த பார்ட்டியோடு பேசிட்டு ஒரு மணி நேரம் கழிச்சு கீழே வந்த நீங்க காரோட டிக்கியைத் திறந்து பார்த்தீங்களா .....?"

"இல்லை ..... கல்யாண ரிசப்ஷனை அட்டெண்ட் பண்ணனுமேங்கிற அவசரத்துல உடனே அங்கிருந்து புறப்பட்டுட்டோம். அதுவுமில்லாமே காரோட டிக்கியை அந்த நேரத்துல திறந்துப் பார்க்க வேண்டிய அவசியமும் எங்களுக்கு ஏற்படலை"

சந்திரசூடன் மேற்கொண்டு பேசும் முன்பு நாராயணி

சந்திரசூடனை சற்றே கோபமாய் ஏறிட்டுப் பார்த்து கையமர்த்தினாள். குரல் நடுங்க பேசினாள்.

"நீங்க என்னை விசாரிக்கிற விதத்தைப் பார்த்தா ஏதோ ஒரு பெரிய பிரச்சனை நடந்திருக்கும் போலிருக்கே. அது என்னன்னு சொல்லுங்க. நானும் என்னோட ஹஸ்பெண்ட்டும் ஏற்கனவே கார் காணாமே போன விஷயத்துல ஏகப்பட்ட டென்ஷனோடு இருக்கோம். நீங்களும் ஏதேதோ கேள்விகளைக் கேட்டு டென்ஷன் படுத்தாதீங்க. எதுக்காக இந்த விசாரணைன்னு தெரிஞ்சுக்கலாமா.....?"

சந்திரசூடன் சில விநாடிகள் நாராயணியையே பார்த்துக் கொண்டிருந்துவிட்டு மெல்ல சுற்றும் முற்றும் பார்த்துவிட்டு குரலைத் தாழ்த்தினார்.

"உங்க காரோட டிக்கியில் ஒரு பெண்ணோட டெட்பாடி இருந்தது"

நாராயணியின் கையில் இருந்த ஃப்ளாஸ்க் அதிர்ச்சியில் நழுவ முயன்றது. விழாமல் பிடித்துக்கொண்டாள்.

"எ....எ....என்ன சொல்றீங்க..... டெட்பாடியா .....?"

"ஆமா"

"எ...எ....எப்படி .....?"

"அது எப்படீன்னு.... நீங்கதான் சொல்லணும்"

"என்ன விளையாடறீங்களா......? காரை திருடிகிட்டு போனவங்ககிட்டே இந்த கேள்வியைக் கேட்கணும்"

"நீங்க சொல்றது ரொம்பவும் சரி. ஆனா காரைத் திருடிகிட்டு போனவங்க இப்போ உயிரோட இல்லையே...... அந்தக் கார் திருட்டுல சம்பந்தப்பட்ட ஒரு பையன் கொடுத்த வாக்குமூலப்படி அந்தக் காரைத் திருடின நபர்களுக்கும் கொலை செய்யப்பட்டு டிக்கியில் அடைபட்ட பெண்ணுக்கும் எந்த ஒரு சம்பந்தமும் இல்லைங்கிற உண்மை நிரூபணம் ஆகியிருக்கு"

நாராயணியின் பார்வை இப்போது ஒரு தீப்பொறியாய் மாறி சந்திரசூடனை தகித்தது.

"இப்ப நீங்க என்ன சொல்ல வர்றீங்க.....?"

"நான் கங்காதரன் மேல சந்தேகப்படறதாய் தப்பாய் நினைக்க வேண்டாம். உண்மையிலே கொலை செய்யப்பட்ட

அந்தப் பெண்ணு யார், அவ எப்படி உங்க காரோட டிக்கிக்குள்ளே டெட்பாடியாய் அடைக்கப்பட்டாங்கிற உண்மைகளை வெளியே கொண்டு வரணும்ன்னா நீங்க கொஞ்சம் ஒத்துழைக்கணும்"

"ஒத்துழைக்கணும்ன்னா எப்படி .....?"

"அந்த அதிரா அபார்ட்மெண்ட்டுக்கு நீங்க என்னைக் கூட்டிட்டு போகணும். காரை அங்கே பார்க் பண்ணின இடம் எதுன்னு நான் பார்க்கணும். ஒருவேளை அந்தப் பெண்ணோட டெட்பாடி அந்த இடத்துல காரோட டிக்கிக்குள்ளே அடைக்கப்பட்டிருந்தா அந்தக் காட்சி சி.சி. டி.வி. காமிராவில் பதிவாக வாய்ப்படிருக்கு. அந்தப் பதிவை நான் பார்க்கணும். நாம போகலாமா .....?"

நாராயணி தலையைக் குனிந்து கொண்டு ஒன்றும் பேசாமல் மௌனம் சாதிக்க சந்திரசூடன் கேட்டார்.

"என்ன பேச்சையே காணோம் .....?"

"ஸாரி" என்றாள் நாராயணி.

"எதுக்கு ஸாரி .....?"

"கடந்த ஆறுமாச காலமாய் அந்த அதிரா அபார்ட்மெண்ட்ல சி.சி.டி.வி. கேமிரா யூனிட் செயல்பாட்டில் இல்லை...."

"ஏன் .....?"

"அங்கே நிலைமை சரியில்லை"

"நிலைமை சரியில்லைன்னா .....?"

"எனக்கு என்ன சொல்றதுன்னு தெரியலை.... கடந்த மூணு வருஷமாகவே அந்த அதிரா அபார்ட்மெண்ட்டில் விரும்பத்தகாத சம்பவங்கள் நடந்ததுருக்கு. அதைக் காரணம் காட்டி நிறைய பேர் அங்கேயிருக்கிற ஃப்ளாட்களை காலி பண்ணிட்டு போயிட்டதால, நல்ல முறையில் இயங்கிகிட்டு இருந்த அபார்ட்மெண்ட் வெல்ஃபேர் அஸ்ஸோஸியேஷனை டிஸ்ஸால்வ் பண்ணிட்டாங்க... இப்போ அங்கே எதுவுமே சரியில்லை......"

சந்திரசூடனின் மூளைப்பிரதேசம் ரெட்ஜோனாய் மாறியது. குரலை வெகுவாய் தாழ்த்தினார். "அது எதுமாதிரியான சம்பவங்கள்ன்னு சொல்ல முடியுமா.....?"

"அது.... வந்து........"

“எதையும் மறைக்காமே சொல்றது உங்களுக்கு நல்லது....”

நாராயணி புடவைத்தலைப்பில் நெற்றி வியர்வையை ஒற்றிக் கொண்டு சுற்றும் முற்றும் பார்த்துவிட்டு சொன்னாள்.

“கடந்த மூணு வருஷ காலத்துல அந்தஅபார்ட்மெண்ட்டில் ஆறு பேர் மர்மமான முறையில் இறந்து போயிருக்காங்க. அதுல நாலு பேர் பெண்கள். ரெண்டு பேர் ஆண்கள். பெண்களில் ஒருத்தி டி.வி.நடிகை. சினிமாவிலும் ஆக்ட் பண்ணியிருக்கா. இன்னொருத்தி ஏர்ஹோஸ்டஸ், மூணாவது பெண் ஒரு பிரைவேட் காலேஜ்ல புரபசர், நாலாவது பெண் ஒரு ஐ.டி.கேர்ள். ஆண்கள்ல ஒருத்தர் லாயர், இன்னொருத்தர் ரியல் எஸ்டேட் ஓனர்”

சந்திரசூடன் குறுக்கிட்டு கேட்டார்.

“மர்மமான முறையில் இந்த ஆறு பேரும் இறந்து போயிட்டதாய் சொன்னீங்க இல்லையா .....?”

“ஆமா”

“மர்மமான முறையில்ன்னா அது எப்படிபட்ட மர்மம் .....?”

“எனக்குத் தெரியாது..... அப்படித்தான் பேசிகிட்டாங்க”

“சரி.... அந்த ஆறுபேரோட டெட்பாடியும் போஸ்ட்மார்ட்டம் பண்ணப்பட்டதா .....?”

“அதுபத்தி எனக்குத் தெரியாது”

“கங்காதரனுக்குத் தெரியுமா .....?”

“அவர்க்கும் தெரியாது”

சந்திரசூடன் பெருமூச்செறிந்தார். “நீங்க சொல்ற விபரங்களை வெச்சு பார்க்கும்போது நேற்றைக்கு அந்த அதிரா அபார்ட்மெண்ட்லதான் ஏதோ ஒரு கொலைச்சம்பவம் நடந்து, கொலை செய்யப்பட்ட பொண்ணை டிஸ்போஸ் பண்றதுக்காக அவளோட உடம்பை உங்க காரோட டிக்கிக்குள்ளே போட்டு இருக்கணும்ன்னு நினைக்கிறேன்”

“அது எப்படி..... காரோட சாவி எங்ககிட்ட இருக்கும்போது காரோட டிக்கியை ஓப்பன் பண்ணியிருக்க முடியும் .....?”

“ஒரு ஹைடெக் கிரிமினலுக்கு அதெல்லாம் பெரிய விஷயமே கிடையாது. சர்ட்டைக் கழற்றி மாட்டற மாதிரி

எல்லா விஷயங்களையும் ஒரு நிமிஷ நேரத்துல பண்ணி முடிச்சுட்டு போயிட்டே இருப்பாங்க. பை...த....பை.... கங்காதரன் இப்ப நல்லாத் தூங்கிட்டுதானே இருக்கார் .....?"

"ஆமா.... ஹைபர் டென்ஷனை கண்ட்ரோல் பண்றதுக்காக ஒரு இஞ்ஜெக்சனைப் போட்டு அவரை தூங்க வெச்சிருக்காங்க"

"மறுபடியும் கண் விழிக்க எவ்வளவு நேரமாகும் .....?"

"மூணு மணி நேரமாகும்"

"அதுக்குள்ளே நாம அதிரா அபார்ட்மெண்ட்டுக்கு போயிட்டு வந்துடலாமா .....?"

நாராயணி ஆத்திரத்தில் முகம் சிவந்தாள்.

"உங்களுக்கெல்லாம் மனச்சாட்சியே கிடையாதா..... அவர் உங்களுக்கு நண்பர்தானே... இந்த நிலைமையில் என்னை அபார்ட்மெண்ட்டுக்கு வரச் சொல்றீங்களே இது உங்களுக்கே நியாயமாபடுதா ?"

சந்திரசூடன் தன்னுடைய இரு தோள்களையும் சின்னதாய் ஜெர்க் செய்துவிட்டு சொன்னார்.

"நியாயமில்லைதான்.... ஆனா இந்த கேஸை ஆறப்போடாமே உடனடியாய் இன்வெஸ்டிகேட் பண்ணியாகணும். இல்லேன்னா இதனால ஏற்படப்போற பின்விளைவுகள் உங்க ஃபேமிலிக்கு பாதகமாய் அமையலாம்..... போலீஸுக்குன்னு சில ஃபார்மாலிடீஸ் இருக்கு. அதை உடனடியாய் நடைமுறைப்படுத்தினால் மட்டுமே உண்மையான குற்றவாளின்னு யார்ங்கிறதை கண்டுபிடிக்க முடியும். என் மேல கோபப்பட்டு பிரயோஜனமில்லை"

நாராயணி சில விநாடிகள் யோசித்துவிட்டு சொன்னாள்.

"சரி, என்னோட சன் கபிலன் இப்பத்தான் கிளம்பி ஆபீஸுக்கு போனான். அவனை வேணும்ன்னா வரச்சொல்றேன். அவனைக் கூட்டிகிட்டு அபார்ட்மெண்ட்டுக்கு போங்க"

"தட்ஸ் குட்..... அவருக்கு உடனே போன் பண்ணி வரச் சொல்லுங்க"

நாராயணி தன்னுடைய கைப்பையில் இருந்த

செல்போனை எடுத்துக்கொண்டு மகன் கபிலனோடு பேச முயல, சந்திரசூடன் மெல்ல அங்கிருந்து நகர்ந்து, இருபதடி தள்ளிப்போய் ஒரு ஜன்னல் அருகே நின்று கொண்டு தன் சட்டைப் பாக்கெட்டில் இருந்த செல்போனை எடுத்தார். காண்டாக்ட் ஆப்ஷனுக்குப் போய் ஒரு எண்ணைத் தேய்த்துவிட்டு மறுமுனையில் வரப்போகும் குரலுக்காக காத்திருந்தார். அடுத்த அரை நிமிடத்தில் குரல் கேட்டது. சற்றே அதட்டலான தொனி. "திஸ் ஈஸ்.... ஈஞ்சம்பாக்கம் போலீஸ் ஸ்டேஷன்....?"

சந்திரசூடன் கேட்டார். "யார் பேசறது ....?"

"ஸ்டேஷன் ரைட்டர் சண்முகவேல்.... நீங்க யாரு ....?"

"ஏ.சி.பி.சந்திரசூடன்"

சண்முகவேல் பதட்டப்பட்டார். "ஸாரி ஸார்..... நீங்க யார்ன்னு தெரியாமே கேட்டுட்டேன். என்ன விஷயம் ஸார்....?"

"ஸ்டேஷன்ல இன்ஸ்பெக்டர் நன்மாறன் இருக்காரா ....?"

"இருக்கார் ஸார்"

"ரிஸீவரை அவர்கிட்டே குடு..."

மறுமுனையில் ரிஸீவர் கை மாறியது. மரியாதையோடு பவ்யமும் கலந்த குரல் இரண்டாவது விநாடியே கேட்டது.

"ஸ....ஸார்.... நான் நன்மாறன்"

"நன்மாறன்..... உடனே எனக்கு ஒரு இன்ஃபர்மேஷன் வேணும்"

"ப்ளீஸ்.... ஸ.....ஸார்"

"உங்க பீட் போலீஸ் ஸ்டேஷன் எல்லைக்குள்ளே அதிரா அபார்ட்மெண்ட்ங்கற பேர்ல அபார்ட்மெண்ட் ஏதாவது இருக்கா ....?"

ரிஸீவரின் மறுமுனையில் மௌனம்.

சந்திரசூடன் சில விநாடிகள் நிசப்தம் காத்துவிட்டு கேட்டார்.

"என்ன நன்மாறன்..... பதிலையே காணோம். நான் பேசினது உங்க காதுல விழுந்ததா.....?"

"விழுந்தது ஸார்"

“தென் வாட் ஈஸ் யுவர் ரிப்ளை .....?”

“ஸாரி ஸார்.... ப்ளீஸ் ரிபீட் யுவர் கொஸ்டியன் ஸார்....”

சந்திரசூடன் சூடானார். “‘அதிரா அபார்ட்மெண்ட்’ங்கிற பேர்ல உங்க பீட் போலீஸ் ஸ்டேஷன் எல்லைக்குள்ளே அபார்ட்மெண்ட் ஏதாவது இருக்கா .....?”

“அப்படி எதுவும் இல்லையே ஸார்”

7

சந்திரசூடன் திகைப்புக்குள் விழுந்து, ஒரு சில விநாடிகள் சுவாசிக்கத் திணறிய பிறகு மறுபடியும் செல்போனின் மறுமுனையில் இருந்து ஈஞ்சம்பாக்கம்ஸ்டேஷன் இன்ஸ்பெக்டர் நன்மாறனிடம் அழுத்தத்திருத்தமான குரலில் கேட்டார்.

"யோசிச்சுச் சொல்லுங்க.... அந்த பேர்ல உங்க ஸ்டேஷன் பீட் எல்லைக்குள்ளே எந்த ஒரு அபார்ட்மெண்ட்டும் இல்லையா ....?"

"இல்ல ஸார்"

"ஆர் யூ ஷ்யூர் ....?"

"இதுல பொய் சொல்ல என்ன ஸார் இருக்கு....?"

"அப்படியொரு அபார்ட்மெண்ட் இருக்கிறது ஒரு வேளை உங்களுக்குத் தெரியாமே இருக்கலாம். ஸ்டேஷன்ல இருக்கிற எஸ்.ஐ.கிட்டேயும், மத்த கான்ஸ்டபிள்கிட்டேயும் கேட்டுப் பாருங்க நன்மாறன்"

"ஸாரி.... ஸார்...... இந்த ஸ்டேஷனோட பீட் எல்லைக்குள் இருக்கிற எல்லா இடமும் எனக்கு அத்துப்படி. கடந்த ரெண்டு வருஷ காலமா ட்ரான்ஸ்ஃபர்ல போகாமே இதே ஸ்டேஷன்ல இருக்கேன். தினசரி ராத்திரி பத்து மணிக்கு மேல பேட்ரோலிங் போயிட்டு ஒரு ஏரியா விடாமே பார்த்துட்டு வர்றேன். எல்லா இடமும் எனக்கு அத்துபடி ஸார்... பை... த..... பை வாட்ஸ் த ப்ராப்ளம் ஸார்.... லெட்

மீ நோ..தட்.....?"

"ஒரு அஞ்சு நிமிஷம் கழிச்சு மறுபடியும் உங்களுக்கு போன் பண்றேன்"

"வெல்கம் ஸார்.... அயாம் வெயிட்டிங்"

சந்திரசூடன் செல்போனை அணைத்துவிட்டு குழப்பமான முகத்தோடு திரும்ப நாராயணி அவரை நோக்கி வந்தபடி சொன்னாள்.

"என்னோட மகன் கபிலனுக்கு போன் பண்ணிட்டேன். அடுத்த அரை மணி நேரத்துக்குள்ளே அவன் இங்கே வந்துடுவான். உங்களை அந்த அதிரா அபார்ட்மெண்ட்டுக்கு கூட்டிட்டு போவான்"

சந்திரசூடன் பதிலொன்றும் பேசாமல் சில விநாடிகள் நாராயணியையே உற்றுப் பார்த்துக் கொண்டிருந்துவிட்டு கேட்டார்.

"நீங்க சொன்ன அந்த அதிரா அபார்ட்மெண்ட்டுக்கு வேற பேர் ஏதாவது இருக்கா ....?"

"இல்லையே ....?"

"அதிரா அபார்ட்மெண்ட் என்கிற பேர்ல ஈஞ்சம்பாக்கம் ஏரியாவில் அபார்ட்மெண்ட்டே இல்லைன்னு அந்த பீட் போலீஸ் ஸ்டேஷன் இன்ஸ்பெக்டர் சொல்றாரே ....?"

சந்திரசூடன் சொன்னதைக் கேட்டு நாராயணி வெகுவாய் முகம் மாறினாள்.

"அப்படி தெரியாமே இருக்க வாய்ப்பில்லையே.... ஏன்னா அந்த அபார்ட்மெண்ட் ஈஞ்சம்பாக்கம் ஏரியாவோட முக்கியமான ஒரு லேண்ட் மார்க்..... யாரைக் கேட்டாலும் சொல்வாங்களே....?'' சந்திரசூடன் மேற்கொண்டு நாராயணியிடம் பேசிக்கொண்டே கூகுளில் தேட முயன்ற விநாடி அவருடைய செல்போன் டயல்டோனை வெளியிட்டது.

எடுத்துப் பார்த்தார்.

செல்போனின் டிஸ்ப்ளேயில் ஒரு புது எண் ஸ்க்ரோலிங் செய்துக் கொண்டிருந்தது. எடுத்து காதில் வைத்தார். மெல்ல குரல் கொடுத்தார்.

"எஸ்"

"ஸார்.... நான் இன்ஸ்பெக்டர் நன்மாறன்"

சந்திரசூடன் லேசாய் திகைத்து "என்ன நன்மாறன்?"என்றார்.

"ஸாரி ஸார்"

"உங்ககிட்ட பொய் சொன்னதுக்காக"

"பொய்யா ?"

"எஸ் ஸார்... ஈஞ்சம்பாக்கம் ஏரியாவில் அதிரா அபார்ட்மெண்ட் இருக்கான்னு கொஞ்ச நேரத்துக்கு முன்னாடி நீங்க ஸ்டேஷன் லேண்ட் லைனுக்கு போன் செஞ்சு கேட்டப்ப நான் அந்தப் பேர்ல எந்த ஒரு அபார்ட்மெண்ட்டும் இல்லைன்னு சொன்னேன். அது பொய் ஸார். உண்மையில் அந்தப் பேர்ல அபார்ட்மெண்ட் இருக்கு ஸார்"

சந்திரசூடன் அதிர்ந்தார்.

"ஈஸிட்..... எதுக்காக அப்படியொரு பொய் சொன்னீங்க .....?"

"ஸார்... நான் இப்போ ஸ்டேஷனுக்கு வெளியே வந்து ஜீப்ல உட்கார்ந்து என்னோட பர்சனல் செல்போன் மூலமா பேசிட்டிருக்கேன். ஸ்டேஷன் லேண்ட் லைனுக்கு நீங்க போன் பண்ணிப் பேசினதும் ஸ்டேஷன்ல இருந்த எஸ். ஐயும் நாலு கான்ஸ்டபிள்களும், ரைட்டரும் நான் என்ன பேசறேன்னு உன்னிப்பா கவனிக்க ஆரம்பிச்சுட்டாங்க. அதை அவாய்ட் பண்ணத்தான் பொய் சொன்னேன்"

சந்திரசூடன் லேசாய் எரிச்சலானார்.

"இப்ப நீங்க என்ன சொல்ல வர்றீங்க ....?"

"ஸார்.... நான் ஈஞ்சம்பாக்கம் ஸ்டேஷனுக்கு சார்ஜ் எடுத்து ரெண்டு வருஷமாச்சு. இந்த ரெண்டு வருஷ காலத்துல அதிரா அபார்ட்மெண்ட்ல நாலு பேர் மர்மமான முறையில் இறந்து போயிருக்காங்க. நான் ட்யூட்டி ஜாய்ன் பண்றதுக்கு ரெண்டு வருஷத்துக்கு முந்தியே ரெண்டு பெண்கள் மர்மமான முறையில் மரணம் அடைஞ்சதா ஸ்டேஷன் ரிஜிஸ்டர்ல பதிவாகியிருக்கு. அதாவது இதுவரைக்கும் மொத்தம் ஆறு பேர் இறந்து போயிருக்காங்க. அந்த ஆறு பேர்ல நாலு பேர் இளம் பெண்கள்" நன்மாறன் பேசப்பேச சந்திரசூடன் நாராயணியை விட்டு விலகி வராந்தாவின்

ஓரமாய் போய் நின்று கொண்டு குரலைத் தாழ்த்தினார்.

"அந்த அபார்ட்மெண்ட்ல இறந்து போன அந்த ஆறு பேரோட மரணங்கள் எதுமாதிரியானவை ? கொலைகளா இல்லை தற்கொலைகளா ?"

"ரெண்டுமே இல்லை ஸார்"

"தென்..... ?"

"நேச்சுரல் டெத்ஸ்"

"யூ...மீன் இயற்கையான முறையில் இறந்து போயிருக்காங்க"

"ஆமா ஸார்"

"போஸ்ட்மார்ட்டம் ரிப்போர்ட்ல அப்படி சொல்லப்பட்டிருக்கா ?"

"இறந்து போன நபர்களின் உடல்கள் போஸ்ட்மார்ட்டமே செய்யப்படாதப்ப ரிப்போர்ட் எப்படி ஸார் கிடைக்கும் ?"

"அப்புறம் எப்படி ஆறு பேரும் இயற்கையான முறையில் இறந்து போனதா சொல்றீங்க ..... ?"

"அந்த இறப்புகளில் சம்பந்தப்பட்ட நபர்களின் ஃபேமிலி டாக்டர்ஸ் கொடுத்த ரிப்போர்ட்களின் மருத்துவ ரீதியான அடிப்படையில் அப்படியொரு முடிவுக்கு வர வேண்டியிருக்கு. எதையும் மறுத்து பேச முடியாத நிலைமை. ஆனா எனக்கு மட்டும் உள்ளூர ஒரு சின்ன.... சந்தேகம் இருந்துட்டே இருந்தது.... ஸார்"

"நடந்தது இயற்கையான மரணங்களாய் இருக்காதுங்கிற சந்தேகமா ..... ?"

"ஆமா ஸார்"

"உங்களுக்கு அப்படியொரு சந்தேகம் வர என்ன காரணம்.....?"

"அந்த மரணங்கள் சம்பந்தப்பட்ட ஃபைல்கள் வேகவேகமாய் பார்க்கப்பட்டு முடிக்கப்பட்டதுதான் முதல் காரணம் ஸார். ரெண்டாவது காரணம் எனக்கு வந்த ஒரு மிரட்டல்"

"எ...எ.....என்னது மிரட்டலா ..... ?"

"ஆமா ஸார்..... என்னோட வாட்ஸ்அப்க்கு வந்த அந்த மிரட்டல். நீ ஸ்டேஷனில் இருக்கும் போது பொழுது

போகவில்லையென்றால் பழைய குப்பைகளை கிளறாதே. புதிய குப்பைகளை மட்டும் சுத்தம் செய்.... அது மட்டும் போதும்"

"அந்த வாட்ஸ்அப் மிரட்டல் வாசகம் இன்னமும் உங்களுடைய செல்போனில் இருக்கா ..... ?"

"இல்ல ஸார் .... அந்த வாசகம் வாட்ஸ்அப்க்கு வந்து நான் அதைப் பார்த்துட்டேன்னு தெரிஞ்சதுமே அனுப்பிய நபர்கள் அதை டெலிட் பண்ணிட்டாங்க. ஆனா அந்த போன் நெம்பரை நான் நோட் பண்ணி வெச்சிருந்து அது யாரோட நெம்பர்ன்னு ட்ரேஸ் அவுட் செஞ்சு பார்த்தபோது அது ஒரு ஃபேக் நெம்பர்ன்னு தெரிஞ்சுது"

சந்திரசூடன் குரலைத் தாழ்த்தினார்.

"நீங்க வேலை பார்க்கிற ஸ்டேஷனிலேயே அதிரா அபார்ட்மெண்ட்டைப் பத்தின உண்மைகள் தெரிஞ்ச நபர் யாரோ இருக்கிறாங்கன்னு நீங்க நினைக்கிறீங்களா நன்மாறன் ....?"

"ஆமா ஸார்"

"அப்படிப்பட்ட எண்ணம் வந்ததுக்கு என்ன காரணம் ....?"

"ஸார்.... நான் அந்த அதிரா அபார்ட்மெண்ட் சம்பந்தப்பட்ட ஃபைல்களை எப்போ என்னிக்கு எடுத்துப் பார்த்தாலும் சரி, அடுத்த நாள் என்னோட வாட்ஸ்அப்க்கு அந்த மிரட்டல் வாசகம் வந்துடும். ஆனா அனுப்பின போன் நெம்பர்கள் மட்டும் மாறியிருக்கும்"

"கடைசியா அந்த ஃபைல்களை என்னிக்கு எடுத்துப் பார்த்தீங்க ?"

"ஒரு ஆறு மாசம் இருக்கும்"

"அதுக்கு அடுத்த நாள் மிரட்டல் வாசகம் வந்ததா?"

"வந்தது ஸார்... ஆனா அந்த வாசகம் கொஞ்சம் கடுமையாய் இருந்தது"

"கடுமைன்னா....?"

"பழைய குப்பைகளை கிளறாதே.... அப்படி கிளறினால் உன்னை சுத்தம் செய்ய வேண்டியிருக்கும்"

சந்திரசூடன் அதிர்ந்தார்.

"இப்படியொரு கடுமையான மிரட்டல் வந்திருக்கு. நீங்க

உடனடியாய் இந்த விஷயத்தை உங்க ஹைஅஃபிஷியல்ஸோட கவனத்துக்கு கொண்டு போகலையா ....?”

“கொண்டு போனேன் ஸார்”

“என்ன சொன்னாங்க ....?”

“க்ளோஸ் பண்ணின ஃபைல்ஸையெல்லாம் நீ ஏன்ய்யா ஓப்பன் பண்றே.... கையை வெச்சுகிட்டு சும்மா இருக்க வேண்டியதுதானேன்னு என்னையத்தான் ப்ளேம் பண்ணினாங்க ஸார்”

“அப்படி சொன்ன ஆபீஸர் யார்ன்னு தெரிஞ்சுக்கலாமா ....?”

“டெப்டி போலீஸ் கமிஷனர் விஜயராகவன் ஸார்”

“அவரா.... காக்கி யூனிஃபார்ம் போட்ட ஒரு அரசியல்வாதி அவர். அவரால அப்படித்தான் பேச முடியும்... பை...த....பை இந்த அதிரா அபார்ட்மெண்ட் சம்பந்தமாய் உங்ககிட்ட கொஞ்சம் பேச வேண்டியிருக்கு. நாளைக்கு காலையில் நாம சந்திக்கலாமா ....?”

“வித் ப்ளஷர் ஸார்.... நான் எந்த இடத்துக்கு வரணும்ன்னு சொல்லுங்க”

“ஆபீஸுக்கு வரவேண்டாம். கோயம்பேடு மார்க்கெட்டுக்குள்ளே கனித்தோட்டம்ங்கிற பேர்ல ஒரு பெரிய பழக்கடை இருக்கு. அது என்னோட கஸின் பிரதரோட கடை. அங்கே வந்துடுங்க”

“நாளைக்கு காலை பத்து மணிக்கெல்லாம் வந்துடறேன் ஸார்”

“யூனிஃபார்ம் வேண்டாம்... வேஷ்டி சர்ட்ல வாங்க.... ஃப்ரூட்ஸ் வாங்கற மாதிரி கொஞ்சம் பாவ்லா பண்ணிகிட்டே உள்ளே வந்துடுங்க. என் கஸின் பிரதரோட பேர் ராமஜெயம். அவர்கிட்ட உங்களைப்பத்தி சொல்லிடறேன். நீங்க அங்கே வெயிட் பண்ணுங்க.... நானும் சொன்ன நேரத்துக்குள்ளே அங்கே வந்துடறேன்”

“எஸ் ஸார்”

சந்திரசூடன் செல்போனை அணைத்து சட்டைப் பையில் போட்டபடி சற்று தொலைவில் சுவரோரமாய் நின்றிருந்த நாராயணியை நோக்கி போனார். ஒரு சின்னப் புன்னகையோடு பேசினார்.

“ஸாரி..... ஈஞ்சம்பாக்கம் ஏரியாவில் அதிரா அபார்ட்மெண்ட் இருக்குன்னு அந்த பீட் போலீஸ் ஸ்டேஷன் இன்ஸ்பெக்டர் சொல்றார். நான் கேட்ட கேள்வியை இதுக்கு முன்னாடி சரியா புரிஞ்சுக்கலை. அதுதான் அந்தப் பேர்ல அபார்ட்மெண்ட் இல்லைன்னு சொல்லிட்டார். தேவையில்லாமே ஒரு குழப்பம்”

சந்திரசூடன் சொல்ல நாராயணி ஒன்றும் பேசாமல் சில விநாடிகள் மௌனமாய் இருந்துவிட்டு கண்களில் மின்னும் நீரோடு ஏறிட்டாள்.

“உங்க ஃப்ரண்ட்டுக்கு எந்த பிரச்சினையும் வராமே பார்த்துக்க வேண்டியது உங்க பொறுப்பு. காரோட டிக்கியில் சடலமாய் அடைக்கப்பட்டு இருந்த அந்தப் பொண்ணு யார்ன்னு சத்தியமா எங்களுக்கு தெரியாது. அதிரா அபார்ட்மெண்ட்டில் எங்க கார் நின்னுட்டிருந்தப்ப யாரோ காரோட டிக்கியை ஓப்பன் பண்ணி அந்தப் பொண்ணோட டெட்பாடியை அடைச்சிருக்காங்க”

“இதையெல்லாம் நீங்க சொல்ல வேண்டியதில்லை. இனிமே இந்த கேஸை எப்படி டீல் பண்ணனும்ன்னு எனக்குத் தெரியும்... உங்க சன் கபிலன் அரைமணி நேரத்துக்குள்ளே இங்கே வந்துடுவாரா..... உடனடியாய் அபார்ட்மெண்ட்டுக்கு போகணும்” நாராயணி அவசர அவசரமாய் தலையாட்டினாள்.

“அவன் இந்நேரம் ஆபீஸிலிருந்து புறப்பட்டு வந்துட்டிருப்பான். இன்னும் பதினஞ்சு நிமிஷத்துக்குள்ளே இங்கே இருப்பான்” நாராயணி சொல்ல சந்திரசூடன் அங்கே சுவரோரமாய் போடப்பட்டிருந்த நாற்காலிக்கு சாய்ந்தார்.

அதே விநாடி -

அவருடைய செல்போனின் மெஸேஜ் அலர்ட் டோன் காற்றின் ஒலியலைகளை சிதறவிட்டது.

சட்டென்று எடுத்துப் பார்த்தார்.

மெஸேஜ் மூளைக்குள் பாய கண்கள் திகைத்தது. முகப்பரப்பில் வியர்வை அரும்பி ஸ்லோமோஷனில் பரவியது.

8

சந்திரசூடனின் வியர்வை மினுமினுப்போடு கூடிய அதிர்ச்சியான முகத்தை கவனித்துவிட்ட நாராயணி சற்றே கவலையான குரலில் கேட்டாள்.

"போன்ல ஏதாவது மோசமான செய்தியா....?"

"அதெல்லாம் ஒண்ணுமில்லை....."

"ப்ளீஸ்..... என்கிட்டே எதையும் மறைக்காதீங்க.... விஷயம் சீரியஸ்ன்னு நினைக்கிறேன். எதுவாயிருந்தாலும் சொல்லிடுங்க...."

சந்திரசூடன் தன்னுடைய செல்போனை நாராயணியிடம் நீட்டி மெஸேஜ் ஆப்ஷனின் டிஸ்ப்ளேயைக் காட்டினார். நாராயணியின் பார்வை டிஸ்ப்ளேயில் பதிவாகியிருந்த வரிகளின் மேல் படிந்து வேகமாய் ஓடியது.

"ஏஸிபி ஸார்..... அதிரா அபார்ட்மெண்ட்டுக்கு போவதை முடிந்தவரை தவிர்க்கவும். மீறி சென்றால் உங்களுடைய வாழ்நாளின் கடைசி நாளாக அந்த நாள் அமைந்துவிடலாம்

இப்படிக்கு
அதிரா"

வாசகத்தைப் படித்த விநாடியே நாராயணியின் முகம் அடியோடு மாறியது. நடுங்கும் பார்வையோடு மெதுவாக சந்திரசூடனை ஏறிட்டபடி பலஹீனமான குரலில் சொன்னாள்.

“வே.....வேண்டாங்க”

“என்ன வேண்டாம்.....?”

“நீங்க அதிரா அபார்ட்மெண்ட்டுக்கு போக வேண்டாம்”

“பயந்துட்டீங்களா.....?”

“பயப்படாமே எப்படி இருக்க முடியும்? இந்தப் பிரச்சினையில் நீங்க இறங்கினா உங்க உயிர்க்கு ஆபத்து வரும் போலிருக்கே ?”சந்திரசூடன் மெல்லச் சிரித்தார்.

“இது மாதிரியான மிரட்டல்களுக்கெல்லாம் பயந்தா இந்த போலீஸ் உத்யோகத்தை ராஜினாமா பண்ணிட்டு வீட்ல உட்கார்ந்து டி.வியில சீரியல் பார்த்துட்டு இருக்க வேண்டியதுதான். நான் உயிரோட இருக்கப் போகிற கடைசிநாள் அந்த கடவுளுக்கு மட்டும்தான் தெரியும். முன்னாடியெல்லாம் போலீஸ் டிபார்ட்மெண்ட்டுக்கு மொட்டை கடிதம் வரும். இப்ப ஃபேக் செல்போன் நெம்பரிலிருந்து மொட்டை மெஸேஜ் வருது ..... ஒரு வகையில் இப்படிப்பட்ட ஒரு மிரட்டல் வந்தது எனக்கு கொஞ்சம் சந்தோஷமாவும் இருக்கு”

“சந்தோஷமா.....?”

“ஆமா.... இந்த கேஸ்ல எதிரி பதட்டப்படறது நல்லாவே தெரியுது. என்னோட இன்வெஸ்டிகேஷன் சரியான முறையில் போயிட்டிருக்குங்கிறதுக்கு ஒரு நல்ல அடையாளம் எதிரியோட பதட்டம்தான்”

“இருந்தாலும்.... எதுக்கும் யோசனை பண்ணி.....?”நாராயணி குரலை இழுக்க சந்திரசூடன் மெல்ல சிரித்தார்.

“நீங்க பயப்படாமே இருங்க...... நான் எல்லாத்தையும் பார்த்துக்கிறேன். இப்ப நான் கேட்கிற சில கேள்விகளுக்கு மட்டும் பதில் சொல்லுங்க....எனக்கு வந்த இந்த மிரட்டல் மெஸேஜில் இப்படிக்கு அதிரான்னு ஒரு வார்த்தை போடப்பட்டிருக்கு. அபார்ட்மெண்ட்டோட பேரு அதிரா. யார் இந்த அதிரா அபார்ட்மெண்ட்டைக் கட்டினது யாருங்கிற விபரம் உங்களுக்குத் தெரியுமா ....?”

“தெ......தெரியும்”

“யாரு ....?”

“ஆறு வருஷத்துக்கு முந்தி அந்த அதிரா

அபார்ட்மெண்ட்டை மூணு ரியல் எஸ்டேட் ஓனர்ஸ் சேர்ந்து கட்ட ஆரம்பிச்சாங்க. ஒருத்தர் பேர் அருளானந்தம் இன்னொருத்தர் திருமூர்த்தி. மூணாவது நபர் ராவணன். இந்த மூணு பேரோட பெயர்களில் இருக்கிற முதல் எழுத்துக்களை மட்டும் எடுத்து 'அதிரா கன்ஸ்ட்ரக்சன்ஸ்'ங்கிற நேம்ல ஒரு கம்பெனியை நுங்கம்பாக்கம் ஏரியாவில் இருக்கிற காம்தார் நகர்ல ஆரம்பிச்சாங்க. பத்து தவணைகளில் பணம் கட்டினா போதும் ஒரு ஃப்ளாட்டுக்கு சொந்தக்காரர் ஆயிடலாம்ன்னு அவங்க பண்ணின விளம்பரம் எங்களுக்குப் பிடிச்சிருந்ததால நாங்களும் பணத்தை முறையா கட்டி ஃப்ளாட்டை வாங்கிட்டோம். கிரகப்பிரவேசமும் பண்ணி முடிச்சோம்.

ஆனா எங்க சன் கபிலனுக்கு சிட்டியை விட்டுட்டு அவ்வளவு தூரம் போய் குடியிருக்க பிடிக்கலை. ஆபீஸ் போயிட்டு வர மூணு பஸ் மாறணும். அதனால அந்த ஃப்ளாட்டை வாடகைக்கு விட்டோம். வாடகைக்கு வந்த ஆட்களும் சரியில்லை. ஒழுங்கா வாடகை தராமே ஏமாத்தினாங்க. காலி பண்ண வெச்சோம். இந்த பிரச்சினைக்கு நடுவுல அபார்ட்மெண்ட்ல அடுத்தடுத்து ஆறு பேர் மர்மமான முறையில் இறந்து போனது எங்களுக்கு பெரிய அதிர்ச்சியாய் இருந்தது. அது ஒரு ராசியில்லாத அபார்ட்மெண்ட்ன்னு வெளியே ஒரு டாக் இருந்ததால ஃப்ளாட் வாங்கினவங்க சில பேர் வந்த விலைக்கு வித்துட்டு வேற பக்கம் போயிட்டாங்க. நாங்களும் ஃப்ளாட்டை வித்துடலாம்ன்னு முடிவு பண்ணி புரோக்கர் கிட்டே சொல்லி வெச்சிருந்தோம். ஃப்ளாட் வாங்க வந்தவங்க அடாவடியான விலைக்கு கேட்டதால எங்களால ஃப்ளாட்டை விக்க முடியலை"

சந்திரசூடன் நாராயணியின் பேச்சில் குறுக்கிட்டார். "அந்த ரியல் எஸ்டேட் ஓனர்ஸ்அருளானந்தம், திருமூர்த்தி, ராவணன்மூணு பேர்க்கும் அபார்ட்மெண்ட்ல நடந்த மர்மமான இறப்புகள் பற்றின விபரம் தெரியுமா....?"

"தெரிய வாய்ப்பில்லைன்னு நினைக்கிறேன்"

"என்ன காரணம் ....?"

"இப்ப அந்த மூணு பேரும் இந்தியாவில் இல்லை..... அதிரா கன்ஸ்ட்ரக்சன்ஸ் அந்த அபார்ட்மெண்ட் கட்டி முடிச்சதும்

அவங்களுக்குள்ளே ஏதோ பிரச்சினை வந்து தனித்தனியா பிரிஞ்சு வேற பிசினஸ்களுக்கு போய் வெளிநாடுகளில் செட்டில் ஆகிட்டதாய் கேள்விப்பட்டேன்"

"கேள்விப்பட்டீங்களா..... இல்ல அதுதான் உண்மையா ....?"

"அது உண்மைதான்.... நாங்க எங்க ஃப்ளாட்டை விக்க முயற்சி பண்ணினப்ப வாங்க வந்த ஒருத்தர் பேரண்டல் டாக்குமெண்ட்டோட காப்பியைக் கேட்டார். அதை வாங்குறதுக்காக நானும் என்னோட ஹஸ்பெண்ட்டும் நுங்கம்பாக்கத்தில் இருந்த அதிரா கன்ஸ்ட்ரக்சன்ஸ் ஆபீஸுக்குப் போனோம். அந்த இடத்துல ஃபர்னீச்சர் கடையொண்ணு இருந்தது. அந்த ஃபர்னீச்சர் கடையில் இருந்தவர்தான் அந்த மூணுபேர்க்குள்ளே ஏதோ பிரச்சினை வந்து பிரிஞ்சு வெவ்வேறு பிசினஸ்களுக்குப் போய் வெளிநாடுகளில் செட்டிலாயிட்டதாய் சொன்னாங்க....."

"அவங்க எந்தெந்த வெளிநாடுகளில் இருக்காங்கங்கிற விபரம் ஏதாவது தெரியுமா....?"

"அவங்களோட செல்போன் நெம்பர்களை வெச்சுகிட்டு ரெண்டு மூணு இடத்துல விசாரிச்சுப் பார்த்தோம். சரியான தகவல்களை யாரும் சொல்லலை..."

"அந்த போன் நெம்பர்கள் உங்ககிட்ட இருக்கா ....?"

"இருக்கு"

"அந்த நெம்பர்களை ஒரு பேப்பர்ல நோட் பண்ணிக் கொடுங்க....." சந்திரசூடன் சொல்லிக்கொண்டிருக்கும்போதே வராந்தாவின் ஓரமாய் இருந்த லிஃப்ட்டில் இருந்த வெளிப்பட்ட ஒரு இளைஞன் வேகவேகமாய் நடந்து வியர்த்த முகமாய் நாராயணிக்கு முன்பாய் வந்து நின்றான்.

"எதுக்கும்மா..... ஆபீஸிலிருந்து உடனே புறப்பட்டு வரச் சொன்னே..... அப்பாவுக்கு மறுபடியும் பி.பி.சூட்டப் ஆயிடுச்சா ....?"

நாராயணி சந்திரசூடனிடம் திரும்பினாள்.

"இவன்தான் என்னோட மகன் கபிலன்.. கம்ப்யூட்டர் சயின்ஸ் படிச்சுட்டு ஒரு சாஃப்ட்வேர் கம்பெனிக்கு வேலைக்குப் போயிட்டிருக்கான்" என்று சொன்னவள் மகன் கபிலனை ஏறிட்டாள்.

"கபில்..... அப்பாவுக்கு ஒரு பிரச்சினையும் இல்லை. பி.பி. நார்மலுக்கு வந்து நல்லாத் தூங்கிட்டிருக்கார். இப்ப வேற ஒரு பிரச்சினை"

கபிலனின் முகம் மாறியது.

"வேற ஒரு பிரச்சினையா..... நீ என்னம்மா சொல்றே....?"

சந்திரசூடன் மெதுவான நடையில் கபிலனை நெருங்கி அவனுடைய தோளின் மேல் கையை வைத்தார். சொன்னார்.

"பிரச்சினை என்னன்னு நான் சொல்றேன்..... வா.... கபிலன்"

நுங்சம்பாக்கம் மத்தியப் பகுதியில் இருந்தது அதிரா அபார்ட்மெண்ட்.

நான்கு மாடிகளோடு அழுக்கான பிங்க் நிறத்தில் பாசிபிடித்து தெரிந்தது. காம்பௌண்ட் கேட்டையொட்டியிருந்த முகப்பு ஆர்ச்சில் அதிரா அபார்ட்மெண்ட் என்று சிமெண்டால் உருவாக்கப்பட்ட எழுத்துக்கள் உடைந்து போய் கான்க்ரீட் கம்பிகளை வெளியே காட்டியது.

காரின் வேகத்தைக் குறைத்த சந்திரசூடன் தனக்கு அருகே உட்கார்ந்திருந்த கபிலனைப் பார்த்தார்.

"இந்த அபார்ட்மெண்ட் கட்டி ஆறு வருஷம்தானே ஆச்சு ....?"

"ஆமா..... ஸார்"

"பின்னே ஏன் எல்லாமே பாழடைஞ்ச மாதிரி இருக்கு"

"சரியான மெயிண்டனென்ஸ் கிடையாது ஸார்... இதுக்கும் இந்த அபார்ட்மெண்ட்ல இருக்கிறவங்க எல்லாருமே படிச்சவங்க. கல்ச்சர்ட் பீப்பிள். ஏதாவது பிரச்சினைன்னு வந்துட்டா குப்பத்து ஜனங்க மாதிரி சண்டை போட்டுக்குவாங்க..... அந்த சமயத்துல அவங்க பேசற வார்த்தைகளை காது கொடுத்து கேட்க முடியாதபடி இருக்கும்"

காரை அபார்ட்மெண்ட்டுகளுக்கு இடையே போடப்பட்டிருந்த சாலையில் மெதுவாக செலுத்தினார் சந்திரசூடன்.

கபிலன் சொன்னான். "லெஃப்ட்ல கட் பண்ணி நேரா போங்க.... ஸார்... கே ப்ளாக் வரும். அதுல ஃப்ளாட்

நம்பர் 427 தான் எங்களோடது. அதுக்கு கீழ இருக்குற பேஸ்மெண்ட்ல நாம காரைப் பார்க் பண்ணிக்கலாம்"

காரை மெதுவாய் செலுத்தியபடி சந்திரசூடன் தன்னுடைய பார்வையை சுற்றும் முற்றும் அலையவிட்டார்.

அந்தப் பகல் நேரத்தில்கூட ஆள்நடமாட்டம் இல்லாமல் ஒட்டுமொத்த அபார்ட்மெண்ட்டும் ஏதோ ஒரு பாலைவனத்தின் நடுவே இருப்பதைப் போன்ற உணர்வை ஏற்படுத்தியது.

"கபிலன்..!"

"ஸார்...."

"அபார்ட்மெண்ட்ல ஆட்கள் இருக்காங்களா இல்லையா...? நாம இங்கே வந்ததிலிருந்து ஒருத்தர் கூட பார்வைக்குத் தட்டுப்படலையே ....?"

"ஸார்... நான் ஏற்கனவே சொன்ன மாதிரி இந்த அபார்ட்மெண்ட்ல முன்னாடி குடியிருந்த நிறைய பேர் காலி பண்ணிட்டு வேற பக்கம் குடி போயிட்டாங்க. ஃப்ளாட் ஓனர்ஸ் மட்டும் வேற வழியில்லாமே இங்கே குடியிருக்காங்க. அதுல பலபேர் ஃப்ளாட்டை வித்துட்டு போகவும் முயற்சி பண்ணிட்டு இருக்காங்க. அதுவுமில்லாமே இன்னிக்கு ஓர்க்கிங் டே..... நிறைய பேர் ஆபீஸ் போயிருப்பாங்க. சாயந்தரம் ஆறு மணிக்கு மேல ஓரளவுக்கு நடமாட்டம் இருக்கும் ஸார்...." சொன்ன கபிலன் வலது பக்கம் கையைக் காட்டினான்.

"ஸார்.... அதுதான் நாம போக வேண்டிய 'கே' ப்ளாக். காரை பார்க் பண்ண வேண்டிய இடம் அதோ அந்த எல்லோ லைன் மார்க் பண்ணியிருக்கிற ஏரியா" சந்திரசூடன் காரை கபிலன் சுட்டிக்காட்டிய அந்த மஞ்சள் கோடுகளுக்கு நடுவில் கொண்டு போய் நிறுத்திவிட்டு கேட்டார்.

"நேத்து ராத்திரி இந்த இடத்துலதான் உங்கப்பா காரைக்கொண்டு வந்து நிறுத்தியிருந்தாரா ....?"

"ஆமா ஸார்...... ஃப்ளாட் வாங்கும்போதே இந்த இடத்துலதான் காரை நிறுத்தணும்ன்னு விதியே இருக்கு"

இருவரும் காரை விட்டு இறங்கினார்கள்.

பேஸ்மெண்ட் பார்க்கிங் ஏரியா அவ்வளவு சுத்தமாக

இல்லை. பயன்படுத்தப்பட்ட பாலீதீன் கவர்கள் ஆங்காங்கேயிருந்த பில்லர்களில் ஒட்டிக்கொண்டு வீசிய காற்றுக்கு படபடத்தன. நான்கைந்து தெருநாய்கள் சுருண்டு படுத்து கொண்டிருந்தன. ட்ரய்னேஜ் குழாய்கள் அடைத்துக் கொண்டதற்கு அடையாளமாய் வயிற்றைப் புரட்டும் அளவுக்கு நாறியது.

சந்திரசூடன் கர்ச்சீப்பை எடுத்து மூக்கைப் பிடித்துக்கொண்டே லிஃப்ட் இருந்த திசை நோக்கி நடக்க, கபிலன் தயக்கமான குரலில் சொன்னான்.

“ஸ....ஸார்..... லிஃப்ட் ரிப்பேர்.... நாம மாடிப்படி வழியாத்தான் போகணும்.... நாலாவது மாடி கொஞ்சம் சிரமமாய்த்தான் இருக்கும். வேற வழியில்லை ஸார்”

“இட்ஸ் ஓ.கே.... மாடிப்படி எங்கே இருக்கு ....?”

“இந்தப்பக்கம் வாங்க ஸார்'' கபிலன் அவரை அழைத்துக்கொண்டு அந்த குறுகலான வழியில் நடந்து மாடிப்படிகள் ஆரம்பமாகும் இடத்துக்கு வந்தான். வேண்டாத பொருள்களை போட்டு வைத்திருந்த அந்த இடத்தின் ஒரு ஓரமான இடத்திலிருந்து படிகள் அரையிருட்டில் அழுக்காய் தெரிந்தன. சந்திரசூடன் கேட்டார்.

“என்ன பகல் நேரத்திலேயே இவ்வளவு இருட்டாய் இருக்கு ....?”

“சூரிய வெளிச்சம் வர்ற கண்ணாடி உடைஞ்சிருச்சு ஸார்... அந்த இடத்தை கார்ட்போர்ட் வெச்சு அடைச்சிருக்காங்க. அதான் இருட்டு. இந்த அபார்ட்மெண்ட்ல எதுவுமே சரியில்லை ஸார்'' என கபிலன் சலிப்போடு சொல்ல சந்திரசூடன் தன்னுடைய செல்போனின் டார்ச் லைட் வெளிச்சத்தோடு அவனுடன் படிகள் ஏற ஆரம்பித்தார். தூசு மண்டிய மாடிப்படிகள்.

மூச்சு வாங்க இருவரும் இரண்டாவது தளமாடிப்படிகளை முடித்துக்கொண்டு மூன்றாவது தளத்துக்கு இருவரும் ஏற முயன்றபோது -

பின்னால் அந்த சத்தம் கேட்டது.

நிதானமான நடையில் மாடிப்படிகளில் யாரோ ஏறி வரும் சத்தம்.

9

மாடிப்படிகளில் ஏறிக்கொண்டிருந்த சந்திரசூடனும், கபிலனும் பின்னால் எழுந்த காலடிச்சத்தத்தைக் கேட்டுவிட்டு மேற்கொண்டு நகராமல் அப்படியே ஆணியடித்தாற்போல் நின்றார்கள்.

சந்திரசூடன் குரலைத் தாழ்த்தினார்.

"கபிலன்...... யாரோ மேல ஏறி வர்றாங்கன்னு நினைக்கிறேன்"

"ஆமா..... ஸார்"

"நாம இங்கேயே நின்னு யார் வர்றாங்கன்னு பார்த்துடலாம்" இருவரும் அப்படியே மூச்சு காட்டாமல் நின்றார்கள்.

மாடிப்படிகளில் யாரோ மெதுவாய் ஏறிக்கொண்டிருந்தார்கள். முப்பது விநாடிகளுக்குப் பிறகு ஒரு பெண்ணின் உருவம் அரையிருட்டில் தெரிந்தது.

சந்திரசூடன் உற்றுப் பார்த்தார்.

அந்த பெண் மூச்சிரைக்க மேலேறி வந்து கொண்டிருந்தாள். சந்திரசூடனையும், கபிலனையும் பார்த்ததும் சற்றே திடுக்கிட்டுப் போனவளாய் கீழே இறங்க முயன்றாள். சந்திரசூடன் குரல் கொடுத்தார் சத்தமாய்.

"யாரது ....?"

அவள் இறங்காமல் அப்படியே நின்றாள்.

“மேல வா”

அந்தப்பெண் தயக்கத்தோடு படிகள் ஏறி மேலே வரவும் சந்திரசூடன் தன் கையில் இருந்த செல்போன் டார்ச்சை அவளை நோக்கி நகர்த்த வெளிச்சத்தில் குளித்தாள் அந்த இளம்பெண். அழகாக இருந்தாள். வியர்த்துப் போன முகம் டார்ச் வெளிச்சத்தின் காரணமாய் பாதரசம் தடவினாற் போன்று மினுமினுத்தது. நடுக்கமான குரலில் கேட்டாள்.

“ஸார்.... நீங்க ஏஸிபி சந்திரசூடன்தானே....?”

“ஆமா....”

ஸார்.... எம் பேரு கோபிகா... எதிரில் இருக்கிற எல் அபார்ட்மெண்ட்ல குடியிருக்கேன். நீங்க காரை பார்க் பண்ணிட்டு கீழே இறங்கறப்ப நான் உங்களை என்னோட ஃப்ளாட் ஜன்னலில் இருந்து பார்த்துட்டு வேக வேகமா.... வர்றேன்”

சந்திரசூடன் தன் முகம் நிறைய வியப்பு காட்டினார்.

“என்னை உனக்கு எப்படி தெரியும் ....?”

“ஸார்.... நீங்க ரெண்டு வருஷத்துக்கு முந்தி நான் படிச்சிட்டிருந்த காலேஜுக்கு வந்து ஒரு நாப்பது நிமிஷம் மோட்டிவேஷனல் ஸ்பீச் கொடுத்தீங்க.... ரொம்பவும் அருமையான ஸ்பீச். அன்ஃபர்கெட்டபிள்”

“எந்த காலேஜ் ....?”

“ஸ்டெல்லா மேரீஸ். நான் அங்கே எம்.ஏ. ஜர்னிஸிஸம் பண்ணிட்டிருந்தேன் ஸார். இப்ப நான் ஒரு தனியார் டி.வி. சேனல்ல நியூஸ் ரீடராய் ஒர்க் பண்ணிட்டிருக்கேன்”

“தட்ஸ் குட்”

“ஸார்.... நானே உங்களை நேர்ல வந்து பார்க்கணும்ன்னு நினைச்சுட்டு இருந்தேன். ஃபார்ச்சுனேட்லி நீங்களாகவே இந்த அபார்ட்மெண்ட்டுக்கு இன்னிக்கு வந்தது எனக்கு ஆச்சர்யமாயிருக்கு” சந்திரசூடன் புருவங்களை உயர்த்தினார்.

“என்னை எதுக்காக பார்க்கணும்ன்னு நினைச்சே?”

“அது வந்து ஸார்....” கோபிகா குரலை இழுக்க சந்திரசூடன் கபிலனைப் பார்த்தபடி கேட்டார்.

"கபிலன்.... உங்களுக்கு கோபிகாவைத் தெரியுமா?"

"தெரியும் ஸார். ரெண்டு வருஷத்துக்கு முந்தி அபார்ட்மெண்ட்டோட அஸ்ஸோசியேஷன் மீட்டிங்கில் ஒரு தடவை பார்த்திருக்கேன். அன்னிக்கு அந்த மீட்டிங்ல இவங்க ரொம்பவும் கோபமாய் பேசினதாய் ஞாபகம்"

கோபிகா தலையசைத்தாள். "எஸ்... அன்னிக்கு சத்தம் போட்டது உண்மைதான். அபார்ட்மெண்ட்ல பெண்களுக்கு போதுமான பாதுகாப்பில்லை. ஆர்மியிலிருந்து ரிடையரான அதிகாரி ஒருவரை இந்த அபார்ட்மெண்ட்டுக்கு செக்யூரிட்டி ஆபீஸராய் போடணும்ன்னு சொன்னேன். அதுக்கு போதுமான ஆதரவு கிடைக்காததினால சத்தம் போட்டேன். அந்த சத்தத்துக்கு இந்த நிமிஷம் வரைக்கும் பதில் கிடைக்கலை. அபார்ட்மெண்ட்டுக்கு அஸ்ஸோசியேஷன்னு ஒண்ணு இருந்தாத்தானே இதுமாதிரியான பிரச்சினைகளும், கோரிக்கைகளும் வரும்ன்னு சொல்லி அந்த அஸ்ஸோசியேஷனையே இப்ப டிஸ்ஸால்வ் பண்ணிட்டாங்க. இது சம்பந்தமாய் உங்களைப் பார்த்து ஒரு புகார் மனு கொடுக்கலாம்ன்னு நினைச்சுட்டிருந்தேன் ஸார்"

"உம் பேரு என்னன்னு சொன்னே...?"

"கோபிகா ஸார்"

"கல்யாணமாயிடுச்சா ...?"

"ஆயிடுச்சு ஸார்"

"ஹஸ்பெண்ட் என்ன பண்றார் ...?"

"அவர் ஒரு லாயர். சிருஷ்டி ஸாஃப்ட்வேர் கம்பெனியில் லீகல் அட்வைஸராய் இருக்கார். பேர் தனசேகர்"

"சரி.... இந்த அதிரா அபார்ட்மெண்ட்ல என்ன பிரச்சினை...? என்கிட்டே ஏதோ புகார் மனு தரணும்ன்னு சொன்னியே... அது என்ன மனு...?"

கோபிகா சில விநாடிகள் மௌனமாய் இருந்துவிட்டு குரலைத் தாழ்த்தியபடி கேட்டாள்.

"ஸார்.... மிஸ்டர் கபிலன் உங்ககிட்ட ஏதும் சொல்லையா ...?"

சந்திரசூடன் தலையாட்டினார். "ம்..... சொன்னார். இந்த அபார்ட்மெண்ட்ல சில விரும்பத்தகாத சம்பவங்கள்

நடந்துட்டு வர்றதா சொன்னார். அது சம்பந்தமான விபரங்களைத் தெரிஞ்சுக்கத்தான் வந்தேன். இங்கே ஒரு முறையான விசாரணை நடத்தினா எல்லா உண்மைகளும் வெளியே வந்துடும்"

"அந்த கடவுளாப் பார்த்துதான் உங்களை இங்கே சரியான நேரத்துக்கு அனுப்பி வெச்சிருக்கார் ஸார்"

"யூ மே பி கரெக்ட்.... சட்டத்துக்கு புறம்பான விஷயங்கள் எந்தப் பகுதியில் நடந்தாலும் சரி.... அதை எந்த பொறுப்புள்ள போலீஸ் அதிகாரியும் பார்த்துட்டு சும்மா இருக்க மாட்டாங்க. இந்த அபார்ட்மெண்ட்டுக்குள்ள நான் இன்னிக்குத்தான் முதல் தடவையா வர்றேன். பகல் நேரத்துலயே இந்த அபார்ட்மெண்ட்டைப் பார்க்கும்போதே அடி வயித்துல சின்னதா ஒரு திகில் வருது. அப்நார்மலான விஷயங்கள் எந்த இடத்துல நடந்தாலும் அது இப்படிப்பட்ட தோற்றத்துலதான் இருக்கும்..... கபிலன் சில விஷயங்கள் சொன்னார். அது அபார்ட்மெண்ட்டைப் பற்றிய பொதுவான விஷயங்கள். என் மனசுக்குள்ளே நிறைய கேள்விகள் இருக்கு. அந்தக் கேள்விகளுக்கான பதில்கள் எனக்கு உன்கிட்டயிருந்த கிடைக்கும்ன்னு நினைக்கிறேன். வில்....யூ..... கோப்ரேட் வித் மீ....."

"ஷ்யூர் ஸார்....."

"நான் இப்போ கபிலனோட ஃப்ளாட்டுக்கு போயிட்டிருக்கேன். என்னோட முதற்கட்ட விசாரணையை அங்கிருந்துதான் ஆரம்பிக்கப் போறேன். உன்னால இப்ப எங்க கூட வர முடியுமா ....?"

"இது என்ன கேள்வி ஸார்..... நான் உங்ககிட்டே சொல்ல வேண்டிய விஷயங்கள் நிறைய இருக்கு. கபிலன் இங்கே குடியில்லாததால அவர்க்கு நிறைய விஷயங்கள் தெரிய வாய்ப்பில்லை. நான் ரெண்டு வருஷ காலமாய் இந்த அபார்ட்மெண்ட்லேயே இருக்கிறதால பல விஷயங்களை என்னால சொல்ல முடியும் வாங்க ஸார் போகலாம்"

சந்திரசூடன் அகலமாய் மலர்ந்தார். படிகளில் ஏறிக்கொண்டே சொன்னார்.

"கோபிகா.... உனக்கு இருக்கிற இந்த துணிச்சல் கபிலனுக்கு கூட இல்லை. இந்த அபார்ட்மெண்ட்ல அவர்க்கு சொந்தமா ஒரு ஃப்ளாட் இருந்தும்கூட இங்கே வர்றதுக்கு ரொம்பவும்

பயப்பட்டார். நான்தான் தைரியம் சொல்லி கூட்டிட்டு வந்தேன்"

"அவர் பயப்பட்டதுல நியாயம் இருக்கு ஸார். ஏன்னா இந்த அபார்ட்மெண்ட்ல அப்படிப்பட்ட அநியாயங்கள் நடந்திருக்கு. அந்த அநியாயங்களுக்கு சாட்சிகளும் இருக்கு"

மூன்று பேரும் படிகளில் ஏறி மாடியின் நான்காவது தளத்துக்கு வந்தார்கள். கபிலன் சற்று முன்பாக நடந்து போய் 427 என்று எண்ணிட்ட அந்த ஃப்ளாட்டை நெருங்கி கதவில் தொங்கிக் கொண்டிருந்த பூட்டை சாவியால் விடுவித்து திறந்தான். உள்ளே போய் சுவரின் இடதுபுறமாக இருந்த ஸ்விட்ச் போர்ட்டை நெருங்கி இரண்டு ஸ்விட்ச்களைத் தொட எல்.இ.டி. பல்புகள் உயிர்பிடித்துக்கொண்டு வெளிச்சத்தை பரப்பியது. கபிலன் கதவைச் சாத்தி தாழிட்டான். பிறகு சந்திரசூடனுக்கும், கோபிகாவுக்கும் சோபாவைக் காட்டிவிட்டு எதிரில் இருந்த நாற்காலியில் உட்கார்ந்தான்.

சந்திரசூடன் சோபாவுக்கு நன்றாய் சாய்ந்து அமர்ந்தபடி கோபிகாவை ஒரு சிறிய புன்னகையோடு பார்த்தார்.

"நீ இந்த அபார்ட்மெண்ட்டைப்பத்தி என்ன சொல்லப் போறே....?"

"ஸார்.... இந்த அதிரா அபார்ட்மெண்ட்ல மர்மமான முறையில் ஆறு பேர் இறந்து போயிருக்காங்கன்னு கபிலன் சொல்லியிருப்பார். அதுல நாலு பேர் பெண்கள் இரண்டு ஆண்கள்"

"ம்.... சொன்னார்"

"அதுமட்டுமில்லை ஸார். இந்த அபார்ட்மெண்டில் குடியிருந்தவங்க யாரும் சந்தோஷத்தோடும், மனநிம்மதியோடும் இருந்தது இல்லை. எவ்வளவோ நல்ல நிலைமையில் இருந்தவங்க கூட இங்கே குடி வந்து திரும்பிப் போகும்போது நஷ்டத்தோடுதான் போயிருக்காங்க... பாதிக்கும் மேற்பட்ட அபார்ட்மெண்ட் குடியிருப்பு வாசிகள் அவங்களோட ஃப்ளாட்டுகளை வந்த விலைக்கு வித்துட்டுப் போயிட்டாங்க. அதிரா அபார்ட்மெண்ட்டுக்கு இந்த ஈஞ்சம்பாக்கம் ஏரியா மக்கள் என்ன பேர் வெச்சிருக்காங்கன்னு தெரியுமா ஸார் ....?"

சந்திரசூடனின் புன்னகை சற்றே பெரிதாயிற்று.

"சொன்னாத்தானே தெரியும் ....?"

"சந்திரமுகி அபார்ட்மெண்ட்"

"வெரி இண்ட்ரஸ்டிங்க்.... இங்கே பேய் இருக்குன்னு மக்கள் நம்பறாங்க போலிருக்கு..."

"அந்த நம்பிக்கை பொய்ன்னு சொல்ல வர்றீங்களா ஸார் ....?"

"பின்னே அது என்ன உண்மையா ....?"

"உண்மைதான் ஸார்"

சந்திரசூடனின் பார்வையில் ஒரு ஏளனம் கலந்து கோபிகாவை அளந்தது.

"நீ எம்.ஏ. ஜர்னலிஸ்சம் படிச்சுட்டு ஒரு டி.வி. நியூஸ் ரீடராய் ஒர்க் பண்றதா சொன்னே! ஆனா பேய் இருக்குன்னு மத்தவங்க சொல்றதை நீ நம்பறது எனக்கு ஆச்சர்யமாய் இருக்கு......"

"ஸார்... இந்த உலகத்துல நல்லதுன்னு ஒண்ணு இருந்தா கெட்டதுன்னு ஒண்ணு இருக்கும். இந்த பௌதீக உண்மையை நீங்க ஒத்துக்கறீங்களா இல்லையா....?"

"எஸ்....ஐ அக்ரி வித் யூ. ஆனா நீ சொன்ன இந்த பேய் விஷயம் பௌதீக உண்மையோடு ஒத்துப் போகாதே"

"சில உண்மைகள் ஒத்துப் போகாதமாதிரிதான் இருக்கும் ஸார். நான் இப்ப சொல்லப்போகிற விஷயங்களை கொஞ்சம் உன்னிப்பா கவனிங்க ஸார். இந்த அபார்ட்மெண்ட் கட்டி ஆறு வருஷமாச்சு.... இங்கே அறுபது எழுபது வயசைக் கடந்த எத்தனையோ வயசானவங்க பலவிதமான நோய்களோடு போராடிகிட்டு இருக்கும்போது கூட யாருக்கும் மரணம் வரலை. ஆனா முப்பது வயசு கூட தாண்டாத ரெண்டு ஆண்களும், இருபத்தஞ்சு வயசைக்கூட தாண்டாத நாலு இளம் பெண்களும் வருஷத்துக்கு ஒருத்தரா மர்மமான முறையில் இறந்து போயிருக்காங்க. செத்தவங்க யார்க்குமே எந்த நோயும் இல்லை"

"அந்த ஆறு பேரும் இறந்தது இயற்கையான மரணம்தான்னு அந்தந்த ஃபேமிலியைச் சேர்ந்த டாக்டர்ஸே சொல்லியிருக்கும்போது அது மர்மமான மரணங்கள்ன்னு எப்படி சொல்ல முடியும் கோபிகா ....?"

கோபிகா சில விநாடிகள் எதுவும் பேசாமல் தலைகுனிந்தபடி மௌனம் காத்தாள்.

சந்திரசூடன் கேலியான குரலில் கேட்டார்.

"என்ன பேச்சையே காணோம் ....?"

"ஸார்..... நான் ஒரு விஷயம் சொன்னா நீங்க நம்பணும்"

"என்ன ....?"

"அந்த ஆறு பேரும் இயற்கையா சாகலை"

"அப்படீன்னா கொலையா ....?"

"இல்லை"

"அப்புறம் ....?"

"அமானுஷ்ய மரணங்கள்"

சந்திரசூடன் சிரிக்க, கோபிகாவின் குரல் வெகுவாக தாழ்ந்து கிசுகிசுப்பாக மாறியது.

"சிரிக்காதீங்க ஸார்.. அதெல்லாம் அமானுஷ்ய மரணங்கள்தான்னு சொல்றதுக்கு என்கிட்ட ஆதாரங்கள் இருக்கு" சொன்ன கோபிகா சோபாவினின்றும் சற்றே திரும்பி உட்கார்ந்து தன் உடையின் மறைவுப் பகுதிக்குள் கையை நுழைத்து அந்த செல்போனை எடுத்தாள்.

10

செல்போனை கையில் எடுத்த கோபிகா அதை ஆன் செய்து வெளிச்சமாக்கிக் கொண்டே கேட்டாள்.

"ஸார்..... இந்த அமானுஷ்ய விஷயங்களில் உங்களுக்கு நம்பிக்கை இல்லைன்னு நினைக்கிறேன்"

சந்திரசூடன் தன் இதழ்கோடியில் ஒரு சின்னப்புன்னகையை தவழவிட்டபடியே தலையாட்டினார்.

"எஸ்....."

"ஏன் ....?"

"ஒரு போலீஸ்காரன் அதையெல்லாம் நம்ப ஆரம்பிச்சுட்டா வேலையை ராஜினாமா பண்ணிட்டு வீட்டுக்குப் போகவேண்டியது தான்"

"இன்னிக்கு நான் காட்டப்போற வீடியோ காட்சிகளைப் பார்த்துட்டு நீங்க உங்களோட அபிப்ராயத்தை மாத்திக்கப் போறீங்க ஸார்"

சொன்ன கோபிகா செல்போனின் கேலரி ஆப்ஷனுக்குப் போய் ஒரு வீடியோ ஒன்றின் மேல் விரலை வைத்து தேய்த்துவிட்டு ஆடியோ வால்யூமை உயர்த்திய பின் அந்த செல்போனை அவரிடம் கொடுத்தாள்.

"ஹேவ் ஏ லுக் ஆன் திஸ் வீடியோ...... என்ன நடக்குதுன்னு பாருங்க !"

சந்திரசூடன் செல்போனை வாங்கிப் பார்த்தார்.

ஆர்வமாய் கபிலனும் அவரோடு இணைந்து கொண்டான்.

இருவரின் விழிகளிலும் அந்த வீடியோ காட்சி பட்டு பார்வையில் விரிந்தது.

கண் கூசுகிற அளவுக்கு நல்ல வெயில் நேரத்தில் காலி மைதானம் ஒன்று தெரிய, பொக்லைன் எந்திரங்கள் இரண்டு தன்னுடைய முன்பக்க எந்திரக் கைகளால் நிலத்தை ஆழமாய் குழி பறித்து, மண்ணை அள்ளி அள்ளி இன்னொரு பக்கம் குவித்துக் கொண்டிருந்தது. வேலை செய்யும் ஆட்கள் தள்ளித்தள்ளி நின்றிருக்க, அவர்களுக்குப் பின்னால் செங்கற்கள் வரிசையாய் அடுக்கப்பட்டு தெரிந்தது. தற்காலிகமாய் போடப்பட்டிருந்த ஆஸ்பெஸ்டாஸ் கூரைக்குக் கீழே சிமெண்ட் மூட்டைகள் நெருக்கியடித்துக்கொண்டு இடம் பிடித்திருக்க, நீளமான ஒரு லாரியில் டன்டன்னாய் கான்கீரிட் கம்பிகள் நீட்டிக்கொண்டு தெரிந்தன. அந்த வீடியோ காட்சியை ஒரு நிமிஷ நேரம் வரை உற்றுப் பார்த்து விட்டு கோபிகாவை ஏறிட்டார்.

“ஏதோ ஒரு கன்ஸ்ட்ரக்சன் ஒர்க் நடக்குது. இதுல என்ன அமானுஷ்யம் இருக்குன்னு புரியலையே ....?”

கோபிகா கேட்டாள். “அந்த பொக்லைன் என்ன பண்ணிட்டிருக்கு?”

“மண்ணைத்தோண்டி எடுத்து ஒரு பக்கமா கொட்டிகிட்டு இருக்கு...”

“மறுபடியும் அந்த வீடியோவை பிக் ஸ்கிரீன் பண்ணிப் பாருங்க.... ஸார்...... பொக்லைன் என்ன பண்ணிட்டிருக்குன்னு தெரியும்...”

சந்திரசூடன் குழப்பமான முகத்தோடு அந்த வீடியோவை பிக் ஸ்கீரின் ஆப்ஷனுக்குப் பெரிதுபடுத்தினார். ஆடியோவையும் அதிகப்படுத்தி பார்வையை கூர் தீட்டினார்.

இரண்டு பொக்லைன் எந்திரங்களும் இரைச்சலோடு குழியைப் பறித்து மண்ணை அள்ளியது. அள்ளிய மண்ணை இன்னொரு பக்கம் கொட்ட கொட்டிய மண்ணோடு கலந்து மனித எலும்புகளும், மண்டையோடுகளும் விழுந்தது.

சந்திரசூடன் அதிர்ந்து போனவராய் வீடியோவினின்றும்

பார்வையைத் திருப்பி கோபிகாவை ஏறிட்டார். அவள் மெலிதான புன்னகையுடன் கேட்டாள்.

"என்ன ஸார்.... பொக்லைன் ஒவ்வொரு தடவையும் மண்ணைத் தோண்டி எடுக்கும்போதும் சரி, அந்த மண்ணை இன்னொரு பக்கம் கொட்டும்போதும் சரி, மனித மண்டையோடுகளும், மற்ற கை, கால் எலும்புகளும் சேர்ந்த விழறது தெரியுதா இல்லை தெரியலையா ....?"

"தெரியுது..... எந்த இடத்துல இது நடந்தது....?"

"இந்த வீடியோ க்ளிப்பிங்கில் கான்கீரிட் கம்பிகளோடு நின்னுட்டு இருக்கிற லாரிக்கு வலதுபுறம் ஒரு போர்டு தெரியும். அதுல என்ன எழுதியிருக்குன்னு பாருங்க"

சந்திரசூடன் பார்த்தார். மெல்ல வாய்விட்டு படித்தார்.

"அதிரா கன்ஸ்ட்ரக்சன்ஸ்"

கோபிகா தன்னுடைய உதட்டில் இருந்த புன்னகை சிதையாமல் பேசினாள்.

"ஆறு வருஷத்துக்கு முந்தி இந்த அதிரா அபார்ட்மெண்ட்டை கட்டறதுக்காக பூமி பூஜை போட்டு பில்லர்களை கன்ஸ்ட்ரக்ட் பண்றதுக்காக பொக்லைன் எந்திரங்களை உபயோகப்படுத்தி நிலத்தை தோண்டினப்ப எடுத்த வீடியோ ஸார் இது"

சந்திரசூடன் அதிர்ச்சி அகலாமல் அந்த வீடியோவை பார்த்துக்கொண்டே கேட்டார்.

"எ....எ.....எப்படி இவ்வளவு மண்டையோடுகள் எலும்புகள் ?"

"ஒரு மயானம் இருந்த இடத்துல அபார்ட்மெண்ட் கட்டறதுக்காக அஸ்திவாரம் தோண்டினா மண்டையோடுகளும் எலும்புகளும் கிடைக்காமே கனிம வளங்களா ஸார் கிடைக்கும்?"

"அப்படீன்னா இந்த அதிரா அபார்ட்மெண்ட் ஒரு மயானத்தின் மேலத்தான் கட்டப்பட்டிருக்கா ?"

"ஆமா"

"அது எப்படி உனக்குத் தெரியும் ? இந்த வீடியோவை உனக்கு அனுப்பினது யாரு ?"

“ஒரு என்ஜினியர்.... அவர் பேர் அச்சுதன். அதிரா அபார்ட்மெண்ட்டை கட்டறதுக்காக அஞ்சு பேர் கொண்ட என்ஜினியர் டீம் ஒண்ணு செயல்பட்டுகிட்டு இருந்துச்சு. அதுல ஒருத்தர் அச்சுதன். அவர்தான் இந்த வீடியோவை எனக்கு அனுப்பி வெச்சார்”

“எப்ப அனுப்பி வெச்சார் ?”

“ரெண்டு வருஷத்துக்கு முந்தி நானும் என்னோட கணவர் தனசேகரும் சொந்தமா ஒரு ஃப்ளாட் வாங்க முடிவு பண்ணி இந்த ஈஞ்சம்பாக்கம் ஏரியாவில் தேடிட்டு இருந்தோம். இந்த அதிரா அபார்ட்மெண்ட்ல ஃப்ளாட்டை வாங்கியிருந்த ஒருத்தர் ஃப்ளாட்டை விற்கப் போறதா முடிவு பண்ணி பேப்பர்ல விளம்பரம் கொடுத்திருந்தார். நானும் என்னோட ஹஸ்பெண்ட்டும் அவரைப் பார்த்து பேசினோம். நாங்க எதிர்பார்த்த விலையைவிட கம்மியா அவர் தொகையைச் சொன்னதும் எங்களுக்கு ஒரே சந்தோஷம், டாக்குமெண்டேஷனையெல்லாம் சரி பார்த்தோம்.

எந்த ஒரு வில்லங்கமும் இல்லாமே எல்லாமே பர்ஃபெக்டாய் இருக்கவும், அந்த வாரத்திலேயே இருந்த ஒரு முகூர்த்த நாள்ல ரெஜிஸ்ட்ரேஷனை முடிச்சுகிட்டோம். நல்ல நாள் பார்த்து பால் காய்ச்சி குடிவந்தோம். ஒரு வாரம்தான் சந்தோஷமாய் இருந்தோம். அன்னிக்கு ஆபீஸிலிருந்து வந்த என்னோட கணவர் டல்லடிச்ச மாதிரியாயிருந்தார். ஏன் இப்படி இருக்கீங்கன்னு கேட்டதுக்கு தலைவலின்னு சொன்னார். ஆனா அவர் அப்படி இருந்ததுக்குக் காரணம் தலைவலியில்லன்னு அன்னிக்கு ராத்திரியே எனக்கு புரிஞ்சுது. தூக்கம் வராமே புரண்டு புரண்டு படுத்துட்டு இருந்தார்.

நான் எந்திரிச்சு உட்கார்ந்து கண்டிப்போடு காரணம் கேட்கவும் மெல்ல மெல்ல விஷயத்தை சொன்னார். இந்த அதிரா அபார்ட்மெண்ட்ல இருக்கிற ஃப்ளாட்டை வாங்க முடிவு பண்ணினதும் என்னோட கணவர் அவரோட என்ஜினியர் ஃப்ரண்ட் ஒருத்தர்கிட்ட இந்த ஃப்ளாட்டை வாங்கலாமா வேண்டாமான்னு ஒபீனியன் கேட்டிருக்கார். அவரும் வாங்கலாம்ன்னு சொல்லியிருக்கார். அதுக்குப்பிறகு ஒரு வாரம் கழிச்சு மறுபடியும் அந்த என்ஜினியர் ஃப்ரண்ட்

என்னோட கணவர்க்கு போன் பண்ணி அந்த ஃப்ளாட்டை வாங்க வேண்டாம். அது மயானத்தின் மேல் கட்டப்பட்ட ஒரு அபார்ட்மெண்ட்.

அதைக் கட்டின என்ஜினியர் டீம்ல எனக்கு ரொம்பவும் வேண்டிய அச்சுதன்ங்கிற என்ஜினியர் கொஞ்ச நேரத்துக்கு முன்னாடிதான் இந்தத் தகவலைச் சொல்லி ஒரு வீடியோ க்ளிப்பிங்ஸ்யையும் அனுப்பினார்ன்னு சொல்லி அந்த வீடியோவையும் அனுப்பி வெச்சிருக்கார். அந்த வீடியோவைப் பார்த்ததும் என்னோட கணவர் அப்செட் ஆயிட்டார்”

சந்திரசூடன் கோபிகாவின் பேச்சில் இடைமறித்தார்.

“அதிரா அபார்ட்மெண்ட் ஒரு மயானத்தின் மேலத்தான் கட்டப்பட்டிருக்குங்கிற விஷயம் இங்கிருக்கிற எத்தனை பேர்க்குத் தெரியும் ?”

“யார்க்கும் தெரியாது ஸார். நாங்க இதை யார்கிட்டேயும் ஷேர் பண்ணிக்கலை”

“என்ன காரணம் ?”

“என் கணவரோட என்ஜினியர் ஃப்ரண்ட் ரொம்பவும் பயப்பட்டார். விஷயம் வெளியே தெரிஞ்சா அவரோட நண்பரான என்ஜினியர்அச்சுதன் பெயரை வெளியே சொல்ல வேண்டியிருக்கும். அது நாளைக்கு அவர்க்கு பாதகமாய் கூட முடியலாமேன்னார்”

கபிலன் சின்ன தயக்கத்தோடு கோபிகாவை ஏறிட்டான்.

“நீங்க இப்ப சொன்ன இந்த விஷயம் எனக்கு அதிர்ச்சியாவும் பயமாவும் இருக்கு. ஆனா நீங்களும் உங்க கணவரும் இந்த மயான உண்மையை தெரிஞ்சு வெச்சுகிட்டே எப்படி இங்கே குடியிருக்கீங்க ?”

“ஒரு பரிகாரம் பண்ணினோம்”

“என்ன பரிகாரம்?”

“எங்க குடும்ப ஜோஸியர்கிட்ட விஷயத்தைச் சொன்னோம். அவர் எங்க ரெண்டு பேரையும் காஞ்சிபுரத்தில் இருக்கிற சித்ரகுப்தர் கோயிலுக்குப் போய் பொங்கல் வெச்சுட்டு வரச்சொன்னார். நாங்களும் போய்ட்டு வந்தோம்......”

கபிலன் மேற்கொண்டு பேசும் முன்பாக ஃப்ளாட்டின்

வாசல் கதவு மெதுவாய் தட்டப்படும் சத்தம் கேட்டது.

கோபிகா லேசாய் கலவரமாக கபிலன் அவளை கையமர்த்தினான்.

"பயப்படாதீங்க...... நீங்களும் ஸாரும் அந்த ரூமுக்குள்ளே போய் பேசிட்டிருங்க..... நான் போய் யார்ன்னு பார்த்து பேசி அனுப்பிட்டு வர்றேன்"

சந்திரசூடனும் கோபிகாவும் எழுந்து பக்கத்து அறைக்குள் போய் நுழைந்து கதவைச் சாத்திக் கொள்ள கபிலன் சற்றே பதட்டத்தோடு போய் கதவின் தாழ்ப்பாளை விலக்கி திறந்தான்.

வெளியே -

அந்த நபர் நின்றிருந்தார்.

அறுபது வயது இருக்கலாம். அணிந்திருந்த வேஷ்டி சட்டைக்குள் சற்றே மெலிவான உடம்பு. தாடையையும், கன்னப்பகுதியையும் வெள்ளை ரோமம் மொய்த்திருக்க, நெற்றியில் இருந்த குங்குமப் பொட்டு வியர்வையில் இளகியிருந்தது. லேசாய் மூச்சு வாங்கினார்.

கபிலன் கேட்டான்.

"நீங்க ?"

அவர் குரலைத் தாழ்த்தினார்.

"தம்பி..... நீங்க கங்காதரனோட பையன்தானே?"

"ஆமா....."

சுற்றும் முற்றும் பார்த்த அவர் இன்னமும் குரலைத் தாழ்த்தினார்.

"தம்பி எம் பேரு ஆதிகேசவன். சென்னை செக்ரட்ரியேட்டில் ஒரு பொறுப்பான உத்யோகம் பார்த்து ரிடையரானவன். உங்க அப்பாவுக்கு என்னை நல்லாவே தெரியும்"

"சரி..... என்ன விஷயம் சொல்லுங்க?"

அந்த ஆதிகேசவன் கபிலனுக்கு மட்டும் கேட்கும்படியாக குரலை கிசுகிசுப்பாக்கிக்கொண்டு பேசினார்.

"கோபிகா... உள்ளேதானே இருக்கா?"

கபிலன் திகைப்பாய் அவரைப் பார்க்க, அவருடைய இதழ்க்கோடியில் ஒரு சிறு சிரிப்பு உற்பத்தியாயிற்று.

“என்ன தம்பி அப்படி பார்க்கறீங்க....? கோபிகா என்னோட பொண்ணுதான்”

கபிலன் அவர்க்கு என்ன பதில் சொல்வது என்று யோசித்துக் கொண்டிருக்கும் போதே ஆதிகேசவன் கேட்டார்.

“தம்பி.... உங்க கூட கார்ல வந்தவர் அஸிஸ்டெண்ட் போலீஸ் கமிஷனர் சந்திரசூடன்தானே?”

“ஆ....ஆமா......”

“அவங்க ரெண்டு பேரும் உள்ளேயே இருக்கட்டும்.... நீங்க ஒரு அஞ்சு நிமிஷம் அப்படி தனியா வர முடியுமா....நான் உங்க கூட கொஞ்சம் பேசணும்”

11

கபிலனின் முகம் ஒரு பெரிய திகைப்புக்கு உட்பட்ட அவன் அந்த ஆதிகேசவனை கொஞ்சம் பயமாய் பார்த்தான்.

"என்கூட தனியா பேசணுமா?"

"ஆமா"

"என்ன பேசணும்.....? எதைப் பேசறதாய் இருந்தாலும் உள்ளே வந்து பேசலாமே... இப்ப ஏசிபியோடு உள்ளே பேசிட்டு இருக்கிறது உங்க டாட்டர்தானே.... வாங்க உள்ளே போலாம்" ஆதிகேசவன் சில விநாடிகள் மௌனமாய் இருந்துவிட்டு சொன்னார்.

"வேண்டாம் தம்பி..... நான் உங்ககிட்ட பேசப்போறதே என்னோட டாட்டர் கோபிகாவைப் பத்தித்தானே?"

கபிலனின் நெற்றிப்பரப்பு வியப்புக்கு உட்பட்டு விரிந்தது.

"கோபிகாவைப் பத்தி என்ன சொல்லப் போறீங்க?"

"இப்படி வாசல்ல நின்னுகிட்டே நான் எல்லாத்தையும் சொல்லிட முடியாது. நீங்க அந்த ஏசிபி சந்திரசூடனை எதுக்காக உங்களோட அபார்ட்மெண்ட்டுக்கு கூட்டிட்டு வந்திருக்கீங்கன்னு எனக்குத் தெரியாது. ஆனா என்னோட டாட்டர் அவரைப் பார்த்ததுமே ஓடி வந்து அவர்கூட பேசிட்டு இருக்கா..... அவ அப்படி பேசறதை நீங்களும் சரி ஏசிபியும் சரி ஒரேயடியாய் நம்பிடக்கூடாதுன்னுதான் நான் இங்க வந்தேன்"

கபிலன் அவரைக் குழப்பமாய் பார்த்தான்.

"ஸார்...... நீங்க இப்ப என்ன சொல்ல வர்றீங்கன்னு புரியலை"

"தம்பி.... ஒரு அஞ்சு நிமிஷம் அப்படி தனியா வாங்க. எல்லாத்தையும் சொல்றேன். நான் சொல்லப்போறதை கொஞ்சம் நிதானமா பொறுமையாய் கேளுங்க. அதுக்கப்புறம் நீங்க கேட்கிற எல்லா கேள்விகளுக்கு நான் பதில் சொல்றேன்"

கபிலன் ஒரு சில விநாடிகள் அவரையே பார்த்துக்கொண்டிருந்துவிட்டு சொன்னான்.

"சரி ஸார்..... நீங்க மொட்டை மாடிக்கு போய் வெயிட் பண்ணுங்க.... நான் ரெண்டு நிமிஷத்துல வந்துடறேன்"

ஆதிகேசவன் தலையாட்டிவிட்டு நகர்ந்து போக, கபிலன் மறுபடியும் ஃப்ளாட்டுக்குள் நுழைந்து அறை வாசலில் போய் தயக்கமாய் நின்றான்.

சந்திரசூடன் கோபிகாவோடு பேசுவதை ஒரு விநாடி நிறுத்திவிட்டு கபிலனை ஏறிட்டபடி கேட்டார்.

"வந்தது யாரு...... கபிலன்.....?"

"அ.....அ....அது வந்து கீழே மூணாவது மாடியில் ஒரு வடநாட்டு ஃபேமிலி குடியிருக்காங்க ஸார். நாங்க இந்த ஃப்ளாட்டை விக்கப்போற விஷயம் அவங்களுக்கும் தெரியும். அவங்க ஃப்ளாட்ல ஃபேமிலி மெம்பர்ஸ் அதிகமாய் இருக்கிறதால இந்த ஃப்ளாட்டையும் வாங்கிக்க விரும்பறாங்களாம். அது சம்பந்தமாய் ஒரு அஞ்சு நிமிஷம் என்கிட்டே பேசணுமாம். வரச்சொன்னாங்க. நான் போய் பேசிட்டு வந்துடறேன் ஸார். ஏன்னா இதுக்காக நான் மறுபடியும் சிட்டியிலிருந்து ஈஞ்சம்பாக்கம் வர முடியாது"

சந்திரசூடன் தலையாட்டினார்.

"யூ ஆர் கரெக்ட் கபிலன். போய் பேசிட்டு வாங்க. நீங்க வர்றவரைக்கும் நான் கோபிகாகிட்டே என்னோட என்கொயரியை கண்டினியூ பண்ணிட்டிருக்கேன்"

"ஓ.கே. ஸார்" சொன்ன கபிலன் அடுத்த விநாடியே அவசர நடையில் ஃப்ளாட்டுக்கு வெளியே வந்து மொட்டை மாடியை நோக்கிப் போனான். மாடியின் தென்மேற்கு

மூலையில் வைக்கப்பட்டிருந்த சின்டெக்ஸ் வாட்டர் டேங்கிற்குப் பக்கத்தில் நின்றிருந்த ஆதிகேசவன் கபிலனை நோக்கி வந்தார்.

"ஸாரி தம்பி.... உங்களுக்கு தொந்தரவு தர்றேன்"

"இதோ பாருங்க ஸார். உங்க மன்னிப்பையெல்லாம் கேட்டுகிட்டு இருக்க எனக்கு நேரமில்லை. மொதல்ல விஷயம் என்னன்னு சொல்லுங்க"

ஆதிகேசவன் தயக்கமாய் குரலை இழுத்தார். "அதுக்கு முன்னாடி உங்ககிட்ட ஒரு கேள்வி தம்பி"

"என்ன ....?"

"எம்பொண்ணு கோபிகா உங்ககிட்டேயும் ஏசிபிகிட்டேயும் எதுமாதிரியான தகவல்களை பகிர்ந்துகிட்டாள்ன்னு சொல்ல முடியுமா ....?"

கபிலன் தனக்குள் பீறிட்ட எரிச்சலை அடக்கிக்கொண்டு சொன்னான்.

"இந்த அபார்ட்மெண்ட்டில் நடந்த ஆறு மரணங்களும் அமானுஷ்யமானதுன்னு சொன்னாங்க"

"அப்புறம்....?"

"இந்த ஒட்டுமொத்த அபார்ட்மெண்ட்டும் ஒரு மயானத்தின் மேல கட்டப்பட்டிருக்கிறதாகவும், இந்த விஷயம் வெளியுலகத்துக்கு தெரியாதுன்னும் சொன்னாங்க"

"அப்புறம்....?"

"அவ்வளவுதான்......"

ஆதிகேசவன் ஒன்றும் பேசாமல் சில விநாடிகள் மௌனம் காக்க கபிலன் பொறுமையிழந்து லேசாய் குரலை உயர்த்தினான்.

"இப்படி ஒண்ணுமே பேசாமேயிருந்தா என்ன ஸார் அர்த்தம். உங்க பொண்ணு கோபிகாவைப்பத்தி ஏதோ சொல்றேன்னு சொன்னீங்களே என்ன அது?"

ஆதிகேசவன் கண்களில் மின்னும் நீரோடு கபிலனை ஏறிட்டார்.

"கோபப்படாதீங்க தம்பி..... நான் இப்ப சொல்லப் போகிற விஷயம் உங்களுக்கு அதிர்ச்சியைத் தரலாம்.

ஆனா அதுதான் உண்மை. கோபிகா உங்ககிட்டேயும் ஏசிபிகிட்டேயும் பேசும்போது இந்த அபார்ட்மெண்ட்டில் நடந்த ஆறு மரணங்களும் அமானுஷ்யமானதுன்னு சொல்லியிருக்கா இல்லையா ....?"

"ஆமா"

"அப்படி இறந்துபோன ஆறு பேர் யார் யார்ங்கிற விபரத்தைச் சொன்னாளா ....?"

"சொல்லலை.... இனிமேத்தான் அதைப் பத்தி கேட்கணும். ஏசிபி சந்திரசூடனும் அது சம்பந்தமான ஒரு விசாரணையை நடத்தத்தான் என்கூட வந்திருக்கார். இனி அவர் இங்கே அடிக்கடி வருவார்"

"சரி..... இறந்து போன அந்த ஆறு பேர் யார் யார்ங்கிற விபரங்களை நான் சொல்லட்டுமா....?"

"ம்..... சொல்லுங்க......."

ஆதிகேசவன் நிதானமான குரலில் பேச்சை ஆரம்பித்தார். "ஆறு பேர்ல நாலு பேர் பெண்கள். ரெண்டு பேர் ஆண்கள். அபார்ட்மெண்ட் கட்டி முடிச்ச அடுத்த வருஷமே குடி வந்த டி.வி.நடிகை சொர்ணரேகா ஒரு நாள் சூட்டிங் புறப்பட்டுப்போக தயாராகிக் கொண்டிருந்தப்ப மயக்கமாகி கீழே விழ ஹாஸ்பிடலுக்கு கொண்டு போய் ட்ரீட்மெண்ட் கொடுக்கிறதுக்குள்ளே இறந்துட்டாங்க"

கபிலன் குறுக்கிட்டு கேட்டான்.

"அந்த நடிகையோட சொந்த ஃப்ளாட்டா அது ....?"

"இல்லை..... ஓனர் வேற ஒருத்தர். அவர் பேர் கன்ஷிராம். நாக்பூர்ல இருக்கார். வாடகைக்கு விடறதுக்காகத்தான் இந்த அபார்ட்மெண்ட்ல ஒரு ஃப்ளாட்டை வாங்கினார்"

"டி.வி. நடிகை சொர்ணரேகா மரணத்தைப் பத்தி டாக்டர்ஸ் என்ன சொன்னாங்க?"

"கார்டியோ வேஸ்குலார் அரஸ்ட் என்கிற ஒரு வகையான ஹார்ட் அட்டாக்ன்னு சொன்னாங்க"

கபிலன் தன் நெற்றியில் துளிர்த்துவிட்ட வியர்வையை கர்ச்சீப்பால் ஒற்றிக்கொண்டே கேட்டான்.

"சரி...... ரெண்டாவது மரணம் யாரோடது ....?"

“அந்தப்பொண்ணு ஒரு ஏர்ஹோஸ்டஸ். இண்டிகோ ஃப்ளைட்ல ஒர்க் பண்றா. பேரு தர்ஷிணி. அப்பா கிடையாது. அம்மா மட்டும்தான். ஒரு நாள் சண்டே கிரிக்கெட் மேட்ச் பார்த்துட்டிருக்கும்போது மயங்கி சோபாவில் விழுந்துட்டா. ஹாஸ்பிடல் போற வழியிலேயே இறந்துட்டா”

“இந்த ஏர்ஹோஸ்டஸ் தர்ஷிணி இறந்ததும் கார்டியோ வேஸ்குலார் அரஸ்ட்தானா ....?”

“ஆமா.... தம்பி அந்தப் பொண்ணுமட்டும் இல்லை.... அடுத்தடுத்து வந்த வருஷங்கள்ல ஒரு காலேஜில் தமிழ் புரஃபசராய் வேலை பார்த்துக்கிட்டு இருந்த நப்பின்னைங்கற முப்பது வயசுபொண்ணும் ஐ.டி.கம்பெனியில் வேலை பார்த்துகிட்டு இருந்த வான்மதிங்கிற இருபத்தி மூணு வயசு பொண்ணும் அதேமாதிரியான வருஷங்கள்ல அட்டாக் வந்து இறந்துட்டாங்க”

“ரெண்டு ஆண்கள் இறந்ததும் அப்படித்தானா ...?”

“ஆமா......”

“அவங்க யார்ங்கிற விபரம் தெரியுமா ...?”

“தெரியும்” என்று சொன்ன ஆதிகேசவன் சில விநாடிகள் மௌனமாய் இருந்துவிட்டு பேச்சை ஆரம்பித்தார்.

“ரெண்டு பேர்ல ஒருத்தர் ரியல் எஸ்டேட் ஓனர். பேரு அன்வர் அலி. வயசு முப்பத்தஞ்சு இருக்கலாம். ரொம்பவும் நல்ல டைப். எந்தவிதமான ஒரு கெட்ட பழக்கமும் கிடையாது. அம்மா, அப்பா, மனைவி ஒரு குழந்தைன்னு சந்தோஷமாய் இருந்தார். திடீர்ன்னு அபார்ட்மெண்ட்டோட பேஸ்மெண்டில் வாக்கிங் போய்ட்டு இருந்தவர் சத்தமே இல்லாமே சாய்ஞ்சார். ஹாஸ்பிடல் போய் அட்மிஷன் போடறதுக்குள்ளே இறந்துட்டார்”

“கடைசியாய் இறந்தது ஒரு லாயர்ன்னு கேள்விப்பட்டேன். அவர் யாரு ....?”

“அவர் பேரு தனசேகர். எம்.ஏ.பில். படிச்சவர். சிருஷ்டி ஸாஃப்ட்வேர் கம்பெனியில் லீகல் அட்வைஸராய் ஒர்க் பண்ணிட்டிருந்தார். போன வருஷம் ஒரு மத்தியான நேரம் மூணு மணி இருக்கும் அப்போ......” என்று பேச ஆரம்பித்த ஆதிகேசவனை கையமர்த்தினான் கபிலன்.

“ ஒரு நிமிஷம் ஸார்...... அந்த லாயரோட பேர் என்னன்னு சொன்னீங்க....?”

“தனசேகர்”

“சிருஷ்டி ஸாஃப்ட்வேர் கம்பெனியில் லீகல் அட்வைஸராய் வேலை பார்த்தாரா?”

“ஆமா......”

“கொஞ்ச நேரத்துக்கு முன்னாடி உங்க டாட்டர் கோபிகா என்கிட்டேயும், ஏசிபிகிட்டேயும் பேசும்போது, இதே தனசேகர் பேரையும் கம்பெனி பேரையும் சொல்லி தனசேகர் தன்னோட கணவர்ன்னு சொன்னாங்களே ?”

“உண்மைதான்”

கபிலன் திகைத்தான். “தன்னோட கணவர்தனசேகரோடு இந்த அபார்ட்மெண்டில் ரெண்டு வருஷமாய் இருக்கேன்னு கோபிகா சொல்றாங்களே?”

“அது பொய் ”

“என்ன ஸார் சொல்றீங்க ?”

“இன்னமும் தனசேகர் உயிரோட இருக்கிறதாய் எம்பொண்ணு கோபிகா நினைச்சுட்டிருக்கா. ஆனா அவர் இறந்து ஒரு வருஷமாகுது”

12

ஆதிகேசவன் சொன்னதைக்கேட்டு ஸ்தம்பித்துப்போன கபிலன் ஒரு சில விநாடிகளுக்கு பின் இயல்புக்கு வந்தான்.

"என்ன ஸார் சொல்றீங்க ? கோபிகாவோட கணவர் தனசேகர் அதாவது உங்க மருமகன் இறந்து ஒரு வருஷமாகுதா.....?"

"ம்..... சரியா சொல்லணும்ன்னா ஒரு வருஷம் ரெண்டு மாசம். ஆனா எம் பொண்ணு கோபிகாவுக்கு தன்னோட கணவர் இறந்த சம்பவம் அவளோட நினைவுகளிலிருந்து காணாமே போயிடுச்சு"

கபிலன் உச்சபட்ச குழப்பத்தோடு அவரைப் பார்த்தான்.

"என்னது காணாமே போயிடுச்சா ?" ஆதிகேசவன் முகம் நிறைய கவலையோடு ஒரு வெறுமை சிரிப்பை தன்னுடைய உதடுகளில் தவழவிட்டார்.

"தம்பி..... நான் இனிமே கோபிகாவைப் பத்தி சொல்லப்போற எல்லா விஷயங்களுமே உங்களுக்கு அதிர்ச்சியாகத்தான் இருக்கும். உங்களுக்கு மட்டுமில்லை..... நீங்க ஏசிபி சந்திரசூடன்கிட்டே இதைச் சொன்னாலும் அவரும் ஆச்சர்யப்படுவார். ஏன்னா கோபிகாவோட அன்றாட நடவடிக்கைகள் அப்படிப்பட்டது" கபிலன் தன் குரலில் நடுக்கம் பரவ கேட்டான்.

"ஸார்..... கோபிகாவுக்கு அப்படி என்ன பிரச்சினை ?"

ஆதிகேசவன் தலைகுனிந்து சில விநாடிகள் மௌனித்துவிட்டு கண்கள் நிறைய நீர் பனிக்க நிமிர்ந்தார்.

“ஷி ஈஸ் ஏ ரெட்ரோக்ரேட் *(RETROGRADE)* பேஷண்ட்”

“ரெட்ரோக்ரேட் பேஷண்ட்டா ?”

“ம்”

“அது எதுமாதிரியான நோய்...?”

“ஒருத்தர்க்கு அளவுக்கு மீறிய துக்கம் ஏற்படும்போது மூளையில் உண்டாகிற பாதிப்பு. துக்கத்துக்குக் காரணமான அந்த நிகழ்வு சம்பந்தப்பட்ட நபரோட மூளையிலிருந்து மறைஞ்சு போய் உருவாகிற ஒரு வகையான ந்யூரோனல் ஆக்டிவிடிக்கு பேர்தான் ரெட்ரோக்ரேட்”

“கோபிகாவுக்கு இப்ப அந்த பிரச்சினைதானா ?”

ஆதிகேசவன் கண்ணீரோடு தலையாட்டினார்.

“ஆமா..... அவளோட கணவர் இறந்ததுமே அந்த அதிர்ச்சியைத் தாங்கிக்க முடியாமே மயக்கமாயிட்டா. அப்படி மயக்கமாய் விழுந்தவளை உடனடியாய் உணர்வுக்குக்கொண்டு வர ஃபர்ஸ்ட் எய்ட் ட்ரீட்மெண்ட் கொடுத்தோம். ஆனா கோபிகா கண் முழிச்சு பார்க்கலை. உடனே பக்கத்தில் இருக்கிற ஹாஸ்பிடலுக்கு கொண்டு போனோம். நியூரோ சர்ஜன் டாக்டர் உமாபதிதான் பார்த்தார்” இந்த இடத்தில் பேச்சை நிறுத்திய ஆதிகேசவன் பீறிட்ட அழுகையை அடக்கிக்கொண்டு கம்மிய குரலோடு பேச்சைத் தொடர்ந்தார்.

“ஃப்ளாட்ல மருமகனோட டெட்பாடி இருக்கும்போதே கோபிகாவுக்கு ஹாஸ்பிடல்ல ட்ரீட்மெண்ட் போயிட்டிருந்தது. ஸ்கேன் எடுத்துப் பார்த்துட்டு டாக்டர் சொன்ன விஷயத்தைக்கேட்டு அதிர்ந்து போயிட்டேன். கோபிகாவின் மூளைப்பகுதியில் இருக்கிற ஹிப்போகாம்பஸ் நியூரான்கள் பாதிக்கப்பட்டு இருக்கிறதாகவும், அவளுக்கு நினைவு திரும்பும்போது சில விஷயங்களை மறந்து போயிருக்கலாம்ன்னு சொன்னார். ஹாஸ்பிடலில் கோபிகா சுயஉணர்வு இல்லாமல் இருக்கும்போதே நான் என் மருமகனோட இறுதிக் காரியங்களை இந்த அபார்ட்மெண்ட்ல இருக்கிற நண்பர்களை வெச்சு செஞ்சு முடிச்சேன். காரியமெல்லாம் முடிஞ்ச பிறகு சரியா ஒரு

வாரம் கழிச்சுத்தான் கோபிகாவுக்கு சுயஉணர்வு வந்தது. கண் விழிச்சதுமே அவ கேட்ட முதல் கேள்வி அவர் வரலையாப்பா ?"

"நீங்க என்ன பதில் சொன்னீங்க ?"

"நான் என்ன பதிலைச் சொல்றதுன்னு யோசனை பண்ணிட்டிருக்கும்போதே கோபிகாவோட பார்வை அறைவாசல் பக்கம் போய் முகம் சந்தோஷத்துல விரிஞ்சது. அதோ...... அவரே வந்துட்டாரேன்னு சொல்லி சிரிச்சா. நான் திரும்பிப் பார்த்தேன். அங்கே யாருமில்லை. ஆனாலும் கோபிகா வீட்ல மாப்பிள்ளை தனசேகர்கிட்டே எப்படி பேசுவாளோ அதே மாதிரி யாருமே இல்லாத அறை வாசலைப் பார்த்து பேச ஆரம்பிச்சா. நான் பயந்து போய் டாக்டரைக் கூப்பிட்டேன்".

"டாக்டரும் உடனே புறப்பட்டு வந்தார். கோபிகாவோட பேச்சையையும் அவளுடைய நடவடிக்கையையும் பார்த்துட்டு அதிர்ந்து போயிட்டார். என்னைத் தனியா கூட்டிட்டு போய் கோபிகா ஒரு ரெட்ரோக்ரேட் பேஷண்டாய் மாறிட்டதாகவும் இனி அவளை குணப்படுத்த வாய்ப்பில்லைன்னும் சொன்னார். தவிர கடந்த கால சம்பவங்கள் எது எது அவ ஞாபகத்துல இருக்கு. எது எது இல்லை என்கிற விஷயங்களும் போகப் போகத்தான் தெரியும். நல்லவேளையா உங்களை மறக்கலை".

"எல்லாத்துக்கும் மேலா..... அவளோட ஹஸ்பெண்ட் தனசேகர் இறந்து போன சம்பவம் மூளையோட பதிவிலிருந்து காணாமல் போயிருக்கு. அதுக்குப் பதிலா மூளையில் கணவர் தனசேகரோட விர்ச்சுவல் இமேஜ் அழுத்தமாய் பதிவாகியிருக்கு. இனிமே உங்க டாட்டரை அவ போக்குலதான் விடணுமே தவிர நீங்க அவளுக்கு பழைய ஞாபகங்களை கட்டாயப்படுத்தி நினைவுபடுத்தக் கூடாதுன்னும் சொன்னார். ஹாஸ்பிடல்ல ஒரு மாசம் இருந்தோம். அதுக்கப்பறம் கோபிகாவை வீட்டுக்கு கூட்டிட்டு வந்துட்டேன்"

கபிலன் உஷ்ணமாய் பெருமூச்சொன்றைவிட்டபடி தோள்களை குலுக்கிக் கொண்டே சொன்னான்.

"ஸாரி ஸார்...... உங்க டாட்டர் கோபிகா மாதிரியான நிலைமை வேற எந்த ஒரு பொண்ணுக்கும் வரக்கூடாது.

தன்னோட கணவன் இறந்தது தெரியாமே அவர் உயிரோட இருக்கிற மாதிரி நினைச்சுகிட்டு பேசறதும் அதை நீங்க பார்த்துட்டு இருக்கிறதும் ரொம்பவும் கொடுமை. நானும் உங்களைப்பத்தி சரியா புரிஞ்சுக்காமே கொஞ்சம் அலட்சியமா பேசிட்டேன். பை த பை இப்ப நீங்க கோபிகாவைப் பத்தி சொன்ன விஷயமெல்லாம் என்னோட அப்பாவுக்குத் தெரியுமா ?"

"தெரியாது..... இந்த அபார்ட்மெண்ட்ல இருக்கிற சொற்பமான சில பேர்க்கு மட்டும்தான் தெரியும்.... அவங்க எம் பொண்ணுக்கு வெச்சிருக்கிற பேரு மெண்டல்"

"கோபிகாவை இந்தப் பிரச்சினையிலிருந்த குணப்படுத்த முடியாதா ?"

"நானும் எத்தனையோ சைக்யாட்ரிஸ்ட் டாக்டர்ஸ்கிட்டே கூட்டிட்டுப் போய் கன்ஸல்ட் பண்ணிப் பார்த்துட்டேன். எல்லாரும் சொல்ற ஒரே பதில், இது ஒரு வகையான செலக்டிவ் அம்னீஷியா. இதை குணப்படுத்தக்கூடிய சாத்தியம் இப்போதைய மருத்துவத்துக்கு இல்லைன்னு திட்டவட்டமாய் சொல்லிட்டாங்க"

"ஸார்.... இந்த அபார்ட்மெண்டில் இவ்வளவு பிரச்சினைகள் இருந்துட்டு இருக்கு. இதையெல்லாம் பொருட்படுத்தாமே நீங்க உங்க டாட்டரோடு இங்கே ஏன் குடியிருக்கணும் ? வேற ஏதாவது ஒரு இடம் பார்த்துகிட்டு போலாமே ?"

ஆதிகேசவன் இரண்டு கைகளையும் விரித்து விரக்தியாய் ஒரு விநாடி கண்களை மூடித் திறந்தார்.

"அதுக்கும் முயற்சி பண்ணினேன் தம்பி. ஆனா கோபிகாவுக்கு இந்த அபார்ட்மெண்டை விட்டுப்போக மனசில்லை. நாலைஞ்சு தடவை பேசிப் பார்த்தேன். அதுக்கு கோபிகா என்ன பதில் சொன்னாத் தெரியுமா?"

"என்ன சொன்னா ?"

"நான் மாப்பிள்ளைகிட்ட பேசிப் பார்த்தேன்ப்பா. அவர்க்கு இந்த அபார்ட்மெண்டை விட்டுப்போக மனசில்லையாம். எனக்கும் இஷ்டமில்லேப்பா.... வெளியே இருக்கிறவங்க எல்லாம் இந்த அதிரா அபார்ட்மெண்ட்டைப் பத்தி தப்பா பேசினாலும் எனக்கு இந்த ஏரியா பிடிச்சிருக்கு.....

இங்கே ஒரு சில பேர் செத்துட்டாங்கிற காரணத்துக்காக நாம பயப்படலாமா ? நாமதான் காஞ்சிபுரம் சித்ரகுப்தர் கோயிலுக்குப் போய் பொங்கல் வெச்சு செய்ய வேண்டிய பரிகாரத்தைப் பண்ணிட்டோமே அப்புறமும் என்ன பயம் ?"

"கோபிகாவுக்கு செலக்டிவ் அம்னீஷியா இருக்குன்னு சொன்னீங்க.... ஆனா இவ்வளவு தெளிவாய் பேசறாளே ?"

"தம்பி.... கோபிகாவை நீங்க இன்னிக்குத்தான் பார்க்கறீங்க.... அதனால்தான் அவளைப்பத்தின ஒரு விஷயம் உங்களுக்குத் தெரியலை"

"என்ன ?"

"இன்னிக்கு ஏதாவது ஒரு விஷயத்தைப்பத்தி பேசறப்ப அதை ஆதரிச்சு பேசுவா. நாளைக்கே அதே விஷயத்தைபேசுறப்ப தப்புன்னு ஆர்க்யூ பண்ணுவா.... அப்படி அவ ஆர்க்யூ பண்ணும்போது அதை நாம மறுத்துப்பேச முடியாத அளவுக்கு அந்த வாதம் சரியாய் இருக்கும். கடந்த ஒரு வருஷ காலமாய் நான் எம் பொண்ணுகிட்ட படற பாடு இருக்கே.... அதை வார்த்தையால சொல்ல முடியாது"

"ஸார்... கோபிகாவைப்பத்தி நீங்க பேசப்பேச எனக்கு ஆச்சர்யமாயிருக்கு. இந்த நிமிஷம் என்னோட ஃப்ளாட்டுக்குள்ளே ஏசிபியும் உங்க பொண்ணும் பேசிட்டு இருக்காங்க. நீங்களும் நானும் இப்ப தடாலடியா அங்கே போவோம். உங்களைப் பார்த்ததுமே கோபிகாவோட ரியாக்சன் எப்படி இருக்கும்ன்னு பார்க்கலாம்.. வாங்க!"

அவசர அவசரமாய் ஆதிகேசவன் தலையசைத்து மறுத்தார்.

"வே....வேண்டாம் தம்பி"

கபிலன் அவரை வியப்பாய்ப் பார்த்தான்.

"ஏன் வேண்டாம்ன்னு சொல்றீங்க ?"

"கோபிகா எனக்குத் தெரியாமே அவரைப் பார்க்க தனியாய் வந்திருக்கா..... இந்த நேரத்துல நான் போய் திடீர்ன்னு அவ முன்னாடி நின்னா அவ எப்படி பேசுவா எப்படி நடந்துக்குவாளோன்னு பயமாயிருக்கு"

கபிலன் அவரை கையமர்த்தினான்.

“ஸார் ... நானும், ஏசிபியும் உங்க கூடவே இருக்கும்போது என்ன பயம்...... வாங்க போகலாம்”

சொல்லிக்கொண்டே ஆதிகேசவனின் கையை இறுகப்பற்றிய கபிலன் அவரை தன்னுடைய ஃப்ளாட் இருந்த திசை நோக்கி இழுத்துச் செல்லாத குறையாய் அழைத்துச் சென்றான்.

13

கபிலனின் கைப்பிடியிலிருந்து தன்னுடைய கையை உருவிக் கொள்ள முயன்றார் ஆதிகேசவன்.

"வேண்டாம் தம்பி..... உங்க ஃப்ளாட்டுக்கு என்னை கூட்டிட்டுப் போகவேண்டாம். கோபிகா ஏசிபிகிட்டே பேசிட்டு போகட்டும்.... நான் அப்புறமா வந்து அவரைப் பார்க்கிறேன்"

"உங்க பொண்ணைப் பார்த்து ஏன் பயப்படறீங்க.....?"

"இது பயம் இல்லைதம்பி. கோபிகா எனக்குத் தெரியாமே ஏசிபியைப் பார்க்க வந்திருக்கா. அதுல அவளுக்கு ஒரு வகையான சந்தோஷம் கிடைச்சிருக்கும். அந்த சந்தோஷத்தை ஏன் கெடுப்பானேன்னு பார்க்கிறேன். வேற ஒண்ணும் இல்லை"

"நீங்க இப்ப சொன்னது என்னோட மனசுக்கு சரியான காரணமாய் படலை ஸார்..... இந்த நேரத்துல நீங்களும் நானும் போனா அவங்க ரியாக்சன் எப்படி இருக்கும்ன்னு நான் பார்க்க விரும்பறேன். ப்ளீஸ் கம் வித் மீ......"

கபிலன் அவருடைய கையை விடாப்பிடியாய் பற்றிக்கொண்டு தன்னுடைய ஃப்ளாட்டுக்கு வந்து வெறுமனே சாத்தியிருந்த வாசல் கதவைத் தள்ளிக்கொண்டு உள்ளே போனான்.

ஃப்ளாட்டுக்குள் அசாத்திய நிசப்தம். ஏற்கனவே சந்திரசூடனும், கோபிகாவும் பேசிக்கொண்டு இருந்த

அறையை எட்டிப்பார்த்தான் கபிலன்.

அறையில் யாருமில்லை.

மனசுக்குள் ஒரு பயரேகை ஓட கபிலன் சுற்றும் முற்றும் பார்த்தான்.

‘இருவரும் எங்கே போனார்கள்?’

கபிலன் குழப்பமாய் யோசித்துக்கொண்டு இருக்கும்போதே அந்த அறையின் கார்னரில் இருந்த டாய்லட் கதவைத் திறந்தபடி சந்திரசூடன் வெளிப்பட்டார். ஆதிகேசவனைப் பார்த்ததும் முகம் மாறினார். ஈரக்கையை கர்ச்சீப்பால் துடைத்தபடி “கபிலன்..... ஸார் யாரு......?”

அவருடைய கேள்வியைப் பொருட்படுத்தாத கபிலன் சுற்றும் முற்றும் பார்த்துவிட்டு சந்திரசூடனை நெருங்கி கிசுகிசுப்பான குரலில் கேட்டான்.

“கோபிகா எங்கே ஸார் ?”

“அதோ ஃப்ளாட்டோட பின்பக்க சிட்அவுட்டில் உட்கார்ந்துகிட்டு போன் பேசிகிட்டிருக்கா. அஞ்சு நிமிஷமா பேசறா....”

“போன்ல யாரு?”

“அவளோட ஹஸ்பெண்ட்”

சந்திரசூடன் இப்படி சொன்னதும் கபிலனும், ஆதிகேசவனும் ஒரு அவசர பார்வை பார்த்துக் கொண்டார்கள்.

சந்திரசூடன் அவர்கள்இருவரும் பார்த்துக்கொண்ட பார்வையை ஒரு நொடிக்குள் கவனித்துவிட்டு கேட்டார்.

“என்ன ரெண்டு பேர் முகமும் சரியில்லையே .....?”

கபிலன் சில விநாடிகள் பேசத் தயங்கிவிட்டு குரலை வெகுவாய் தாழ்த்தினான்.

“ஸார்.... கோபிகாவுக்கு வெளியில் இருந்து போன் வந்ததா.... இல்லை கோபிகாவே யார்க்காவது போன் பண்ணினாளா .....?”

சந்திரசூடன் சில விநாடிகள் யோசித்துவிட்டு தலையை மையமாய் ஆட்டிக்கொண்டு சொன்னார்.

“வெளியில் இருந்து தான் போன் வந்ததாய் நினைக்கிறேன்”

“ஆர் யூ ஷ்யூர் ஸார் .....?”

சந்திரசூடன் கபிலனை ஒரு ஆச்சர்யப் பார்வையால் நனைத்தார்.

“ஏன் அப்படி கேட்கறீங்க.... நானும் கோபிகாவும் பேசிட்டு இருக்கும்போது அவ திடீர்ன்னு தன்னோட கையிலிருந்த செல்போனைப் பார்த்துட்டு லேசாய் சந்தோஷப்பட்டா. என்னைப் பார்த்து ‘ஸார்..... என்னோட ஹஸ்பண்ட் போன் பண்றார். ஒரு நிமிஷம் பேசிட்டு வந்துடறேன்’னு சொல்லிட்டு ஃப்ளாட்டுக்குப் பின்புறமாய் இருக்கிற சிட்அவுட்டுக்குப் போனா. கடந்த அஞ்சு நிமிஷ நேரமாய் பேசிட்டிருக்கா. இன்னும் பேச்சு முடியலை. இப்பத்தான் ரெஸ்ட்ரூம் போனேன். நீங்களும் வந்திட்டீங்க.... ஏன் என்ன விஷயம்.... ரெண்டு பேரும் டென்ஷனாய் தெரியறீங்க .....?”

கபிலன் ஆதிகேசவனை சுட்டிக்காட்டியபடி சொன்னான்.

“ஸார்..... இவர் கோபிகாவோட அப்பா. பேரு ஆதிகேசவன். சென்னை செக்ரட்ரியேட்டில் பெரிய போஸ்டிலிருந்துட்டு ரிடையரானவர். நான் இவ்வளவு நேரமும் மொட்டைமாடியில் இவர்கூடத்தான் பேசிட்டிருந்தேன். மார்வாடி ஃபேமிலிகிட்ட நான் பேசிட்டு இருந்ததாய் நான் சொன்னது பொய்”

“சரி.... இப்ப என்ன பிரச்சினை .....?”

“பிரச்சினையே கோபிகாதான் ஸார்”

“என்ன சொல்றீங்க .....?”

கபிலன் மெதுவாய் நடந்துபோய் ஃப்ளாட்டின் பின்புறமிருந்த சிட்அவுட் க்ரில்கேட் பக்கமாய் நின்று கொண்டு முதுகைக் காட்டியபடி பேசிக்கொண்டு இருந்த கோபிகாவை ஒரு பார்வை பார்த்துவிட்டு மறுபடியும் சந்திரசூடனிடம் வந்தான்.

“ஸார்.... நான் இப்போ கோபிகாவைப்பத்தி சொல்லப்போற விஷயம் உங்களுக்கு அதிர்ச்சியாய் இருக்கலாம். ஆனா அதுதான் உண்மை” என்று சொன்ன கபிலன் சற்றுமுன் ஆதிகேசவன் தன்னுடைய மகளைப்பற்றி சொன்ன ரெட்ரோக்ரேட் நோய், செலக்டிவ் அம்னீஷியா விவரங்களைச் சொல்ல சந்திரசூடனின் முகம் படிப்படியாய் நிறமிழந்து அதிர்ச்சிக்குப் போயிற்று. ஒரு பெருமூச்சோடு தலையசைத்தார்.

“கபிலன்...... நீங்க சொல்றதை என்னால நம்ப முடியலை.... ஒரு பொண்ணு ஒரு விஷயத்தைப்பத்தி எவ்வளவு தெளிவாய்ப் பேசணுமோ அந்த அளவுக்கு கோபிகா தெளிவோடும் கோர்வையான வார்த்தைகளோடும் பேசறா..... மனநலம் சரியில்லாத ஒரு பொண்ணால அவ்வளவு தெளிவாய் பேச முடியாது”

ஆதிகேசவன் சந்திரசூடனைப் பார்த்து தன்னுடைய இரண்டு கைகளையும் கூப்பினார்.

“ஸார்..... நீங்க ஒரு உண்மையைப் புரிஞ்சுக்கணும். கோபிகா மனநலம் சரியில்லாத பெண் கிடையாது. ஷி ஈஸ் ஏ ரெட்ரோக்ரேட் பேஷண்ட். உலகத்துல ஒரு லட்சம் பேர் இது மாதிரியான நோயால் பாதிக்கப்பட்டு இருக்காங்க. போன வருஷம் இறந்துபோன தன்னோட கணவர் இன்னமும் இருக்காங்கிற நினைப்போடு கோபிகா போன்ல பேசிட்டு இருக்கா.. அப்படி சிட்அவுட் ஓரமாய் போய் நின்னு அவ என்ன பேசறான்னு ஒரு நிமிஷம் கேட்டுப் பாருங்க”

சந்திரசூடன் ஆமோதிப்பதாய் தலையசைத்துவிட்டு சத்தம் எழாமல் நடந்துபோய் சிட்அவுட் சுவரோரமாய் நின்று கொள்ள, மறுபக்கம் இருந்த சிட்அவுட்டில் க்ரில் கம்பிகளுக்கு சாயந்தபடி கோபிகா செல்போனில் பேசிக்கொண்டிருந்தாள். பேச்சில் கொஞ்சல் கூடுதலாக இருந்தது.

“நான் இன்னிக்குக் காலையில எவ்வளவு கஷ்டப்பட்டு லஞ்ச் பண்ணிக்கொடுத்தேன். வெஜிடபிள் புலாவ், தக்காளித்தொக்கு, தயிர், சேமியா இந்த மூணுல நீங்க ஒண்ணைக்கூடத் தொட்டுப் பார்க்கலைன்னு நினைக்கிறேன்”

“......................” சில விநாடி நேர மௌனத்திற்கு பிறகு கோபிகா கோபமான குரலில் பேசினாள்.

“என்னது பசியில்லையா.....? காலையில ஆபீஸ் புறப்பட்டு போகும்போது மூணு இட்லிதானே சாப்பிட்டீங்க. அது எப்படி பசியில்லாமே போகும்.......? இன்னிக்கு சாயந்தரம் நீங்க ஆபீஸிலிருந்து வந்ததும் டாக்டர் சுந்தரேஸ்வரனைப் பார்க்கப்போறோம். அவர்தான் இன்னிக்கு சிட்டியில பெஸ்ட் காஸ்ட்ரோ டாக்டர். உங்களுக்கு பசி எடுக்காத

காரணத்தை ரெண்டு நிமிஷத்துல கண்டுபிடிச்சுடுவார்"

"......................................."

"இன்னிக்கு சாயந்தரம் ஆறு மணிக்கெல்லாம் நீங்க வீட்ல இருக்கணும். நான் இப்பவே டாக்டர்கிட்டே பேசி அப்பாய்ண்ட்மெண்ட் வாங்கிடறேன். அப்புறம் உங்ககிட்ட ஒரு விஷயம்.... இன்னிக்கு நம்ம அதிரா அபார்ட்மெண்ட்டுக்கு எனக்கு பிடிச்ச ஒருத்தர் திடீர்ன்னு விசிட் பண்ணியிருந்தார். யார்ன்னு உங்களால கெஸ் பண்ண முடியுதா .....?"

".." ஐந்து விநாடி அமைதி காத்த கோபிகா சிரித்தாள்.

"கண்டிப்பா உங்களால முடியாது..... அவர் யார்ன்னு நானே சொல்லிடறேன். நான் காலேஜ்ல படிக்கும்போது ஏசிபி சந்திரசூடன் எங்க காலேஜூக்கு வந்து ஒரு அருமையான மோட்டிவேஷனல் ஸ்பீச் கொடுத்தார்ன்னு சொல்லிட்டிருப்பேனே......? அவர் இன்னிக்கு நம்ம அபார்ட்மெண்ட்ல கே ப்ளாக் 427 வது ஃப்ளாட்டுக்கு வந்து இருந்தார். கூடவே அந்த ஃப்ளாட்டோட ஓனர் சன்னும் வந்திருந்தார். ஏசிபியை பார்த்ததுமே எனக்கு ஒரே சந்தோஷம். என்னோட அப்பாகிட்ட கூட சொல்லிக்காமே ஓடிப்போனேன். அவரைப் போய்ப் பார்த்தேன். நான் யாரு என்னாங்கிற விபரத்தைச் சொன்னதும் ரொம்பவும் சந்தோஷப்பட்டார்"

"......................................."

"என்ன பேசினேன்னு கேட்கறீங்களா....? நம்ம அதிரா அபார்ட்மெண்ட்ல கடந்த ஆறு வருஷ காலத்துல நடந்த அமானுஷ்யமான மரணங்களைப் பத்திச் சொன்னேன். அவரும் அந்த மரணங்கள் சம்பந்தமான விசாரணைக்காகதான் வந்திருக்காராம். ரொம்பவும் சந்தோஷமாய் இருந்தது"

"......................................."

சில விநாடிகள் கழித்து கோபிகா பேச்சைத் தொடர்ந்தாள். "இப்ப நீங்க என்ன சொன்னீங்க ? அது எனக்கு வேண்டாத வேலையா...? வர வர நீங்களும் மத்தவங்க மாதிரி பேச ஆரம்பிச்சுட்டீங்க... நம்ம அதிரா அபார்ட்மெண்ட்ல ஆறு

பேர் அடுத்தடுத்து இறந்து போனதை என்னால சாதாரண விஷயமா எடுத்துக்க முடியாது. ஏசிபிகிட்டே எனக்குத் தெரிஞ்ச எல்லா உண்மைகளையும் சொல்லப்போறேன்"

".."

"என்னது.... சொல்லக்கூடாதா.......? அப்படியெல்லாம் சொல்லாமே என்னால இருக்க முடியாதுங்க"

".."

கோபிகாவின் குரல் உயர்ந்தது. "நான் பேசறது உங்களுக்கு முட்டாள்தனமாய் படுதா.....? நான் முட்டாள்தாங்க... என்னை மெண்டல்ன்னு கூட சில பேர் சொல்றாங்க.... நீங்களும் என்னை மெண்டல்ன்னே சொல்லுங்க. நான் ஒண்ணும் கவலைப்படமாட்டேன். சாயந்தரம் வீட்டுக்கு வாங்க. உங்களைப் பேசிக்கிறேன். இப்ப போனை கட் பண்றேன்.... எனக்காக ஏசிபி உள்ளே காத்திட்டிருக்கார். அவரை காக்க வெச்சுட்டு உங்ககிட்ட பேசிட்டிருக்கிறது கொஞ்சம் கூட சரியில்லை" கோபிகா படபடவென்று பேசிவிட்டு செல்போனை இடுப்பில் சொருகிக்கொண்டு சிட்அவுட்டினின்றும் வெளிப்பட சுவரோரமாய் நின்றிருந்த சந்திரசூடன் அவளுக்கு முன்பாய் வந்து நின்று புன்முறுவல் பூத்தார்.

"என்னம்மா கோபிகா.... உன்னோட ஹஸ்பெண்ட் தனசேகர்கிட்டே இவ்வளவு கண்டிப்போட பேசறே..... தட்ஸ் குட் .... உன்னை மாதிரியே எல்லாப் பெண்களும் இருந்துட்டா...... " என்று பேசிக்கொண்டே போன சந்திரசூடனை ஒரு கோபப்பார்வை பார்த்தாள் கோபிகா.

சந்திரசூடன் பேச்சை நிறுத்திவிட்டு வியப்பாய் அவளை ஏறிட்டார்.

"என்னம்மா.... அப்படி பார்க்கிறே .....?"

"ஆமா ..... நீங்க யாரு .....?" கேட்ட கோபிகாவின் குரல் இப்போது மாறியிருந்தது.

14

சந்திரசூடன் கோபிகாவை இமைக்காமல் பார்த்துக்கொண்டு நிற்க கோபிகா மறுபடியும் கேட்டாள்.

"சொல்லுங்க நீங்க யார் ஸார் .....?"

சந்திரசூடன் ஒரு புன்முறுவலோடு சொன்னார். குரலில் சிரிப்பையும் கலந்து கொண்டார். "என்னம்மா கோபிகா..... அதுக்குள்ளே என்னை மறந்துட்டியா...... நான்தாம்மா சந்திரசூடன் அஸிஸ்டெண்ட் கமிஷனர் ஆஃப் போலீஸ்"

கோபிகாவின் உதட்டில் இப்போது சின்னதாய் ஒரு சிரிப்பு தொற்றியிருக்கக் கேட்டாள்.

"தெரியும் ஸார்..... ஒரு ஏசிபி இப்படித்தான் சுவரோரமாய் மறைஞ்சு நின்னுகிட்டு ஒரு பொண்ணு செல்போன்ல தன் புருஷனோடு பேசறதை ஒட்டு கேட்பாரா.......? உங்களுக்கு என் மேல என்ன ஸார் சந்தேகம்..? ஏதாவது சந்தேகம் இருந்தா நேரிடையாவே கேட்கலாமே .....?"

"சந்தேகமெல்லாம் ஒண்ணுமில்லேம்மா..... ஃப்ளாட்டுக்குள்ளே கொஞ்சம் புழுக்கமாய் இருந்தது. அதான் சிட்அவுட் பக்கம் போய் நின்னு காத்து வாங்கலாமேன்னு வந்தேன். நீ போன்ல பேசிட்டிருக்கிறதைப் பார்த்துட்டு அப்படி ஓரமாய் ஒதுங்கி நின்னேன். மத்தபடி நீ உன்னோட ஹஸ்பெண்ட்கிட்ட பேசறதை ஒட்டு கேக்கிறதுக்காக நான் மறைவாய் ஒளிஞ்சு நிக்கலை. நான் அப்படி நின்னது உன்னோட மனசுக்குத் தப்பாப்பட்டிருந்தா அயாம்

எக்ஸ்ட்ரீம்லி ஸாரி”

கோபிகா சிரித்தாள்.

“என்ன ஸார்.... இதுக்கெல்லாம் போய் ஸாரி கேட்கறீங்க.... அயாம் ஜஸ்ட் ப்ளேயிங் வித் யூ”

“இட்ஸ் ஓ.கே...... அவர்கிட்ட பேசி முடிக்க வேண்டியதை பேசிட்டியாம்மா .....?”

“ம்... பேசிட்டேன் ஸார்”

“ஏதாவது பிரச்சினையாம்மா ரொம்பவும் கோபமாய் பேசிட்டிருந்தே .....?”

“ஆமா ஸார்..... அவர் கொஞ்ச நாளாவே சரியில்லை... நேரத்துக்கு ஒழுங்கா சாப்பிடறதில்லை.... வாரத்துல ரெண்டு மூணு நாள் வீட்டுக்கு லேட்டா வர்றார். காரணம் கேட்டா சரியான பதில் இல்லை..... ஒரு நாளைக்கு அவரை உங்ககிட்டே கூட்டிட்டு வர்றேன் ஸார்...... கவுன்சிலிங் பண்ணுங்க”

“அவசியம் கூட்டிட்டு வாம்மா....... அவர்கிட்டே என்ன பிரச்சினை இருக்குன்னு கேட்டு தெரிஞ்சுக்கிறேன்... அப்புறம்.... இன்னொரு விஷயம்”

“என்ன ஸார்.....?”

“உன்னோட அப்பா உன்னைத் தேடிகிட்டு இங்கே வந்துட்டார்”

“என்னோட அப்பாவா .....?”

“ம்”

“எங்கே ஸார் .....?”

“அதோ முன்னாடி ரூம்ல கபிலன்கிட்ட உட்கார்ந்து உனக்காக வெயிட் பண்ணிட்டிருக்கார்”

கோபிகா வேகவேகமாய் நடந்து ஃப்ளாட்டின் முன்பக்கத்தை நோக்கிப் போனாள். ட்ராயிங் அறையில் ஒரு நாற்காலிக்கு சாய்ந்தபடி உட்கார்ந்திருந்த தன்னுடைய அப்பா ஆதிகேசவனைப் பார்த்து அவரருகே வந்து சில விநாடிகள் மௌனமாய் நின்று விட்டு சொன்னாள்.

“ஸாரிப்பா...... நம்ம அபார்ட்மெண்ட்டுக்குள்ளே வந்த ஏசிபி ஸாரைப் பார்த்ததும் எனக்கு கையும் ஓடலை. காலும்

ஓடலை. உங்ககிட்ட கூட ஒரு வார்த்தை சொல்லிக்காமே ஏதோ ஒரு வேகத்துல புறப்பட்டு வந்துட்டேன். ஏசிபி ஸார் நான் காலேஜ்ல படிச்சுட்டு இருக்கும்போது தமிழ் மன்றம் சார்பாய் வந்து ஒரு அருமையான ஸ்பீச் கொடுத்தார். அந்த ஸ்பீச் இந்த நிமிஷம் வரைக்கும் என்னோட மூளையில் அப்படியே கல்வெட்டு மாதிரி பதிஞ்சிருக்கு....."

ஆதிகேசவன் நாற்காலியினின்றும் எழுந்து வரவழைத்துக்கொண்ட புன்னகையோடு சொன்னார்.

"அவரைப் பார்த்து பேசிட்டியா .....?"

"பேசிட்டேன்ப்பா..... நம்ம அபார்ட்மெண்ட்ல நடந்த ஆறு அமானுஷ்ய மரணங்களைப்பத்தியும் சொல்லிட்டேன். அவரும் அது சம்பந்தமான விசாரணைக்காகத்தான் வந்து இருக்காராம்" பேசிக்கொண்டே போன கோபிகா சட்டென்று இடுப்பின் மறைவுக்கு கையைக்கொண்டு போய் செல்போனை எடுத்தாள். முகம் மாறினாள்.

செல்போனின் டிஸ்ப்ளேயைப் பார்த்தவள் தன் இடது கை முன் விரல்களால் நெற்றியை லேசாய்த் தட்டிக்கொண்டாள்.

"இவரை என்ன பண்றது.... இப்பத்தான் போன் பண்ணி அஞ்சு நிமிஷம் ஆச்சு. மறுபடியும் போன் .....?"

ஆதிகேசவன் கேட்டார். "போன்ல யாரம்மா .....?"

"வேற யாரு உங்க மாப்பிள்ளைதான்" என்று சொன்னவள் போனை காதுக்கு கொடுத்தாள்.

சந்திரசூடன், ஆதிகேசவன், கபிலன் மூன்று பேரும் ஒருவரையொருவர் குழப்பமான முகங்களோடு பார்த்துக்கொண்டார்கள்.

கோபிகா சற்றே தள்ளிப்போய் பேசினாலும் அவள் பேசுவது மற்றவர்களின் செவிகளில் விழுந்தது.

"என்னது..... ஆபீஸுக்கு அரைநாள் லீவு போட்டுட்டு வீட்டுக்கு வர்றீங்களா .....?"

".."

"எதுக்கு வர்றீங்க?"

".."

"காரணத்தை வந்து சொல்றீங்களா.....?"

"....................................."

"ஏன் போன்லயே சொல்லக்கூடாதா.....?"

"....................................."

"சரி வாங்க..... வரும்போது நான் குடுத்து அனுப்பிச்ச லஞ்ச்சை மிச்சம் மீதி வெக்காமே சாப்ட்டுட்டு வாங்க. அப்பத்தான் நான் உங்ககிட்ட பேசுவேன்"

"....................................."

"சரி.... சரி.... வாங்க..... வீட்டுக்கு வர்றதுன்னு முடிவு பண்ணிட்டீங்க..... அப்புறம் என்ன ..... வாங்க வீட்ல வெயிட் பண்றேன்"

செல்போனில் பேச்சை முடித்துக்கொண்ட கோபிகா சந்திரசூடனிடம் வந்தாள்.

"ஸாரி ஸார்.... நான் உடனடியாய் வீட்டுக்கு கிளம்பணும். என்னோட ஹஸ்பெண்ட் ஆபீஸிலிருந்து திடீர்ன்னு புறப்பட்டு வர்றார். அவர் எப்பவுமே இப்படித்தான் நினைச்சா லீவு போட்டுட்டு வீட்டுக்கு வந்துடுவார்...."

"அதனால் என்ன போயிட்டு வாம்மா.... நான் உங்க அப்பாகிட்டே பேசிட்டிருக்கேன்"

கோபிகா ஆதிகேசவனிடம் திரும்பினாள். "அப்பா.... வீட்டை பூட்டிட்டுதானே வந்தீங்க .....?"

"பின்னே பூட்டாமலா வருவாங்க .....?"

"சாவியைக் கொடுங்கப்பா"

ஆதிகேசவன் சாவியை எடுத்துக் கொடுக்க, கோபிகா வாங்கிக்கொண்டு சந்திரசூடனைப் பார்த்தாள்.

"ஸார்..... இந்த அதிரா அபார்ட்மெண்ட்டைப் பத்தி நான் சொன்னதையெல்லாம் மறந்துடாதீங்க. இன்வால்வ்மெண்ட்டோடு கூடிய ஒரு டீப் என்கொயரியை நீங்க நடத்தினா மட்டும்தான் எல்லா உண்மைகளும் வெளியே வந்து வரிசை கட்டி நிக்கும். பை த பை உங்க செல்போன் நெம்பரை எனக்குக் கொடுக்க முடியுமா ஸார் .....?"

"நோட் பண்ணிக்குங்க." நம்பரைச் சொன்னார்.

"ஏதாவது முக்கியமான விஷயமாய் இருந்தா மட்டும்தான் உங்களைக் கூப்பிடுவேன். டிஸ்டர்ப்பா நினைக்காதீங்க"

சந்திரசூடன் சிரித்தார்.

"நீ எப்ப வேணும்ன்னாலும் எந்த நேரமாய் இருந்தாலும் சரி எனக்கு போன் பண்ணும்மா... நான் அந்த விநாடியே போனை அட்டெண்ட் பண்றேன்"

"தேங்க்யூ ஸார்....! அப்பாகிட்டே பேசிட்டிருங்க. அவரும் இந்த அபார்ட்மெண்ட்டைப் பத்தி நிறைய சொல்வார்"

கோபிகா பேசிக்கொண்டே தலையசைப்பால் மூவரிடமும் விடைபெற்றுக் கொண்டு வெளியேறினாள்.

அவள் போய் அரை நிமிட நேரம் வரை மௌனம் காத்த சந்திரசூடன் ஆதிகேசவனிடம் திரும்பினார்.

"என்ன ஸார்...... நீங்க உங்க டாட்டர் கோபிகாவை ரெட்ரோக்ரேட் பேஷண்ட்ன்னு சொல்றீங்க. செலக்டிவ் அம்னீஷியா என்கிற வார்த்தையையும் மென்ஷன் பண்றீங்க. ஆனா கோபிகா பேசறதைப் பார்த்தா அது மாதிரி நினைக்கத் தோணலையே .....?"

ஆதிகேசவன் உஷ்ணமாய் பெருமூச்சொன்றை வெளியேற்றிவிட்டு சொன்னார்.

"ஸார்..... எனக்கும் இதே ஆச்சர்யம்தான். இப்ப இறந்துபோன கணவனை உயிரோட இருக்கிறதாய் நினைச்சுட்டு அவ செல்போன்ல பேசறதும், வீட்டுக்குள்ளே நடந்துக்கிறதும், ராத்திரி நேரத்துல கூட சிலசமயம் அவளோட படுக்கை அறைவிலிருந்து பேச்சுக்குரல் கேட்கிறதும் எனக்கு பழகிப்போன விஷயங்கள். நல்லவேளையா என்னோட ஒய்ஃப் உயிரோடு இல்லை. இருந்திருந்தா அவ படற வேதனையும் எனக்கு ஒரு பெரிய பாரமாய் இருந்திருக்கும்"

அதுவரை பேசாமல் இருந்த கபிலன் இப்போது குறுக்கிட்டு கேட்டான்.

"கோபிகா இன்னமும் சைக்யாட்ரிஸ்ட் ட்ரீட்மெண்ட் எடுத்துகிட்டு இருக்காளா.....?"

"இப்ப இல்லை..... ஆனா ட்ரீட்மெண்ட் கொடுத்துட்டிருந்த எல்லா டாக்டர்களும் சொன்ன ஒரே பதில். என்னிக்காவது ஒரு நாள் கோபிகா தன்னோட பழைய நிலைமைக்குத் திரும்பலாம். ஆனா அதனோட சக்சஸ் ரேட் பத்து சதவீதம்தான்"

அறையில் சில விநாடிகள் வேண்டாத கனத்த நிசப்தம் நிலவ அதைக் கலைத்தார் சந்திரசூடன்.

"மிஸ்டர் ஆதிகேசவன்...... திஸ் ஈஸ் ஹைலி பேதட்டிக் அண்ட் அன்ஃபார்ச்சுனேட். உலகத்தில் இருக்கிற எந்த ஒரு அப்பாவுக்கும் இதுமாதிரியான நிலைமை வரக்கூடாது. எனி ஹௌ வீ ஹேவ் டூ ஃபேஸ் த ப்ராப்ளம்ஸ். நான் இந்த அதிரா அபார்ட்மெண்ட்டுக்கு வந்தது வேற ஒரு விசாரணைக்காக. ஆனா இந்த அபார்ட்மெண்ட்ல மர்மமான மரணங்கள் ஆறு நடந்திருக்கு. இந்த ஆறு பேரோட மரணங்களைப்பத்தி நீங்க என்ன நினைக்கிறீங்க .....?"

"ஸார்..... நான் இப்ப சொல்லப் போற ஒரு விஷயம் உங்களுக்கு ஆச்சர்யமாய் இருக்கும்"

"என்ன .....?"

"என்னோட மாப்பிள்ளை தனசேகரைத் தவிர மத்த அஞ்சு பேரும் இதே அதிரா அபார்ட்மெண்ட்ல எந்த ஃப்ளாட்ல தங்கியிருந்தாங்கன்னு தெரியுமா.....?"

"எங்கே .....?"

"ஃப்ளாட் நெம்பர் 144"

15

சந்திரசூடனின் அகன்ற முகத்தில் வியப்பு வரிகள் ஓடி மறைந்தன. ஆதிகேசவனை ஒரு குழப்பத்தோடு ஏறிட்டார்.

"என்ன சொன்னீங்க....ஃப்ளாட் நெம்பர் 144ஆ .....?"

"ஆமா......"

"ஒண்ணா தங்கியிருந்தாங்களா .....?"

"ஒண்ணா எப்படி ஸார் தங்க முடியும்.......? வருஷத்துக்கு ஒருத்தர் போய் தங்கியிருக்காங்க. முதல் மரணம் டி.வி. நடிகை சொர்ணரேகா இறந்து போன அடுத்த மூணு மாசத்திலேயே ஒரு புரோக்கர் மூலமா ஏர்ஹோஸ்டஸா வேலை பார்க்கிற தர்ஷினி அந்த ஃப்ளாட்டுக்கு வந்தா. சொர்ணரேகா மரணம் இயற்கையான மரணம்ன்னு தெரிஞ்சுதால அங்கே தைரியமா ஸ்டே பண்ணினா. அதுவும் இல்லாமே அந்தப் பொண்ணு வாரத்துக்கு ஒரு தடவை சனி,ஞாயிறு வருவா.

ரெண்டு மூணு ஃப்ரண்ட்ஸ் இருப்பாங்க. பேச்சும் சிரிப்புச் சத்தமும் தூக்கலாய் இருக்கும். அந்தப் பொண்ணுக்கு அப்பா,அம்மா கிடையாது. ரொம்பவும் ஜோவியல் டைப். இந்த அபார்ட்மெண்ட்ல இருக்கிற எல்லா குழந்தைகளோட பெயர்களும் அத்துப்படி. வெளிநாடுகளில் இருந்து வாங்கிட்டு வர்ற சாக்லேட்களை அந்தப் பொண்ணு அள்ளி அள்ளி தர்றதைப் பார்க்கும் போது ரொம்பவும் சந்தோஷமாய் இருக்கும். கல்யாணம் பண்ணிகிட்டு

நல்லபடியாய் வாழ வேண்டிய பொண்ணு"

சந்திரசூடன் குறுக்கிட்டு கேட்டார்.

"தர்ஷினியோட மரணம் ஏற்பட்டது ராத்திரி நேரத்திலயா.... இல்லை பகல் நேரத்துலயா.....?"

"பகல் நேரத்துலதான். அன்னிக்கு ஞாயிற்றுக்கிழமை. அந்தப் பொண்ணுக்கு வீக் ஆஃப். காலையில் பத்து மணி சுமார்க்கு டி.வியில கிரிக்கெட் மேட்ச் பார்த்துட்டு இருந்திருக்கா. மேட்ச்சைக் கைதட்டி ரசிச்சு பார்த்துகிட்டு இருக்கும்போதே சோபாவில் மயங்கி விழுந்திருக்கா"

"தர்ஷினி மயங்கி விழுந்ததைப் பார்த்தது யாரு .....?"

"வீட்டை சுத்தம் பண்ணிட்டிருந்த வேலைக்காரி. அவ சத்தம் போட்டு கத்தவும்தான் விஷயம் பக்கத்து ஃப்ளாட்காரங்களுக்கு தெரிஞ்சுது......"

"சரி.... தர்ஷினி இறந்த பிறகு அந்தப் ஃப்ளாட்டுக்கு குடிவந்தது தமிழ்ப் பேராசிரியை நப்பின்னைன்னு சொன்னீங்க. தர்ஷினியோட மரணத்துக்குப் பின்னாடி ஒரு சில மாசம் அந்த ஃப்ளாட் காலியாய் இருந்திருக்கலாம். அந்த ஃப்ளாட்டுக்கு நப்பின்னை குடிவந்தப்ப அவங்ககிட்ட இந்த ஃப்ளாட்ல குடியிருந்த ரெண்டு பெண்கள் அடுத்தடுத்து இறந்து போனதைப் பத்தி அவங்ககிட்ட சொன்னீங்களா.....?"

"எஸ்.... சொன்னோம்... அப்ப இந்த அபார்ட்மெண்ட் அஸ்ஸோஷியேனுக்கு ஒரு வெல்ஃபேர் க்ரூப் இருந்தது. கமிட்டி மெம்பர்ஸ் மொத்தம் 14 பேர். எல்லாரும் நல்லாப் படிச்சவங்க. அந்த க்ரூப்போட தலைவர் ஒரு எக்ஸ்-சர்வீஸ்மேன். ராணுவத்தில் ஒரு நல்ல போஸ்டில் இருந்துட்டு ரிடையராகி இந்த அபார்ட்மெண்டில் ஃப்ளாட்டை வாங்கி இந்த ஏரியாவிலேயே இருந்து ஓய்வெடுக்க நினைச்சவர்"

"அவரோட பேர் என்ன.....?"

"ராவ்டே பிந்தர்"

"ஆறு வருஷமாய் இந்த அபார்ட்மெண்ட்டிலதான் இருக்காரா .....?"

"ஆமா ....."

"அந்த ராவ்டே பிந்தர்தான் நப்பின்னைக்கு ஃப்ளாட்

நெம்பர் 144க்கு குடி போக வேண்டாம்ன்னு அட்வைஸ் பண்ணினார்"

"அவர் சொன்ன புத்திமதிக்கு நப்பின்னையோட ரியாக்சன் என்ன.....?"

"நப்பின்னை காட்டிய ரியாக்சன் வித்தியாசமாய் இருந்தது"

"என்ன வித்தியாசம் .....?"

"அந்த அம்மா தன்னோட மணிபர்ஸில் வைச்சிருந்த பெரியார் படத்தை எடுத்து காட்டி...'எங்க ஒட்டு மொத்த குடும்பமும், ஐந்தாறு தலைமுறைகளாய் பெரியார் கொள்கை வழி வந்தவங்க. எந்த மதத்தையும் சாமியையும் நம்பாதவங்க. நல்ல நேரம், கெட்ட நேரம் போன்ற விஷயங்களிலும் சரி எங்களுக்கு நம்பிக்கையில்லை.

இந்த 144 நெம்பர் ஃப்ளாட்டில் இரண்டு பெண்களோட மரணங்கள் நடந்து இருக்கிறதாகவும், நடந்த அந்த ரெண்டு மரணங்களுமே இயற்கையான முறையில் நிகழ்ந்தவைன்னும் நீங்களே சொன்னீங்க. எனக்கு நீங்க சொன்ன இதுவே எனக்குப் போதுமானது. ஒருவேளை அந்த மரணங்கள் கொலைகளாய் இருந்து போலீஸ் புலன்விசாரணை நடந்துகிட்டு இருந்தாலும் கூட பரவாயில்லை.

அதையெல்லாம் பார்த்து பயப்படறவ இந்த நப்பின்னை கிடையாது. இந்த ஃப்ளாட்ல தங்கறதா முடிவு பண்ணி ஃப்ளாட் ஓனர்க்கு அட்வான்ஸ் அமௌண்டை நேத்து காலையிலேயே ட்ரான்ஸ்ஃபர் பண்ணிட்டேன். இன்னிக்கு சாயந்தரம் ஆறு மணிக்கு மேல நான் இந்த வீட்டுக்கு குடி வர்றேன். பால் காய்ச்சற பத்தாம் பசலி வழக்கமெல்லாம் எனக்குக் கிடையாது. வீட்டுக்கு வந்து ஒரு டீ போட்டு சாப்டுட்டு டி.வி. பார்ப்பேன்னு சொன்னா.' நாங்க எவ்வளவு எடுத்துச் சொல்லியும் நப்பின்னை பிடிவாதமாய் இருக்கவே அதுக்கப்புறம் நாங்க அவளை வற்புறுத்தறதை விட்டுட்டோம்"

சந்திரசூடன் இடைமறித்துக் கேட்டார்.

"அந்த 144 ஃப்ளாட் யார்க்குச் சொந்தம் .....?"

"அவர் பேரு கன்ஷிராம். பூர்வீகம் நாக்பூர். ஆரம்ப காலத்துல சென்னையில் புரோக்கராய் இருந்தவர். சினிமா

நடிகர் நடிகைகளுக்கு பெரிய பெரிய சொத்துக்களை வாங்கிக் கொடுத்து லட்சக்கணக்கில் கமிஷன் வாங்கினார். அந்த கமிஷனை வெச்சு தானும் சில நிலங்களை வாங்கி அங்கே வாடகைக்கு வீடுகளைக் கட்டினார். கடந்த 15 வருஷ காலத்துல மனுஷன் ஒரு நல்ல நிலைமைக்கு போயிட்டார். சென்னையைச் சுத்தி சுத்தி கட்டின வீடுகளிலிருந்து இன்னிக்கு மாசம் பத்து லட்சம் ரூபாய்க்கு மேலே வாடகை வாங்கறார்"

"இங்கே அவர் வர்றது உண்டா ..... ?"

"ரொம்பவும் ரேர். கடந்த ஆறு வருஷ காலத்துல ரெண்டு அல்லது மூணு தடவைப் பார்த்திருப்பேன்"

"ஃப்ளாட்ல இப்படியொரு பிரச்சினை இருக்கிறது அவர்க்குத் தெரியுமா ...?"

"தெரியும்"

"அதுக்கு அவர் என்ன பதில் சொல்றார் ..... ?"

"அது ஒரு பிரச்சினையே இல்லையேன்னு சொல்றார். இந்த உலகத்துல யார் பிறந்தாலும் என்னிக்காவது ஒரு நாள் அவங்க இறந்து போக வேண்டியவங்கதான். என்னோட ஃப்ளாட்ல வந்து தங்கினவங்களுக்கு உடம்பு ரீதியாய் எவ்வளவோ பிரச்சினைகள் இருந்து இருக்கலாம். ஃப்ளாட் வாங்கின புதுசுல நான் கூட ஒரு மூணு மாசம் தங்கியிருந்துட்டுதான் என்னோட பழைய வீட்டுக்கு மறுபடியும் குடி போனேன்.

நான் ஃப்ளாட்ல இருந்த மூணு மாசத்துல திருநின்றவூரில் ரெண்டு ஏக்கர் நிலம் வாங்கினேன். மயிலாப்பூரில் ஒரு பங்களா வாங்கினேன். என்னைப் பொறுத்தவரைக்கும் இது ரொம்பவும் ராசியான ஃப்ளாட் ஸார் இதுன்னு சொல்லி எங்களோட வாயை அடைச்சுட்டார்"

ஆதிகேசவனின் பேச்சை செவிமடுத்துவிட்டு சில விநாடி நேரம் மௌனமாய் இருந்த சந்திரசூடன் தொண்டையை செருமிவிட்டு சற்றே கவலையான குரலில் கேட்டார்.

"நப்பின்னை அந்த ஃப்ளாட்டுக்கு குடிவந்த பிறகு எத்தனை மாசம் உயிரோட இருந்தாங்க.....?"

"சரியா நாலு மாசம். விடியற்காலையில் யாரையோ எக்மோர் ஸ்டேஷன்ல ரிஸீவ் பண்றதுக்காக அலாரம் வெச்சு

சீக்கிரம் எந்திரிச்சு குளிச்சுட்டு அறையைப் பூட்டிகிட்டு வெளியே வந்து இருக்காங்க. பேஸ்மென்ட் பார்க்கிங் போகிறதுக்காக லிஃப்ட் பட்டனை அழுத்திட்டு காத்திட்டு இருக்கும்போது தலை சுத்தி கீழே விழுந்துட்டாங்க. அதுக்கப்புறம் உடம்புல ஒரு அசைவில்லை”

“இது உங்களுக்கு எப்படி தெரிஞ்சுது .....?”

“அந்தப் பகுதியில் பொருத்தப்பட்டிருந்த சி.சி.டி.வி. கேமிராக்களில் தெளிவாய் பதிவாகியிருந்துச்சு. இந்தச் சம்பவங்கள் எல்லாம் நடக்கும்போது இங்கே சி.சி. டி.வி. கேமிராக்கள் பொருத்தப்பட்டிருந்தது ஸார். அதுக்கப்புறம்தான் பராமரிப்பும், சரியான ஆப்ரேட்டரும் இல்லாமே போனதால அது ஃபங்க்சன் ஆகலை”

கபிலன் தயங்கியபடி சொல்ல சந்திரசூடன் எரிச்சலான குரலில் கத்தினார்.

“ஒரு அபார்ட்மெண்ட்ல இவ்வளவு மோசமான விஷயங்கள் நடந்துட்டிருக்கும்போதுதான் லேட்டஸ்டான சி.சி.டி.வி. காமிராக்கள் பொருத்தப்பட்டு என்ன நடக்குதுன்னு பார்த்து இருக்கணும். ஆனா எல்லாரும் சேர்ந்து ஒரு அபார்ட்மெண்ட்டையே நாசம் பண்ணி வெச்சிருக்கீங்க.....? இங்கே இருக்கிறவங்க எல்லாருமே படிச்சவங்கதானே .....?”

“மோஸ்ட் ப்ராப்பலி படிச்சவங்கதான். ஆனா இங்கே இருக்கிறவங்ககிட்டே ஈகோ அதிகம் ஸார். ஒற்றுமை கிடையாது”

“அந்த ஒற்றுமையில்லாமே போனதுக்கு காரணமே அவங்க படிச்சதுதான்.... நாலு எழுத்து படிச்சுட்டு ஒரு நல்ல வேலையில போய் உட்கார்ந்துட்டா போதும். நாட்டுக்கே ஜனாதிபதியாயிட்ட மாதிரி ஒரு தலைக்கனம்”

ஆதிகேசவனும், கபிலனும் எதுவும் பேசாமல் தலைகளைத் தாழ்த்திக் கொண்டு நிற்க, சந்திரசூடன் அந்த அறையில் கோபமாய் ஒரு நடை போட்டு விட்டு பெருமூச்சோடு கேசவமூர்த்தியை நெருங்கினார்.

“அந்த 144 நெம்பர் ஃப்ளாட்டுக்கு நாலாவதா குடிவந்த பொண்ணோட பேர் என்ன .....?”

“வான்மதி ஸார்”

“ஒர்க்கிங் உமனா .....?”

“ஆமா ஸார்”

“எங்கே .....?”

“ஒரு ஐ.டி. கம்பெனியில்”

“கம்பெனியோட பேர்?”

“தெரியலை ஸார்”

“அந்தப் பொண்ணு வான்மதியோட ஃபேமிலி பேக் க்ரவுண்ட் பத்தி ஏதாவது தெரியுமா .....?”

“கிராமத்து பொண்ணுன்னு கேள்விப்பட்டிருக்கேன்”

“சரி..... அந்தப் பொண்ணு வான்மதி ஃப்ளாட் 144க்கு குடிவந்து எத்தனை மாசம் உயிரோடு இருந்தா .....?”

“இறந்துபோன பொண்ணுங்களேயே அவதான் அதிக நாட்கள் உயிரோடு இருந்தா ஸார். கிட்டதட்ட ஒன்பது மாசம். இன்னும் ஒரே ஒரு நாள் மட்டும் உயிரோட இருந்திருந்தா வான்மதி அபார்ட்மெண்டை விட்டு பத்திரமா வெளியே போயிருப்பா”

“என்ன சொல்றீங்க?”

“ஆமா ஸார்.... வான்மதி ஏப்ரல் 30ம் தேதி அதிரா அபார்ட்மெண்ட் 144 ஃப்ளாட்டை காலி பண்ணிட்டு அடுத்த நாள் மே மாசம் ஒண்ணாம்தேதி திருவெற்றியூர்ல இருக்கிற வேற ஒரு அபார்ட்மெண்ட்டுக்கு குடிபோக முடிவு பண்ணி, சாமான்களை எல்லாம் லாரியில அனுப்பிட்டு இவளும் டாக்ஸியில் புறப்பட்டுப்போக தயார் பண்ணிட்டிருந்தா. அடுத்த ஒரு மணி நேரத்துல டாக்ஸி வரும்ன்னு சொன்னதாலே சிட்அவுட்டில் உட்கார்ந்து வெயிட் பண்ணிகிட்டே செல்போன்ல பேசிட்டிருந்தா. வாசல்ல டாக்ஸி வந்து நின்னப்ப வான்மதி உயிரோட இல்லை. தரையில் மல்லாந்து விழுந்து உயிரை விட்டிருந்தா. மத்தவங்க இறந்த மாதிரியே நேச்சுரல் டெத். அந்த கொஞ்ச நேரத்துக்குள்ளே என்ன நடந்ததுன்னு இதுவரைக்கும் மர்மமாவே இருக்கு ஸார்”

சந்திரசூடன் முதல் தடவையாக நிலை தடுமாறி வியர்த்த முகமாய் அருகில் இருந்த நாற்காலியில் உட்கார்ந்தார்.

16

சந்திரசூடன் சில விநாடிகள் யோசிப்பாய் இருந்துவிட்டு அதிர்ச்சி விலகாத முகத்தோடு ஆதிகேசவனை ஏறிட்டார்.

"வான்மதியோட மரணமும் கார்டியோ வேஸ்குலார் அரஸ்ட் என்கிற மெடிக்கல் டிஸ்ஆர்டர் வகையைச் சேர்ந்ததுதானா .....?"

"ஆமா.......ஸார்"

"சரி, அதுக்கப்புறம் அந்த ரியல் எஸ்டேட் ஓனர் அன்வர் அலி இந்த 144 ஃப்ளாட்டுக்கு எப்போ குடி வந்தார் .....?"

"அடுத்த மூணுமாசத்துக்குள்ள அன்வர் அலி அந்த ஃப்ளாட்டுக்கு வந்து ஆர்ப்பாட்டமாய் வித்தியாசமான பூஜைகள் சிலவற்றை பண்ணினார். ஏதோ ஒரு தர்ஹாவிலிருந்து இஸ்லாமிய பெரியவர் ஒருத்தரைக் கூட்டிட்டு வந்து நடுராத்திரியில் ஃப்ளாட் பூராவும் சாம்பிராணிப் புகையைப் போட்டு மயிலிறகு தோரணங்கள் கட்டி பூஜை போட்டார். அடுத்த நாள் மத்தியானம் கிடா வெட்டி தன்னோட நண்பர்களுக்கும் சொந்தக்காரங்களுக்கும் கறி பிரியாணி விருந்து போட்டார்."

"பூஜைக்கும் விருந்துக்கும் இங்கே இருக்கிற அபார்ட்மெண்ட்வாசிகளைக் கூப்பிட்டாரா அன்வர் அலி.....?"

"ம்.... கூப்பிட்டார்.... ஆனா யாரும் போகலை. வெல்ஃபேர் அஸ்ஸோசியேஷன் தலைவர் ராவ்டே பிந்தர் மட்டும் அன்னிக்கு சாயந்தரம் 144 ஃப்ளாட்டுக்குப் போய் அன்வர்

அலியைப் பார்த்து பேசியிருக்கார். அன்வர் அலி அந்த ஃப்ளாட்டில் நாலு பெண்கள் இறந்து போனது பத்தி ஒரு பெரிய விஷயமாவே எடுத்துக்கலை. அப்படியே அது ஒரு அமானுஷ்யமான விவகாரமாய் இருந்தாலும் தான் செஞ்ச பூஜைகள் அதையெல்லாம் சுத்தம் பண்ணிடும்ன்னு சொல்லியிருக்கார். ராவ்டே பிந்தரும் இந்த ஃப்ளாட்ல தங்கறது அவ்வளவு சரியில்லை. கூடிய சீக்கிரமே வேற ஒரு ஃப்ளாட்டுக்கு குடி போயிடறது பெட்டர்ன்னு சொல்லியிருக்கார். அதுக்கு அன்வர் அலி சிரிச்சுகிட்டே என்ன சொன்னார் தெரியுமா ஸார்.....?"

"என்ன சொன்னார் .....?"

"அவரோட ஜாதகப்படி அவர்க்கு வயசு தொன்னூத்தி அஞ்சாம். தொன்னூறு வயசு வரைக்கும் எந்த வியாதியோ, எந்த ஒரு விபத்தோ அவர்க்கு வராதாம். இந்த அதிரா அபார்ட்மெண்டிலேயே அதிக நாள் உயிர் வாழப் போற நபர் நான் ஒருவனாத்தான் இருக்கமுடியும்ன்னு அன்வர் அலி சொல்லியிருக்கார். அதுவும் இல்லாமே அவர் இன்னொரு விஷயத்தையும் குறிப்பிட்டிருக்கார்"

"என்ன......?"

"இந்த குறிப்பிட்ட ஃப்ளாட் நெம்பர் 144 எண்கணித விதிப்படி அதாவது நியூமராலஜிகல் விதிப்படி ஒரு விபரீதமான எண். ஒரு வகையில் பார்த்தா யோக எண். இந்த ஃப்ளாட்டில் வந்து தங்கற நபர்களுக்கு ஏத்தமாதிரி தன்னோட குணாதிசயங்களை மாற்றிக்கொள்ளுமாம் அந்த 144 நம்பர்"

"பேத்தல்" என்றார் சந்திரசூடன்.

"அப்படி சொல்லாதீங்க ஸார்.... எனக்கும் இந்த ஜாதகம், ஜோதிடம், கைரேகை, நியூமராலஜி மாதிரியான விஷயங்களில் கொஞ்சம் கூட நம்பிக்கையில்லாமே இருந்தது. ஆனா சில வருஷங்களுக்கு முன்னாடி நான் வைத்தீஸ்வரன் கோயிலுக்குப் போயிருந்தபோது கோவில் வளாகத்துல ஒரு பெரியவரைப் பார்த்தேன்.

கோவில்ல அன்னிக்கு சரியான கூட்டம். உட்கார எங்கேயும் இடமில்லாததால் பெரியவர்க்கு பக்கத்துல இருக்கிற ஒரு சின்ன இடைவெளி இடத்துல போய் உட்கார்ந்தேன். பெரியவர் இன்னமும் கொஞ்சம் நகர்ந்து இடம் கொடுத்துக்கிட்டே 'நல்லா வசதியா உட்காருங்கனு

சொன்னார்.. நானும் உட்கார்ந்தேன்"

சந்திரசூடன் மெல்லச் சிரித்தார்.

"அந்த பெரியவர் உடனே உங்களுக்கு ஜோஸியம் சொல்ல ஆரம்பிச்சுட்டாரா.....?"

"அவர் சொன்னது ஜோஸியம் மாதிரி இல்லை ?"

"அப்புறம்..... ?"

"என்னைப் பார்த்ததும் வெளியூரான்னு கேட்டார். நான் ஆமான்னு சொன்னதும் ரொம்பவும் குழப்பத்தோடு கோயிலுக்கு வந்து இருக்கீங்க போலிருக்கு. என்ன பிரச்சினைன்னு கேட்டார்.

நான் உடனே என்னோட பொண்ணு கோபிகாவோட ஜாதகம் எந்த வரனுக்கும் பொருந்தி வரமாட்டேங்குது. கல்யாணமாகறதே கஷ்டம்ன்னு எல்லா ஜோஸியகாரங்களும் சொல்லிட்டாங்க. ஒரே ஒரு ஜோஸியர் மட்டும் வைத்தீஸ்வரன் கோயிலுக்குப் போயிட்டு வாங்க. எல்லாம் சரியாயிடும்ன்னு சொன்னார். நானும் பொண்ணுக்கு கல்யாணம் நடக்கணுமேங்கிற கவலையில கோயிலுக்கு வந்தேன்னு சொன்னேன்.

அதுக்கு அவர் உங்க பொண்ணுக்கு கல்யாணமாகும். அப்படி கல்யாணம் நடந்த பிறகு அவளுக்கு அது ஒரு வித்தியாசமான வாழ்க்கையாய் இருக்கும்ன்னு சொன்னார். நான் குழப்பத்தோடு அது என்ன வித்தியாசமான வாழ்க்கைன்னு கேட்டேன். அதுக்கு அவர் என்னோட மனசுக்குப்பட்டதை சொன்னேன். அவ்வளவுதான்னுட்டார். நானும் கோபிகாவுக்கு கல்யாணமானா போதும்ங்கிற எண்ணத்துல மேற்கொண்டு அவர்கிட்ட வற்புறுத்தி கேட்கலை"

சந்திரசூடன் தன் குரலில் கலந்திருந்த கேலி குறையாமல் கேட்டார்.

"அதுக்கப்புறம் அவர் ஏதும் சொல்லலையா..... ?"

"சொன்னார்"

"என்ன?"

"இப்ப இருக்கிற இடத்தை விட்டுட்டு வேற ஒரு இடத்துக்கு குடிபோற எண்ணம் வேண்டாம். மீறிப்போனா தேவையில்லாத பிரச்சினைகளை சந்திக்க

வேண்டியிருக்கும்ன்னு சொன்னார். அன்னிக்கு அவர் சொன்னதையெல்லாம் நான் அவ்வளவு சீரியஸாய் எடுத்துக்கொள்ளாததின் விளைவை இப்ப நானும் என்னோட பொண்ணும் அனுபவிச்சுட்டு இருக்கோம். நாங்க இந்த ஃப்ளாட்டுக்கு வந்திருக்க கூடாது ”

“சரி.... அன்வர் அலி ஃப்ளாட் நெம்பர் 144 எண் பத்தி சொல்லும்போது அது ஒரு விபரீதமான எண்ன்னு சொன்னதாய் குறிப்பிட்டீங்க. அது எப்படீன்னு சொல்ல முடியுமா ..... ?”

ஆதிகேசவன் சில விநாடிகள் மௌனமாய் இருந்துவிட்டு பேச ஆரம்பித்தார்.

“ஸார்.... 144 ன்னோட கூட்டுத்தொகை ஒன்பது. எண் கணிதப்படி 9ம் எண் நல்ல எண். மேன்மைத்தரக்கூடியது. ஆனா அந்த கூட்டுத்தொகை வந்ததற்கான எண்கள் சரியில்லை. எண் 1 சூரியனுக்குரியது. எண் 4 ராகுவுக்கு உரியது. அதுவும் 144ல் ரெண்டு நான்குகள். ராகு சூரியன் பகை கிரகங்கள். இதன் கூட்டுத்தொகையான 9 எண் செவ்வாய்க்குரியது. செவ்வாய் கிரகம் ரத்தம் சம்பந்தப்பட்ட கிரகம். எதிர்பாராத ரத்த இழப்பு, மரணங்களுக்கு செவ்வாய் காரணமாய் இருக்கிறதால........”ஆதிகேசவன் பேசப்பேச சந்திரசூடன் கோபமாய் கை உயர்த்தினார்.

“போதும் ஆதிகேசவன், உங்க கதாகாலட்சேபம்.... உங்ககிட்ட பேசிட்டிருந்தா இந்த அபார்ட்மெண்டில் நடந்த ஆறு பேரோட மரணங்கள் பத்தின ஏதாவது ஒரு உண்மை கிடைக்கும்ன்னு பார்த்தா நீங்க என்னையே பயமுறுத்தற மாதிரி ஃப்ளாட் பத்தின 144 பற்றின ஜோதிடரீதியான விஷயங்களை சொல்றீங்க. நீங்க வேணும்ன்னா அதை நம்பலாம். ஆனா நான் அப்படியெல்லாம் நம்பிட்டு போயிட முடியாது”

ஆதிகேசவன் தன்னுடைய இரண்டு கைகளையும் வேகமாய் ஆட்டி மறுத்தார்.

“ஸாரி ஸார்..... நான் இப்ப உங்க கிட்ட சொன்னதெல்லாம் மத்தவங்க அந்த ஃப்ளாட் 144ஐப் பத்தி சொன்னதுதான். இது என்னோட தனிப்பட்ட கருத்து கிடையாது. உண்மையில் எனக்கும் ஜோதிடம், நியூமராலஜியில் பெரிய நம்பிக்கை எல்லாம் கிடையாது.... ஸார்....... நடந்த மரணங்களுக்குப்

பின்னாடி எதுமாதிரியான மர்மம் ஒளிஞ்சிட்டிருக்குங்கிற உண்மையை நீங்க கண்டுபிடிச்சுட்டீங்கன்னா அதுவே இந்த அபார்ட்மெண்ட்டுக்கு ஒரு பெரிய விடிவு காலமா அமையும்"

அதுவரைக்கும் எதுவும் பேசாமல் நின்றிருந்த கபிலன் சந்திரசூடனை மெல்ல ஏறிட்டான்.

"ஸார்..... ஆதிகேசவன் ஸாரும் நானும் உண்மையைக் கண்டுபிடிக்கிற இந்த விஷயத்துல உறுதுணையாய் இருப்போம். அவர்க்கு இந்த அபார்ட்மெண்ட்ல இருக்கிற நபர்களில் ஒரு எழுபது சதவீதம் பேரையாவது தெரியும். உங்களுக்கு எதுமாதிரியான தகவல்கள் வேண்டப்பட்டாலும் சரி, அவரால சேகரம் பண்ணிக் கொடுக்க முடியும்"

சந்திரசூடன் சற்றே கோபம் தணிந்தவராய் ஆதிகேசவனை ஏறிட்டார்.

"ஸாரி.... கொஞ்சம் எமோஷனல் ஆயிட்டேன். டோண்ட் மைண்ட் இட்.... சரி.... அந்த அன்வர் அலி இந்த 144 எண் ஃப்ளாட்டில் எத்தனை மாசம் வரைக்கும் இருந்தார் .....?"

"அவர் ஒரு ஆறு மாசம் வரைக்கும் தன்னோட அம்மா, அப்பா, மனைவி, ஒரு குழந்தையோடு சந்தோஷமாய்த்தான் இருந்தார். ரியல் எஸ்டேட் பிசினஸூம் நல்லபடியாய் போயிட்டிருக்கிறதாய் அஸ்ஸோஸியேஷன் தலைவர் ராவ்டே பிந்தர்கிட்டே சொல்லியிருக்கார். இந்த நிலைமையில்தான் ஒருநாள் அன்வர் அலி அபார்ட்மெண்ட்டின் பேஸ்மெண்ட்டில் வாக்கிங் போயிட்டிருந்தபோது சத்தமே இல்லாமே மயக்கம் போட்டு சாய்ஞ்சுட்டார். ஹாஸ்பிடல் போறதுக்குள்ளே இறந்துட்டார். அதுக்கப்புறம் அந்த அபார்ட்மெண்ட்டுக்கு யாரும் குடி வரலை. நாக்பூரில் இருக்கிற ஃப்ளாட் ஓனர் கன்ஷிராமும் இனிமே அந்த ஃப்ளாட்டை யார்க்கும் வாடகைக்கு விடப் போறதில்லைன்னு சொல்லிட்டார்"

சந்திரசூடன் பெருமூச்சொன்றை வெளியேற்றிவிட்டு கேட்டார்.

"அன்வர் அலிக்குப் பிறகு அந்த ஃப்ளாட்டுக்கு யாரும் குடி வர யாரும் முன் வரலையா .....?"

"வரலை"

"ஃப்ளாட் இப்போ எத்தனை மாசமாய் காலியாய் இருக்கு .....?"

“ஆறேழு மாசம் இருக்கும்”

“பை....த....பை.... அந்த ஃப்ளாட் எண் 144ஐ நான் பார்க்கலாமா .....?”

“ எ.....எ.....எதுக்கு ஸார் .....?”

“இவ்வளவு மரணங்களுக்குக் காரணமான அந்த ஃப்ளாட் எப்படியிருக்குன்னு நான் பார்க்க வேண்டாமா .....? ஃப்ளாட்டோட சாவி யார்கிட்டே இருக்கு.....?”

“அஸ்ஸோஸியேஷன் தலைவர் ராவ்டே பிந்தர்கிட்டேதான் இருக்கு. நான் வேணும்ன்னா போன் பண்ணி அவரை ஃப்ளாட்கிட்டே வரச் சொல்லட்டுமா ஸார்?”

“ம்...... போன் பண்ணுங்க..... அந்த ஃப்ளாட் எந்த ப்ளாக்ல இருக்கு ?”

“கடைசியில் இருக்கிற எக்ஸ் ப்ளாக்ல ஸார்”

எக்ஸ் ப்ளாக்ல அந்தப் பகல் வேளையிலேயே ஏதோ ஒரு சாயந்தர வேளையில் இருப்பது போன்ற தோற்றத்தைக் கொடுத்தது. இதயத்துடிப்பு தானாகவே அதிகரித்தது. முதல் மாடியிலேயே இருந்த அந்த 144 எண் ஃப்ளாட்டின் கதவுக்கு முன்பாய் போய் நின்றார் சந்திரசூடன். பக்கத்திற்கு ஒருவராய் ஆதிகேசவனும், கபிலனும் நின்றார்கள். கதவின் நிறம் வெகுவாய் மங்கிப் போயிருக்க என்றைக்கோ சாத்தப்பட்ட மலர் மாலைகள் வாடி சருகாகி சரம் சரமாய் தொங்கின. கதவு முழுக்க ஒரு அங்குலம் இடைவிடாமல் குங்கும பொட்டுகள் வைக்கப்பட்டு பழுப்பு நிறத்தில் தெரிந்தன. கதவின் மையத்தில் ஆணி ஒன்று அடிக்கப்பட்டு அதில் கால பைரவர் படம் மாட்டப்பட்டு காற்றுக்கு லேசாய் ஆடியது. சந்திரசூடன் ஆதிகேசவனிடம் கேட்டார்.

“ராவ்டே பிந்தர் இன்னும் வரலை .....?”

“இப்ப வந்துடுவார் ஸார்”

“கதவையெல்லாம் இப்படி அலங்கோலம் பண்ணி வெச்சது யாரு... எதுக்காக இவ்வளவு குங்குமப் பொட்டுகள் .....?”

“அது.... அது.... குங்குமப் பொட்டு இல்ல ஸார் .....”

“பின்னே .....?”

“ரத்தத்தை தொட்டு பொட்டு வெச்சிருக்காங்க”

17

“என்னது ரத்தத்தை தொட்டு பொட்டு வெச்சிருக்காங்களா.....?”

“ஆமா ஸார்” என்றவர் தொடர்ந்து பேசினார்.

“இந்த போர்ஷனுக்கு மேல் போர்ஷன்ல பிரசன்னம் பார்க்கிற ஒரு வயசான மலையாள அம்மா இருக்காங்க. பேரு தாட்சாயணியம்மா. வயசு எழுபது இருக்கும். அந்த அம்மாதான் ஒவ்வொரு அமாவாசைக்கும் அடுத்த நாளான பிரதிமை தினத்துல இதுமாதிரியான ரத்தப் பொட்டுக்கள் வைக்கிறது வழக்கம்ன்னு கேள்விப்பட்டிருக்கேன்”

“அது என்ன மனித ரத்தமா .....?”

“கோழியோட ரத்தம்ன்னு சொன்னாங்க”

“அந்த தாட்சாயணியம்மா இப்படி ரத்தப் பொட்டுக்களை வைக்கிறதை நீங்க நேர்ல பார்த்திருக்கீங்களா ஆதிகேசவன்.....?”

“நான் பார்த்திருக்கேன் ஸார்'' என்று தனக்குப் பின்பக்கமிருந்து குரல் வரவும் சந்திரசூடன் திரும்பிப் பார்த்தார். ராவ்டே பிந்தர் நின்றிருந்தார்.

“வாங்க.... ராவ்டே..... உங்களுக்குத்தான் வெயிட் பண்ணிட்டு இருக்கோம்”

“இந்த ஃப்ளாட் காலியான நாளிலிருந்து அதாவது கடந்த ஆறேழு மாசமா இப்படிப்பட்ட ஒரு பைத்தியக்காரத்தனம் நடந்திட்டிருக்கு ஸார்”

“ஏன் இப்படி பண்றீங்கன்னு நீங்க கேட்கலையா .....?”

“கேட்டேன் ஸார் அதுக்கு அந்த அம்மா இந்த ஃப்ளாட்ல ஏதோ ஒரு தீயசக்தி இருக்கிறதாவும் அதைச் சாந்தப்படுத்தறதுக்காக குருதிப்பொட்டு பூஜை பண்ணினா நல்லதுன்னு சொன்னாங்க”

“இப்படி குருதிப்பொட்டு வெக்கிற விஷயம் ஃப்ளாட்டோட ஓனர் நாக்பூரில் இருக்கிற கன்ஷிராமுக்குத் தெரியுமா .....?”

“கன்ஷிராமுக்கு தெரியப்படுத்திட்டுதான் இப்படிப்பட்ட பூஜை பண்றதாகவும், அவர் சொன்ன யோசனையின் பேரில்தான் கதவு நடுவுல ஆணியடிச்சு கால பைரவரோட உருவ போட்டோவை மாட்டியிருக்கிறதாகவும் தாட்சாயணியம்மா சொன்னாங்க. இதெல்லாம் முட்டாள்தனம்ன்னு சொல்லிப் பார்த்தேன். அந்த அம்மா அதைக் காதிலேயே போட்டுக்கலை. ஒவ்வொரு மாசமும் அமாவாசை கழிஞ்ச மறுநாள் இந்த ஃப்ளாட் கதவுக்கு முன்னாடி உடுக்கை சத்தத்தோடு ஒரு ஆர்ப்பாட்ட பூஜை நடக்கும். ஆரம்பத்துல ரெண்டு தடவை சொல்லிப் பார்த்தேன். கேட்கலை. அப்புறம் விட்டுட்டேன்”

“அந்த அம்மா இப்போ மேல் போர்ஷன்ல இருக்காங்களா .....?”

“இல்லை.. மண்டைக்காடு பகவதி அம்மன் கோவில்ல ஏதோ திருவிழான்னு நாகர்கோவில் புறப்பட்டுப் போயிருக்காங்க. அடுத்த வாரம் வந்துடுவாங்க....”

“சரி... இந்த ஃப்ளாட்டோட சாவி உங்ககிட்டதான் இருக்கிறதாய் ஆதிகேசவன் சொன்னார்”

“ஆமா ஸார்.... கன்ஷிராம் கேட்டுகிட்டதின் பேரில் சாவியை நான்தான் வெச்சிருக்கேன்”

“ஃப்ளாட்டை நான் பார்க்கணும். ஓப்பன் பண்ண முடியுமா .....?”

“ஸ....ஸார்.... இது என்னோட சொந்த ஃப்ளாட் கிடையாது. கன்ஷிராம்கிட்டே ஒரு வார்த்தை கேட்கணும்.....”

“கேட்டுச் சொல்லுங்க.... அவர் மாட்டேன்னு சொன்னா போனை என்கிட்டே கொடுங்க. நான் பேசறேன்”

ராவ்டே தன்னுடைய செல்போனை எடுத்துக்கொண்டு சற்றுத்தள்ளி போய் நின்று ஒரு எண்ணைத் தொடர்பு கொண்டு சன்னமான குரலில் பேசிவிட்டு சந்திரசூடனிடம் வந்தார்.

“நோ..... ப்ராப்ளம் ஸார்.... ஃப்ளாட்டை ஓப்பன் பண்ணி காட்டச் சொல்லிட்டார். வாங்க பார்த்துடலாம்”

ராவ்டே பிந்தர் சொல்லிக்கொண்டே சட்டைப் பைக்குள் இருந்த சாவியை எடுத்துக்கொண்டு கதவில் தொங்கிக் கொண்டிருந்த பூட்டுக்கு முன்பாய் போய் நின்று, அதை அன்லாக் செய்து கதவைத் தள்ளினார். வெகுநாட்களாக சாத்தியிருந்த கதவு என்பதால் தரையைத் தேய்த்துக்கொண்டு ‘கீறிச்’ சென்ற சத்தத்தோடு பின்வாங்கியது.

ஃப்ளாட் கடந்த சில மாதங்களாக சுத்தம் செய்யப்படாததின் விளைவு அறைகளின் சுவர் மூலைகளில் சிலந்திகள் தோரண தோரணமாய் கூடுகளைக் கட்டி பெரிதும் சிறிதுமாக குடும்பம் நடத்திக்கொண்டிருக்க, ரோஸ் நிற மார்பிள் தரையில் லேசாய் புழுதி மண்டி தெரிந்தது.

சந்திரசூடன் உள்ளே நுழைய, மற்றவர்களும் பின்தொடர்ந்தார்கள். மூன்று பெட்ரூம் வசதியோடு ஃப்ளாட் விஸ்தாரமாய் தெரிய, எல்லா ஜன்னல்களும் இறுக்கமாய் மூடப்பட்டு இருந்ததன் காரணத்தினால் அறைக்குள் அடைப்பட்டிருந்த காற்று அவஸ்தையாய் நாறியது. கபிலன் வேகவேகமாய் போய் ஹாலில் இருந்த பிரதான ஜன்னல்களை திறந்து வைக்க, ஆதிகேசவன் சுவரில் பார்வைக்குப்பட்ட ஸ்விட்ச்களைத் தட்டினார். இரண்டு ஃபேன்கள் மெதுவாய் சுழல ஆரம்பித்தன. ஒரு ட்யூப் லைட் எரிந்தது.

சந்திரசூடன் ஹாலில் நடைபோட்டபடியே பார்வையை கூராக்கிக்கொண்டு ஃப்ளாட்டை நிதானமாய் அளந்தார். பார்த்த உடனேயே பிடித்துவிடக்கூடிய வகையில் ஃப்ளாட் ஒரு வசீகரம் காட்டியது. சமையலறை, எல் ஷேப் மாடுலார் கிச்சன் கண்ணைப் பறிக்கும் ஸ்ட்ராபெரி நிறத்தில் அமர்க்களம் பண்ணியது. கௌண்டர் டாப் வாஷ்பேசினும் செராமிக் சின்க்கும் அழுக்குத் தீற்றல்களுடன் காணப்பட்டது.

சந்திரசூடன் சமையலறைக்கு வலது பக்கம் சற்றுத்

தள்ளியிருந்த ஒரு கதவைத் தள்ளிப் பார்த்தார்.

க்ரானைட் சுவரோடு குளியலறை பளிச்சென்று தெரிய, அறையின் மையத்தில் செவ்வக பாத் டப் ஒன்று காய்ந்து போன சோப் நுரையோடு பளிச்சிட்டது.

சந்திரசூடன் ஆச்சர்யப்பட்டார்.

"ஃப்ளாட் இவ்வளவு லக்ஸுரியா இருக்கு. என்ன வாடகை கொடுத்துட்டிருந்தாங்க?"

"இருபத்தஞ்சாயிரம்"

"பரவாயில்லையே.... அதனால்தான் இதைப் பார்த்தவங்க யாரும் வேண்டாம்ன்னு சொல்லிட்டுப் போகப் பிரியப்படாமே பிடிவாதமாய் வாடகைக்கு இருந்துட்டு போயிருக்காங்க"

"ஆமா ஸார்...அவங்க இங்கே இருந்ததுக்கு குறைஞ்ச வாடகையும் ஒரு காரணம்....." என்று சொல்லிவிட்டு மெல்ல குரலைத் தாழ்த்தினார் ராவ்டே பிந்தர்.

"ஸார்... நான் ஓய்வு பெற்ற ஒரு ராணுவ அதிகாரி. எனக்கு இந்த பேய், பிசாசு, அமானுஷ்யம், மாந்தரீகம் போன்ற வார்த்தைகளில் ஒரு சதவீதம் கூட நம்பிக்கை கிடையாது. இந்த ஃப்ளாட்டில் குடியிருந்த அஞ்சு பேரும், கோபிகாவின் கணவர் தனசேகரும் ஒரே மாதிரியான முறையில் அதாவது நேச்சுரல் டெத் மாதிரியான மெடிக்கல் டிஸ்ஆர்டரில் இறந்து போயிருக்காங்க.

நிச்சயமாய் இதுக்குப் பின்னாடி ஏதோ ஒரு சட்ட விரோதமான காரணம் இருக்கு. இதை நீங்க ஒரு அவசரகால விசாரணை கேஸாய் எடுத்துகிட்டு இந்த மரணங்களுக்குப் பின்னாடி இருக்கிற மர்ம முடிச்சை அவிழ்க்கணும். இந்த அதிரா அபார்ட்மெண்ட் மத்த அபார்ட்மெண்ட்ஸ் மாதிரி சந்தோஷம் நிரம்பி இயல்பாய் இருக்கணும். உங்க விசாரணைக்கு நான் ஒத்துழைப்பு தர்றேன்"

சந்திரசூடன் ராவ்டே பிந்தரை ஏறிட்டார்.

"தேங்க்யூ ஸோமச் பட்.... ஒரு சின்ன திருத்தம்"

"என்ன .....?"

"இந்த அபார்ட்மெண்ட்ல இதுவரைக்கும் மர்மமான

முறையில் நடந்த ஆறு மரணங்களைப்பத்தி நான் இங்கே விசாரிக்க வரலை. நேற்று ராத்திரி ஏழாவது மரணமும் நடந்திருக்கு.... அதைப்பத்தி விசாரிக்கத்தான் வந்திருக்கேன்"

முகத்தில் நிறமிழந்த ராவ்டே பிந்தர் அதிர்ச்சியடைந்தவராய் சந்திரசூடனை ஏறிட்டார்.

"என்ன ஸார் சொல்றீங்க.... ஏழாவது மரணமா .....?"

"எஸ்"

"யாரு .....?"

"ஒரு பெண். இளம் பெண். அந்தப் பொண்ணோட உடம்பில் எந்தவிதமான ஒரு ரத்த காயமும் இல்லாமல் கொலை பண்ணி அந்தப் பொண்ணு யார்ன்னு அடையாளம் தெரியக்கூடாதுங்கிறதுக்காக அவ உடம்பை நிர்வாணமாக்கி கறுப்புப் பெயிண்ட்டைப் பூசியிருக்காங்க"

ராவ்டே பிந்தர் உடல் நடுங்கி முகம் வெளிறிப் போனவராய் "மைகுட்னஸ்" என்று முனகி கண்களை மூடித் திறந்தார். நிதானமான குரலில் கேட்டார்.

"ஸார் அந்தப் பொண்ணோட மரணம் இந்த அதிரா அபார்ட்மெண்ட்லதான் நடந்திருக்கு என்கிற முடிவுக்கு எப்படி வந்தீங்க .....?"

சந்திரசூடன் கபிலனிடம் திரும்பினார். "கபிலன்.... உங்க அப்பாவோட கார் டிக்கிக்குள் கறுப்புப் பெயிண்ட் பூசப்பட்ட அந்தப் பொண்ணோட டெட்பாடி எப்படி வந்தது என்கிற விபரத்தை ராவ்டே பிந்தர்க்கு கொஞ்சம் விளக்கமாய் சொல்லுங்க...."

கபிலன் தலையசைத்துவிட்டு சொல்ல ஆரம்பித்தான். முழுவதையும் கேட்ட ராவ்டே பிந்தர் அப்படியே அதிர்ந்து நின்றார்.

"அப்படீன்னா அந்த கறுப்புப் பெயிண்ட் பூசப்பட்ட இளம் பெண்ணோட டெட்பாடி உங்க காரோட டிக்கிக்கு மாற்றப்பட்ட இடம் இந்த அதிரா அபார்ட்மெண்ட்தான்னு சொல்ல வர்றீங்களா .....?" கபிலனிடம் ராவ்டே பிந்தர் கேட்க சந்திரசூடன் இறுகிப்போன முகத்தோடு அவரை ஏறிட்டார். நிறுத்தி நிதானமான குரலில் சொன்னார்.

“எஸ்..... இந்த அதிரா அபார்ட்மெண்ட் ஒரு புள்ளி. இங்கே நடந்த மர்மமான ஆறு மரணங்கள் ஒரு புள்ளி, கறுப்புப் பெயிண்ட் பூசப்பட்டு டிக்கியில் இருந்த பொண்ணோட டெட்பாடி ஒரு புள்ளி. இந்த மூன்றுப் புள்ளிகளையும் இணைக்கக்கூடிய ஒரு விஷயம் நிச்சயம் இந்த அபார்ட்மெண்ட்டுக்குள்ளேதான் இருக்கு”

18

சந்திரசூடன் சொன்னதைக் கேட்டு ராவ்டே பிந்தர் சற்றே தயக்கமான குரலுடன் அவரை ஏறிட்டார்.

"ஸார் ..... உங்க வ்யூவை சொல்லிட்டீங்க. நான் என்னோட வ்யூவைச் சொன்னா நீங்க தப்பா நினைச்சுக்க மாட்டீங்களே .....?"

"நோ....நோ...... எதுவாய் இருந்தாலும் பரவாயில்லை சொல்லுங்க....."

"அந்த டெட்பாடி கங்காதரனின் காரின் டிக்கிக்கு மாற்றப்பட்ட இடம் இந்த அதிரா அபார்ட்மெண்ட் இல்லாமே வேற ஒரு இடமாய் ஏன் இருக்கக்கூடாது...? இங்கே ஆறுபேர் மர்மமான முறையில மரணம் அடைஞ்ச விஷயம் வேற... அந்தப் பெண் கொலை செய்யப்பட்ட விவகாரம் வேறேன்னு நான் நினைக்கிறேன். நீங்க இந்த இரண்டு சம்பவங்களையும் ஒரே கோணத்தில் பார்த்தால் இன்வெஸ்டிகேஷன் செய்யும்போது நிறைய குழப்பங்கள் வரலாம். உண்மையான குற்றவாளிகள் இருக்கக்கூடிய திசை கூட தெரியாமே போகலாம்.

நான் இப்படியொரு கெஸ்ஒர்க்கை உங்ககிட்ட சொல்றதுக்கு காரணம் நான் ஆர்மியில் தி டிஃபென்ஸ் இண்டலிஜென்ஸ் பிரிவில் ரெண்டு வருஷம் இருந்திருக்கேன். வேற ஒரு ஆபீஸர் லீவில் இருந்ததால அவர் திரும்பவும் வந்து ட்யூட்டியில் ஜாய்ன் செய்கிற வரை நான்தான் சில கேஸ்களை

டீல் பண்ணினேன். அப்படி டீல் பண்ணும்போதுதான் சில உண்மைகளை கத்துகிட்டேன். அதில் ஒரு உண்மை.... ஆர்மியில் நடைபெறும் குற்றச்சம்பவங்கள் ஒரே இடத்தில் ஒரே மாதிரியான முறையில் நடந்திருந்தாலும் அது வெவ்வேறு சம்பவங்களோடு சம்பந்தப்பட்டு இருப்பதை ஆதாரப்பூர்வமாய் கண்டுபிடிச்சு சப்மிட் பண்ணினேன்"

சந்திரசூடன் இடைமறித்தார்.

"யூ மே பி கரெக்ட் மிஸ்டர் ராவ்டே. ஒரு கொலையாளி தான் செய்த கொலைகளை திசை திருப்ப சில காரியங்களைச் செய்யலாம். கங்காதரன் தன்னோட காரை நெல்சன் மாணிக்கம் ரோட்டில் இருந்த இருட்டான கிளைச் சந்தில் நிறுத்திட்டு போயிருக்கார். அந்தத் தெருவில் சி.சி.டி.வி. காமிராக்கள் இல்லாத காரணத்தால என்ன நடந்ததுன்னு கண்டுபிடிக்க முடியலை. அந்தத் தெருவில் குடியிருந்தவங்களை விசாரிச்சப்ப எந்த ஒரு உபயோகமான பதிலும் கிடைக்கலை.

அதனால்தான் அந்த இளம்பெண்ணின் சடலம் கங்காதரனின் கார் இந்த அபார்ட்மெண்டின் பேஸ்மெண்ட் கார் பார்க்கிங்கில் நின்னுட்டிருந்தப்ப அந்தக் காரின் டிக்கிக்கு மாற்றப்பட்டு இருக்கலாம்ங்கிறது என்னோட சந்தேகம். நான் இந்த இன்வெஸ்டிகேஷனை இப்பத்தான் ஆரம்பிச்சிருக்கேன். இந்த விசாரணை இன்னும் விரியும்போதுதான் எது உண்மை எது பொய்ன்னு தெரியும்...... இது ஒரு காம்ப்ளிகேட்டட் கேஸ். உடனடியாய் நாம எந்த ஒரு முடிவுக்கும் வரமுடியாது"

"ஒன்ஸ் அகெய்ன் ஸாரி ஸார்"

"ஃபார் வாட் .....?"

"நான் ஏதாவது தப்பா சொல்லியிருந்தா .....?"

"நோ மிஸ்டர் ராவ்டே..... நீங்க தப்பா எதையும் சொல்லலை. உங்க சந்தேகத்தைத்தான் சொல்லியிருக்கீங்க. இனிமே இந்த அபார்ட்மெண்ட்டுக்கு நான் அடிக்கடி வர வேண்டியிருக்கும். உங்களுடைய ஒத்துழைப்பு இதுல முக்கியம். ஒரு ஆர்மி ஆபீஸரான உங்களுக்கு இந்தக் கேஸ்ல ஒரு உண்மையான அக்கறை இருக்கும்ன்னு நினைக்கிறேன்"

"ஷ்யூர் ஸார்"

“தென்.... அயாம் லீவிங் நவ். இந்த கேஸைப் பத்தி நான் என்னோட போலீஸ் ஹைஅஃபிஷியல்ஸ்கிட்டே பேசிட்டு ஃபர்தர் என்கொயரிக்காக வருவேன். அந்த சமயத்துல என்கிட்டே நிறைய கேள்விகள் இருக்கும். அதற்கான பதில்களை தரவேண்டியது உங்க பொறுப்பு”

“வெல்கம் ஸார்”

“அப்புறம்.... ஒரு விஷயத்தை சொல்ல மறந்துட்டேன்”

“என்ன ஸார் .....?”

“இந்த ஃப்ளாட் நெம்பர் 144 இனி போலீஸின் கண்காணிப்பில்தான் இருக்கும். பிரச்சினைகள் தீர்க்கப்பட்டு உண்மைகள் வெளிப்படுகிறவரை இந்த ஃப்ளாட்டுக்குள்ளே யாரும் போகக்கூடாது. மொதல்ல இந்த கதவைச் சுத்தம் பண்ணி ரத்தப் பொட்டுக்களையெல்லாம் அழிச்சு, கால பைரவர் போட்டோவைக் கழட்டிட்டு ஒரு புதுப்பூட்டைப் போட்டு பூட்டி அந்தப்பூட்டைத் துணியால சுத்தி அரக்கு சீல் வைக்கணும்”

“ஸ....ஸார்.....” என்று குரலை இழுத்தார் ராவ்டே பிந்தர்.

“என்ன .....?”

“இந்த விஷயத்தை ஃப்ளாட்டோட ஓனர் கன்ஷிராமுக்கு கன்வே பண்ணி அவரோட சம்மதத்தை வாங்க வேண்டாமா .....?”

“வேண்டியது இல்லை” என்று சொன்ன சந்திரசூடன் தன் அருகில் இருந்த கபிலனை ஏறிட்டார்.

“ஒரு கனமான பூட்டும், காடாத்துணியும் அரக்கும் வேணும்..... அரைமணி நேரத்துக்குள்ளே வாங்கிட்டு வர முடியுமா .....?”

“அபார்ட்மெண்ட்டுக்கு பக்கத்திலேயே ஒரு ஹார்ட்வேர் கடையும், துணிக்கடையும் இருக்கு..... ஒரு பத்து நிமிஷத்துக்குள்ளே நான் போய் வாங்கிட்டு வந்துடறேன் ஸார்” என்று கபிலன் சொல்லிக்கொண்டே நகர்ந்து போய்விட அதுவரைக்கும் எதுவும் பேசாமல் மௌனமாய் இருந்த ஆதிகேசவன் தயக்கத்துடன் சந்திரசூடனிடம் திரும்பினார்.

“ஸார்.... கோபிகா வீட்ல தனியா இருப்பா. நான் வீட்டுக்கு கிளம்பட்டுமா.....?”

“நீங்க கிளம்புங்க ஆதிகேசவன். மறுபடியும் நாம சந்திப்போம். முதல் சந்திப்பிலேயே நிறைய விஷயங்களைச் சொல்லியிருக்கீங்க. தேங்க்ஸ் ஃபார் யுவர் இன்ஃபர்மேஷன்”

“ஸார்..... உங்ககிட்ட ஒரு ஆப்ளிகேஷன்”

“என்ன சொல்லுங்க .....?”

“கோபிகாவை இந்த மனச்சிதைவு நோயிலிருந்து எப்படியாவது மீட்டெடுக்கணும். உங்களுக்குத் தெரிஞ்ச ஒரு நல்ல சைக்யாட்ரிஸ்ட் யாராவது இருந்தா சொல்லுங்க”

“டோண்ட் வொர்ரி ஆதிகேசவன். ஃபாரன்ஸிக் டிபார்ட்மெண்ட்ல ஃபாரன்ஸிக் சைக்காலஜிஸ்ட் கோபால மேனன்னு ஒருத்தர் இருக்கார். வெரி எமினென்ட் பர்ஸன். இந்த வாரத்திலேயே அவர்கிட்ட ஒரு அப்பாயிண்மெண்ட் வாங்கறேன். கோபிகாவை அவர்கிட்டே கூட்டிட்டுப் போகலாம். அவரோட சைக்கோதெரபியெல்லாம் கொஞ்சம் வித்தியாசமானது. அவர் தர்ற தெரபியில் கோபிகா குணமாக வாய்ப்பு அதிகம்”

ஆதிகேசவன் சந்திரசூடனை கைகளை குவித்து கும்பிட்டார்.

“நீங்க சொல்ற இந்த வார்த்தைகளை கேட்கும்போதே மனசுக்கு ரொம்பவும் சந்தோஷமாயிருக்கு ஸார். மறுபடியும் இங்கே வரும்போது எனக்கு முன்கூட்டியே தகவல் கொடுங்க. உங்க விசாரணை நல்லபடியாய் முடிய என்னோட பங்களிப்பு நிச்சயம் உண்டு ஸார்......”

“நீங்க மொதல்ல கோபிகாவைப் போய்ப் பாருங்க. கபிலன் வந்ததும் இந்த ஃப்ளாட்டை சீல் பண்ணிட்டு நானும் கிளம்பி கமிஷனரைப் போய்ப் பார்க்கணும்”

ஆதிகேசவன் மறுபடியும் சந்திரசூடனுக்கு ஒரு கும்பிடைப் போட்டுவிட்டு நகர்ந்தார்.

அடுத்த அரைமணி நேரத்திற்குள் ஃப்ளாட் 144 புது பூட்டோடு சீல் வைக்கப்பட்டு விட, சந்திரசூடன் கபிலன் இருவரும் ராவ்டே பிந்தரிடம் விடைபெற்றுக்கொண்டு காரில் புறப்பட்டு சென்றனர்.

அவர்களின் கார் பார்வையிலிருந்து மறையும் வரை பார்த்துக்கொண்டிருந்த ராவ்டே பிந்தர் சிகரெட் ஒன்றை பற்ற வைத்துக்கொண்டு தன்னுடைய ஃப்ளாட்டை நோக்கி

மெல்ல நடை போட்டார்.

அடித்தக் கொண்டிருந்த காற்றில் வெய்யிலின் சீற்றம் தெரிந்தது.

ஒரு இரண்டு நிமிட நடையில் எம் ப்ளாக்கில் இருந்த அவருடைய ஃப்ளாட் வந்தது. காலிங்பெல்லுக்கு வேலை கொடுக்க, அடுத்த சில விநாடிகளில் கதவு திறக்கப்பட்டு அவருடைய மனைவி வசுந்தராவின் கோபமான முகம் பார்வைக்குத் தட்டுப்பட்டது. பஞ்சாபி மொழியில் கோபமாய் கேட்டாள்.

"என்ன அந்த போலீஸ் ஆபீஸர் போயிட்டாரா..... இல்ல இன்னமும் இந்த அதிரா அபார்ட்மெண்ட்டையே சுத்தி சுத்தி வந்து பார்த்துட்டு இருக்காரா .....?"

"இப்பத்தான் கிளம்பிப் போனார்" ராவ்டே பிந்தர் சொல்லிக்கொண்டே கையில் இருந்த புகையும் பாதி சிகரெட்டை ஆஷ்ட்ரேக்குள் போட்டு நசுக்கினார். சுழலும் மின்விசிறிக்கு கீழே இருந்த நாற்காலிக்கு போய் பெருமூச்சோடு சாய்ந்தார்.

வசுந்தரா அதிகரித்த கோபமூகத்தோடு அவர்க்கு எதிரே போய் நின்றாள்.

"மணி இப்ப என்ன தெரியுமா.... ரெண்டரை. நீங்க இன்னும் லஞ்ச் சாப்பிடலை. நாற்காலிக்குப் போய் சாய்ஞ்சுட்டீங்க"

"எனக்கு பசிக்கலை வசு..... நீ போய் சாப்பிடு"

"ஏன் பசிக்கலை .....?"

"மனசே சரியில்லை"

"என்ன அந்த போலீஸ் ஆபீஸர் உங்களை மிரட்டற மாதிரி பேசினாரா .....?"

"சேச்சே.... அவர் அப்படியெல்லாம் பேசலை. வேற ஒரு விசாரணைக்காக வந்தார். இருக்கிற பிரச்சினைகள் போதாதுன்னு இப்ப ஒரு புது பிரச்சினை. அதையெல்லாம் பேசிட்டிருக்க வேண்டாம். நீ போய் சாப்பிடு. பத்மஜா சாப்பிட்டாளா?"

பக்கத்து அறையில் உட்கார்ந்து மொபைல் போனை நோண்டிக் கொண்டிருந்த அவருடைய மகள் பத்மஜா குரல்

கொடுத்தாள். ஏழு மாத கர்ப்பத்தோடு பிரசவத்துக்காக தாய்வீடு வந்திருப்பவள்.

"டாடி..... நான் சாப்ட்டுட்டேன். இன்னிக்கு அம்மா செஞ்ச சிக்கன் பிரியாணி அமர்க்களம். போய் சாப்பிடுங்க"

"இல்லேம்மா.....இப்ப பசியில்லை. இன்னும் கொஞ்ச நேரம் கழிச்சு சாப்பிடறேன்"

வசுந்தரா ஒரு நாற்காலியை இழுத்துப் போட்டுக்கொண்டு கணவர்க்குப் பக்கத்தில் வந்து உட்கார்ந்தாள்.

"வந்த போலீஸ் ஆபீஸர் வேற ஒரு விசாரணைக்காக வந்ததாய் சொன்னீங்க. அது என்ன விசாரணை .....?"

ராவ்டே பிந்தர் சில நிமிஷ நேரத்தை செலவழித்து சொல்ல வசுந்தராவின் முகம் பயத்தில் ரத்தமின்றி வெளுத்துப்போயிற்று. சேலைத் தலைப்பால் நெற்றி வியர்வையை ஒற்றிக்கொண்டாள்.

"அப்படீன்னா அந்த போலீஸ் ஆபீஸர் இந்த அதிரா அபார்ட்மெண்ட்டில் நடந்த அந்த ஆறு மரணங்களைப்பத்தி விசாரிக்க வரலையா .....?"

"அவர் அதுக்காக வரலை.... நம்ம அபார்ட்மெண்ட்ல இருந்த யாரோ கறுப்புப் பெயிண்ட் பூசப்பட்ட ஒரு பொண்ணோட டெட்பாடியை கங்காதரனோட கார் டிக்கிக்குள்ளே அடைச்சிருக்கணும்ன்னு போலீஸ் ஆபீஸர் சந்திரசூடன் சந்தேகப்பட்டு சொல்றார். அவர் சொல்றது நம்பறமாதிரியா இருக்கு...? நான் அப்படியெல்லாம் நடக்க வாய்ப்பில்லைன்னு சொன்னேன். அவர் அதை ஏத்துக்க மறுத்துட்டார்....."

"அவர் சொன்னது உண்மைதான் டாடி....."

ராவ்டே பிந்தரின் மகள் பத்மஜா பக்கத்து அறையினின்றும் வெளிப்பட்டுக் கொண்டே மெல்லிய குரலில் சொல்ல ராவ்டே பிந்தர் அதிர்ந்து போனவராய் மகளைப் பார்த்தார்.

"நீ.....நீ.....நீ..... என்னம்மா சொல்றே .....?"

"நானே நேர்ல பார்த்தேன் டாடி"

19

ராவ்டே பிந்தர் விழிகள் நிலைகுத்திப் போனவராய் நாற்காலியினின்றும் அதிர்ச்சியோடு எழுந்தார். மகள் பத்மஜாவை பயத்தோடு பார்த்தார்.

"எ...என்னம்மா சொல்றே .....நீ நேர்ல பார்த்தியா ?"

பத்மஜா மையமாய் தலையாட்டினாள்.

"ஆமா டாடி ..... பார்த்தேன்"

"என்ன பார்த்தே......?"

பத்மஜா மெல்ல நடந்து போய் வாசற்கதவை சாத்திவிட்டு வர, வசந்தராவும் பதறிப் போனவளாய் மகளை நெருங்கி கையைப் பற்றினாள்.

"என்னடி....வயித்துல நெருப்பை அள்ளிக் கொட்டறே.... உன்னோட அப்பா என்ன சொன்னாருன்னு நல்லா கவனிச்சியா .....?"

"கவனிச்சுட்டுதாம்மா சொல்றேன். நேத்து ராத்திரி நான் அந்த சம்பவத்தைப் பார்த்தேன்"

ராவ்டே பிந்தர் திணறும் குரலில் கேட்டார்.

"என்ன பார்த்தேன்னு சொல்லு"

"டாடி..... நேத்து ராத்திரியே உங்ககிட்ட இந்த விஷயத்தைச் சொல்லலாம்ன்னு நினைச்சேன். ஆனா இந்த அபார்ட்மெண்ட்ல நடந்துட்டு இருக்கிற சம்பவங்களைப்

பார்த்து ஏற்கனவே நீங்க கடுமையான மன உளைச்சலில் இருக்கீங்க. இந்த சம்பவத்தையும் சொல்லி உங்க மனசை கலவரப்படுத்த விரும்பலை.

நேத்து ராத்திரி நான் வீட்டுக்குள்ளே புழுக்கமாயிருக்கேன்னு மொட்டை மாடிக்குப் போனேன். மாடியோட வலதுபக்க பேராபெட் சுவர்க்குப் பக்கத்துல நின்னுட்டிருக்கும்போதுதான் கங்காதரன் அங்கிளோட கார் பேஸ்மெண்ட் பார்க்கிங் ஏரியாவில் வந்து நின்னது. அவரும் அவரோட ஒய்ஃப்பும் காரிலிருந்து இறங்கி அவங்க ஃப்ளாட் இருந்த பக்கமாய் நடந்து போனாங்க.

நான் மொட்டை மாடியில் மேற்கொண்டு ஒரு பத்து நிமிஷம் நடந்துட்டு கீழே இறங்கிப் போலாம்ன்னு படி பக்கத்துல வந்தப்ப என்னோட பார்வை மறுபடியும் பேஸ்மெண்ட் பார்க்கிங் ஏரியாவுக்கு போச்சு. அப்பத்தான் அங்கிளோட கார்க்கு பக்கத்துல ஒரு வேன் வந்து நின்னது"

ராவ்டே பிந்தரின் நெற்றி சட்டென்று ஒரு சுருக்கத்துக்கு உட்பட்டது.

"வேனா .....?"

"ம்......"

"என்ன வேன் அது .....?"

"தெரியலை டாடி.... பேஸ்மெண்ட் ஏரியாவில் போதுமான வெளிச்சம் இல்லாத காரணத்தால அது என்ன வேன்..... என்ன கலர்ன்னு தெரியலை. நான் அந்த வேனைப் பார்த்துகிட்டு இருக்கும்போதே வேனில் இருந்து ரெண்டு பேர் இறங்கினாங்க. உருவங்கள் சரியா தெரியலை.

ரெண்டு பேர்ல ஒருத்தன் கங்காதரன் அங்கிளோட காரோட டிக்கி பக்கமாய் நின்னுகிட்டு ஏதோ பண்ணிட்டிருந்தான். கொஞ்ச நேரத்துல காரோட டிக்கி ஓப்பனாயிடுச்சு. அடுத்த சில விநாடிகளுக்குள்ளே வேனிலிருந்து மூட்டை மாதிரி எதையோ தூக்கிட்டு வந்து காரோட டிக்கிக்குள்ளே திணிச்சாங்க. நான் உடனே என்னோட கையிலிருந்த செல்போன் வீடியோ காமிராவை ஆன் பண்ணி அதை சூட் பண்ணினேன். அப்படி சூட் பண்ணிட்டிருக்கும்போதே வேன் கிளம்பிப் போயிடுச்சு......."

ராவ்டே பிந்தர் எரிச்சலோடு மகளை ஏறிட்டார்.

“என்ன பொண்ணும்மா நீ...... ரெண்டு பேர் வேன்ல வந்து ஒரு காரோட டிக்கியை திறந்து எதையோ உள்ளே திணிச்சுட்டு போயிருக்காங்க. உடனடியாய் நீ என்கிட்டே அதை சொல்லியிருந்தா நான் கங்காதரனுக்கு தகவல் கொடுத்து இருப்பேனே .....?”

“டாடி..... மொதல்ல நான் அந்த சம்பவத்தைப் பார்க்கும்போது ரொம்பவும் சாதாரண சம்பவமாத்தான் தெரிஞ்சுது. ஒருவேளை கங்காதரன் அங்கிள் சொல்லித்தான் காரோட டிக்கியில் எதையோ வெக்கிறாங்கன்னு நினைச்சேன். அப்புறம் மனசுக்குள்ளே ஒரு சந்தேகம் வந்த பின்னாடிதான் என்னோட செல்போன்ல வீடியோ எடுத்தேன்”

“எங்கே..... அந்த செல்போன் வீடியோவை காட்டு”

“ஒரு நிமிஷம் டாடி....'' சொன்ன பத்மஜா தன் கையில் இருந்த செல்போனை வெளிச்சமாக்கி வீடியோ ஆப்ஷனுக்குப்போய் அந்த வீடியோ காட்சிக்கு உயிர் கொடுத்தாள்.

வீடியோ ஓடியது.

அபார்ட்மெண்ட் பேஸ்மெண்ட் பார்க்கிங் ஏரியா சாம்பல் பூசியது போல் தெரிய, கங்காதரனின் நீலநிறக்காரும், ஒரு வேனும் பார்வைக்கு தட்டுப்பட்டது. இரண்டு பேர் ஒரு மூட்டையைத் தூக்கிக்கொண்டு வருவதும், டிக்கிக்குள் திணிப்பதும், அந்த வேலை முடிந்ததும் வேன் அவசர அவசரமாய் கிளம்பிப் போவதும் என்று ஒரு முப்பது விநாடி நேரத்திற்குள் வீடியோ முடிந்துவிட்டது.

ராவ்டே பிந்தர் அந்த வீடியோவை நான்கைந்து தடவை ஓடவிட்டுப் பார்த்தார்.

ஒரு பழைய மாடல் வேன் அது. குறுக்குவாட்டில் வேன் நிறுத்தப்பட்டு இருந்ததால் நெம்பர் ப்ளேட் தெரியவில்லை.

மகளை மறுபடியும் ஒரு கோபப் பார்வை பார்த்தார்.

“நீ தப்பு பண்ணிட்டேம்மா..... நேத்து ராத்திரியே இந்த விஷயத்தை என்கிட்ட சொல்லியிருந்தா கங்காதரனுக்கு தெரியப்படுத்தியிருக்கலாம்”

ராவ்டே பிந்தர் சொல்ல வசுந்தரா இடையே குறுக்கிட்டு சீறினாள்.

“அப்படி சொல்லியிருந்தா அதனால பாதிக்கப்படப் போறது நம்ம பத்மஜாதான். பத்மஜா இந்த வீட்டுக்கு வந்திருக்கிறது நல்லபடியாய் ஒரு குழந்தையைப் பெத்துட்டு போறதுக்காகத்தான். இந்த அபார்ட்மெண்ட்ல என்னமோ நடந்துட்டு போகட்டும். நாம அதைப்பத்தி கவலைப்படாமே நம்ம வேலையைப் பார்ப்போம்”

“அப்படீன்னா போலீஸ்ல இந்த விஷயத்தை சொல்ல வேண்டாம்ங்கிறியா.....?”

“ஆமா..... வேன்ல வந்த ரெண்டு பேர் யாரோ எப்படிப்பட்டவங்களோ? கங்காதரனுக்கும் அவங்களுக்கும் என்ன பகையோ? விஷயம் எதுவாயிருந்தாலும் சரி நாம மூச்சு காட்டாமே இருக்கணும். போலீஸ் அந்த விசாரணையை எப்படியோ நடத்திகிட்டு போகட்டும்.....”

“வசு..... நீ இப்படி பேசறது சரியில்லை. நான் ரிடையரான ஒரு ஆர்மி மேன். எனக்கு தெரிஞ்ச ஒரு உண்மையை போலீஸ்கிட்ட மறைக்கிறது எவ்வளவு பெரிய குற்றம் தெரியுமா .....?”

வசுந்தரா ஆத்திரத்தோடு ஏதோ பேச முயல பத்மஜா அவளை கையமர்த்தினாள்.

“அம்மா...... அப்பாவைத் திட்டாதே....நான் அவர்கிட்ட பேசிக்கிறேன்'' சொன்னவள் ராவ்டே பிந்தரிடம் திரும்பினாள்.

“டாடி....... இந்த விஷயத்தை போலீஸ்கிட்டயிருந்து மறைச்சுது குற்றம்தான். இருந்தாலும் என்னோட நிலைமையை நீங்க கொஞ்சம் யோசிச்சுப் பார்க்கணும். எதிரிகள் எப்படிப்பட்டவங்கன்னு தெரியாது. அதைவிட இன்னொரு முக்கியமான விஷயம் என்னோட மாமனார் மாமியார்க்கு ஏற்கனவே உங்க மேல கோபம். பேசினபடி நகை போடலைன்னு சொல்லிக் குத்திக்காட்டாத நாள் கிடையாது. எனக்கு வாய்ச்ச கணவர் என்கிட்ட அன்பாய் ஆதரவா இருக்கிறதால அந்த வீட்ல என்னால சந்தோஷமாய் இருக்க முடியுது. இப்படிப்பட்ட சூழ்நிலையில் போலீஸீக்கு நீங்க விஷயத்தை தெரியப்படுத்தி நான் எடுத்த வீடியோ பதிவையும் காட்டினா அதனோட விளைவுகள் எப்படியிருக்கும்ன்னு உங்களுக்கே புரியும்”

“எனக்குப் புரியுதும்மா.....”

கோபம் குறையாமல் வசுந்தரா கணவனை ஏறிட்டாள்.

“புரியுதுல்ல....அப்ப இந்த விஷயத்தை மறந்துடுங்க”

ராவ்டே பிந்தர் இறுகிப்போன முகத்தோடு சரி என்கிற பாவனையில் தலையாட்ட வசுந்தரா மகளிடம் திரும்பினாள்.

“நீ இப்ப உடனடியாய் செய்ய வேண்டிய வேலை என்ன தெரியுமா .....?”

“சொல்லும்மா”

“அந்த வீடியோ பதிவை டெலிட் பண்ணனும்”

பத்மஜா, ராவ்டே பிந்தரிடம் இருந்த தன் செல்போனை வாங்கி அந்த வீடியோ பதிவை உடனடியாய் டெலிட் செய்தாள். வசுந்தரா தீர்க்கமான குரலில் சொன்னாள்.

“இனிமே இந்த விஷயத்தைப் பத்தி நாம பேசக்கூடாது”

ராவ்டே பிந்தர் பெருமூச்சொன்றை வெளியேற்றிவிட்டு தலையாட்டி வைத்தார்.

கமிஷனர் வைகுந்த் தனக்கு முன்பாய் உட்கார்ந்திருந்த சந்திரசூடனை ஒரு கோபப் பார்வையோடு ஏறிட்டபடி, பார்த்து முடித்த ஃபைலை எறியாத குறையாய் மேஜையின் மேல் போட்டார்.

“மிஸ்டர் சந்திரசூடன்...... யூ ஆர் டிஸப்பாயிண்டிங் மீ எவ்ரிடே. சம்பவம் நடந்து ஒரு வாரமாச்சு. ஒரு இளம்பெண் கொலை செய்யப்பட்டு உடம்பு முழுவதும் கறுப்புப் பெயிண்ட் பூசப்பட்ட சம்பவம் எல்லா மீடியாக்களிலும் சூடு குறையாமே போயிட்டிருக்கு... ஆனா இந்தக் கேஸை டீல் பண்ற நீங்க விசாரணைங்கிற பேர்ல தினசரி அதிரா அபார்ட்மெண்ட்டுக்கு போறீங்க. டிட் யூ கெட் எனி ஃப்ரூட்புல் க்ளூ?”

“நாட் யெட் ஸார்”

“ஒய்.....?”

“ஸார்...... அந்த அபார்ட்மெண்ட்டில் இருக்கிற ஒரு சிலரைத் தவிர மத்தவங்க யாருமே கேக்கிற கேள்விகளுக்கு ஃப்ராப்பரா ஆன்ஸர் தர்றதில்லை. நிறைய பேர் பயப்படறாங்க. அந்த பயத்துக்கு என்ன காரணம்ன்னும் புரியலை ஸார்”

"கறுப்புப் பெயிண்ட் பூசப்பட்ட அந்தப்பெண் அதிரா அபார்ட்மெண்ட்டில்தான் கொலை செய்யப்பட்டு இருக்கணும்ன்னு நீங்க நினைக்கிறீங்க இல்லையா .....?"

"ஆமா"

"உங்ககிட்ட அதுக்கான ஆதாரம் ஏதாவது இருக்கா .....?"

"இல்ல ஸார்"

"அப்புறம் எப்படி அந்த முடிவுக்கு வந்தீங்க .....?"

"ஸார்.... இப்போதைக்கு என்னோட அனுமானம் இது. ஆனா எப்படியும் அடுத்து வாரத்துக்குள்ள அதுக்கான ஆதாரத்தோடு உங்க முன்னாடி வந்து உட்காருவேன்"

கமிஷனர் மேற்கொண்டு பேசும் முன்பு அவருடைய இண்டர்காம் போன் முணுமுணுப்பாய் கூப்பிட்டது.

ரீஸீவரை எடுத்து பட்டனை அழுத்திவிட்டு பேசினார்.

"எஸ்"

மறுமுனையில் அவருடைய உதவியாளர் பேசினார்.

"ஸார்.... பெண்களுக்காக நடத்தப்படும் பிரபல ஆங்கிலப் பத்திரிக்கையான ஸ்மேஷ்லிருந்து எடிட்டர் வாஹினி உங்களைப் பார்க்க வந்து இருக்காங்க....."

"விஷயம் என்னன்னு கேட்டீங்களா .....?"

"கேட்டேன் ஸார்...."

"என்ன சொன்னாங்க.....?"

"மார்ச்சுவரியில் இருக்கிற கறுப்புப் பெயிண்ட் பூசப்பட்ட அந்தப்பொண்ணோட டெட்பாடியை உடனடியாய் பார்க்கணுமாம்"

20

கமிஷனர் வைகுந்த் தன்னுடைய உதவியாளர் சொன்ன செய்தியைக் கேட்டு ஒரு சில விநாடிகள் திகைத்துப் போனாலும் அந்த உணர்வைக் காட்டிக் கொள்ளாமல் இண்டர்காம் ரீஸீவரில் இயல்பாய் பேசினார்.

“எடிட்டர் வாஹினியோட யாராவது வந்திருக்காங்களா .....?”

“இல்ல ஸார்..... அவங்க மட்டும்தான்”

“சரி.... என்னோட ரூமுக்கு அனுப்புங்க”

“எஸ்.....ஸார்”

வைகுந்த் ரீஸீவரை வைத்துவிட்டு எதிரில் உட்கார்ந்திருந்த சந்திரசூடனை சற்றே இறுகிப்போன முகத்தோடு பார்த்தார்.

“மிஸ்டர் சந்திரசூடன்.... மார்ச்சுவரியில இருக்கிற கறுப்புப் பெயிண்ட் பூசப்பட்ட அந்தப் பெண்ணோட டெட்பாடியைப் பார்க்கணும்ன்னு ஸ்மேஷ் ஆங்கிலப் பத்திரிக்கையின் எடிட்டர் வாஹினி வந்திருக்காங்களாம்.... அந்தப் பத்திரிக்கை பெண்களின் பிரச்சனைகளுக்காக நடத்தப்படற வெரி பவர்ஃபுல் மேகஸின். உங்களுக்கு தெரிஞ்சிருக்கும்ன்னு நினைக்கிறேன்”

“நல்லாவே தெரியும் ஸார்..... பத்து இலட்சம் சர்க்குலேஷன். இந்தியாவின் எந்த மூலையா இருந்தாலும் சரி, பெண்கள் பாதிக்கப்படுற மாதிரி ஒரு விஷயம் நடந்தா போதும் உடனே அந்தப் பத்திரிக்கையின் ரிப்போர்ட்டர் அந்த

இடத்துக்கு போயிடுவாங்கன்னு கேள்விப்பட்டிருக்கேன்"

"எடிட்டர் வாஹினியும் சாதாரண பெண் கிடையாது. எல்.எல்.எம். படிச்சுட்டு அஞ்சு வருஷம் அரசு வக்கீலாய் வேலை பார்த்த பின்னாடி அந்த வேலையை ராஜினாமா பண்ணிட்டு ஸ்மேஷ் பத்திரிக்கையை ஆரம்பிச்சு சக்சஸ்ஃபுல்லா நடத்திட்டு வர்றாங்க....''வைகுந்த் சொல்லிக்கொண்டிருக்கும் போதே கதவருகே நிழலாடியது. தொடர்ந்து ஒரு பெண்ணின் கணீர் என்ற குரல் கேட்டது.

"மே ஐ கம் இன் ஸார் .....?"

"கெட் இன் மிஸஸ் வாஹினி"

அந்த வாஹினி உள்ளே வந்தாள். நாற்பது வயது இருக்கலாம். ஒரு ஆணுக்கு இருக்க வேண்டிய உயரம். சதைப்பற்றான முகம். அணிந்திருந்த கோல்டன் ஃப்ரேம் ஸ்பெக்ஸ் முகத்திற்கு கூடுதல் பொலிவை கொடுத்திருந்தது. மெலிதான பச்சை வண்ண காட்டன் சேலையை நேர்த்தியாக கட்டி, சுருட்டையான தலைமுடியை அழுந்த வாரி தூக்கலாய் ஒரு கொண்டை போட்டிருந்தாள். இரு புருவங்களுக்கு நடுவில் ஒரு சிவப்பு ஸ்டிக்கர் துணுக்கு பொட்டாக மாறியிருந்தது.

வைகுந்த் தனக்கு முன்னால் இருந்த காலியான இருக்கையைக் காட்டினார்.

"ப்ளீஸ்........"

வாஹினி உட்கார்ந்ததும் வைகுந்த் சந்திரசூடனிடம் திரும்பினார்.

"மிஸ்டர் சந்திரசூடன்.... ஷி ஈஸ் மிஸஸ் வாஹினி...... ஸ்மேஷ் பத்திரிக்கையோட எடிட்டர்"

சந்திரசூடன் மெல்ல சிரித்தபடி "இவங்களைத் தெரியாதவங்க நம்ம டிபார்ட்மெண்ட்ல யாரும் இருக்க முடியாது ஸார்" என்றார்.

வைகுந்த் வாஹினிக்கு சந்திரசூடனைக் காட்டியபடி சொன்னார்.

"ஹி ஈஸ் சந்திரசூடன், அஸிஸ்டெண்ட் கமிஷனர் ஆஃப் போலீஸ்"

சந்திரசூடனைப் பார்த்து "நைஸ் டூ மீட் யூ" என்று

சொன்ன வாஹினி கமிஷனர் வைகுந்தை ஏறிட்டாள்.

"ஸார்...... ஒரு சின்ன திருத்தம். நான் மிஸஸ் கிடையாது. இன்னும் மிஸ்தான்"

"ஓ ஸாரி.... ஐ தாட் யூ மைட் ஹேவ் காட்டன் மேரீட்"

"நோ ..... நோ நாட் யெட்"

"இஃப் யு டோன்ட் மைண்ட்.... எனி ரீஸன்..?"

"வெரி சிம்பிள்..... என்னோட எண்ணங்களுக்கும் நோக்கங்களுக்கும் ஏத்த மாதிரியான ஒருத்தரை நான் இதுவரை பார்க்கலை. அதுக்காக நான் கவலைப்பட்டதே இல்லை. அம்மாவும் அப்பாவும் தான் கொஞ்ச நாள் கவலைப்பட்டாங்க.... அதுக்கப்புறம் அவங்களும் என்னிக்காவது ஒரு நாள் கவலைப்படறதோடு சரி. ஆனா, நான் அந்த ஒரு நாள் கூட கவலைப்படறதில்லை. இப்போதைக்கு என்னோட வாழ்க்கையே ஸ்மேஷ் பத்திரிக்கைதான். இட்ஸ் ஓ.கே... நான் இப்ப உங்களை எதுக்காக பார்க்க வந்திருக்கேன்னு உங்க உதவியாளர் சொல்லியிருப்பார்ன்னு நினைக்கிறேன் "

"ம்... சொன்னார்"

"கொலை செய்யப்பட்ட ஒரு இளம்பெண்ணோட டெட்பாடி கறுப்புப் பெயிண்ட் பூசப்பட்ட நிலையில் ஒரு கார் டிக்கியிலிருந்து எடுக்கப்பட்டதாக பேப்பரிலும், டி.வி. நியூஸிலும் பார்த்தேன். அந்தப் பொண்ணு யார்ங்கிறதை கண்டுபிடிச்சுட்டீங்களா .....?"

"இன்னும் இல்லை.... சந்திரசூடன்தான் அந்த இன்வெஸ்டிகேஷனை பண்ணிட்டிருக்கார். மார்ச்சுவரியில் இருக்குற அந்த உடம்பை நீங்க பார்க்க விரும்பறீங்களா .....?"

"ஆமா"

"எதுக்காக பார்க்க விரும்பறீங்கன்னு சொல்ல முடியுமா.....?"

"எஸ்'' என்று சொன்ன வாஹினி தன்னுடைய செல்போனின் வாட்ஸப்பை உயிர்ப்பித்து அதிலிருந்த ஒரு பெண்ணின் போட்டோவை ஜூம் செய்து கமிஷனரிடம் நீட்டினாள். அவர் அந்த போட்டோவை வாங்கிப் பார்த்துவிட்டு சந்திரசூடனிடம் கொடுத்தபடியே வாஹினியிடம் கேட்டார்.

"யார் இவங்க.....?"

"இவ பேரு லட்சணா. ஜர்னலிஸம் படிச்சுட்டு ப்ரீலான்ஸர் ரிப்போர்ட்டராய் ஒர்க் பண்ணிட்டு இருக்கா. நான் நடத்தற பத்திரிக்கைக்கும் நிறைய ஆர்டிகள்ஸ் குடுத்திருக்கா. எல்லா ஆர்டிகள்ஸூம் பெண்கள் சம்பந்தப்பட்ட பிரச்சினைகளாகத்தான் இருக்கும். ரெண்டு வாரத்துக்கு முந்தி லட்சணா என்னோட பத்திரிக்கை ஆபீஸூக்கு வந்து என்னை மீட் பண்ணி பெண்களுக்கு எதிராய் இப்ப முளைவிட்டிருக்கிற ஒரு புதுபிரச்சினையைப் பத்தி சொன்னா. அதைக்கேட்டு ஒரு விநாடி நான் அதிர்ந்து போயிட்டேன்"

வைகுந்தும், சந்திரசூடனும் முகங்கள் மாறிப் போனவர்களாய் வாஹினியை ஏறிட்டார்கள்.

"புது பிரச்சினையா .....?"

"எஸ்.... பீடோ ஃபைலிக் என்கிற வார்த்தையை கேள்விப்பட்டு இருக்கீங்களா ?"

"இல்லை"

"சரி.... செக்ஸ் டூரிஸம் என்கிற வார்த்தையையாவது கேள்விப்பட்டு இருக்கீங்களா .....?"

"ஸாரி.... நீங்க சொல்ற இந்த புதுவகையான வார்த்தைகளை இன்னிக்குத்தான் கேள்விப்படறோம்"

"நானும் ரெண்டு வாரத்துக்கு முந்தி லட்சணா சொல்லித்தான் கேள்விப்பட்டேன். லட்சணா என்கிட்டே சொன்னது இதுதான். 'ஆறு வயசிலிருந்து பனிரெண்டு வயசு வரை உள்ள அழகான பெண் குழந்தைகளைக் கடத்திட்டு போய் வக்கிர எண்ணங்களோடு பாலியல் பலாத்காரம் செய்து சந்தோஷப்படற ஒரு வெறி பிடித்த கும்பலின் பெயர்தான் 'பீடோ ஃபைலிக்'. டூரிஸ்ட்ஸ் மாதிரி இந்த கும்பல் இப்போ இந்தியாவிலும் ஊடுருவி பெண் குழந்தைகளைக் கடத்திப்போற வேலையில் ஈடுபட்டிருக்கு....

இது ஒரு மிகப் பெரிய செக்ஸ் வணிகம். இந்த வணிகம் பத்தி எனக்கு ஒரு புது க்ளூ கிடைச்சிருக்கு மேடம். அது குறித்த கட்டுரையோடு நான் அடுத்த வாரம் உங்களைப் பார்க்க வர்றேன்'னு லட்சணா என்கிட்டே சொல்லிட்டு கிளம்பிப் போனா. நானும் ஒரு வாரம் வெயிட் பண்ணிப் பார்த்துட்டு அவளுக்கு போன் போட்டேன். போன்

ஸ்விட்ச் ஆஃப்ன்னு ரிக்கார்டட் வாய்ஸ் கேட்டது. அதுக்குப்பின்னாடி ரெண்டு தடவை லட்சணாவோடு பேச முயற்சி பண்ணியும் அதே ரிக்கார்டட் வாய்ஸ் கேட்டது.

இனி அவளுக்கு என்ன பிரச்சினையோன்னு நானும் போன் பண்ணலை. ஆனா நேத்திக்கு காலையில் லட்சணாவோட ஃப்ரண்ட் ஒருத்தி எனக்கு போன் பண்ணி 'மேடம்..... லட்சணா கடந்த பத்து நாளா ஹாஸ்டல் ரூமுக்கு வரலை.... நீங்க ஏதாவது வேலை கொடுத்து வெளியூர்க்கு அனுப்பியிருக்கீங்களா'ன்னு கேட்டா..... நான் இல்லையேன்னு சொன்னேன். அவ போன் பண்ணி கேட்டப்பறம்தான் எனக்கு பேப்பர்ல டி.வி.யில பார்த்த நியூஸ் ஞாபகத்துக்கு வந்தது. மனசுக்குள்ளே ஒரு சந்தேகமும் வந்தது"

சந்திரசூடன் குறுக்கிட்டார்.

"கொலை செய்யப்பட்ட அந்த பொண்ணு லட்சணாவா இருக்கலாமோன்னு சந்தேகப்படறீங்களா.....?"

"ஆமா....."

"லட்சணா ஏன் ஹாஸ்டலில் ஸ்டே பண்ணனும் ? அந்தப் பொண்ணுக்கு சொந்த ஊர் எது.....?"

"லட்சணாவுக்கு சொந்த ஊர் விஜயவாடா. அம்மா இல்லை..... அப்பா மட்டும்தான். அப்பாவோட குடிபழக்கமும் நடத்தையும் சரியாய் இல்லாததால வீட்டை விட்டு வெளியே வந்துட்டா. அவளோட அப்பாவும் அதைப்பத்தி கவலைப்படாமே பொண்ணு கூட எந்தத் தொடர்பும் இல்லாமே இருக்கார்"

"லட்சணா எந்த ஹாஸ்டலில் ஸ்டே பண்ணியிருக்கா .....?"

"வெஸ்ட் மாம்பலத்துல பூரணி லேடீஸ் நெஸ்ட்ங்கிற ஹாஸ்டல்ல இருக்கா."

"அந்த லட்சணாவோட போட்டோவை காட்டுங்க"

வாஹினி தன் செல்போனின் வாட்ஸ்அப்பை மறுபடியும் உயிர்ப்பித்து லட்சணாவின் போட்டோவை பெரிதுபடுத்திக் காட்டினாள்.

சந்திரசூடன் போட்டோவை சில விநாடிகள் வரை உற்றுப் பார்த்துக் கொண்டு இருந்துவிட்டு பெருமூச்சோடு வாஹினியை ஏறிட்டார்.

“ப்யூடிஃபுல் கேர்ள்”

“நேர்ல பார்க்க இன்னமும் அழகாய் இருப்பா”

“லட்சணாவோட செல்போன் நெம்பர் என்ன.....?” ஒவ்வொரு எண்ணாக வாஹினி சொல்ல, சந்திரசூடன் அந்த எண்ணை ஒரு தாளில் எழுதிக் கொண்டார். கேட்டார்.

“நீங்க லட்சணாவுக்கு இப்ப போன் பண்ணினாலும் ஸ்விட்ச் ஆஃப்ன்னு ரிக்கார்டட் வாய்ஸ் வருதா.....?”

“ரெண்டு நாளா நான் போன் பண்ணலை. ஆனா ரெண்டுநாளைக்கு முன்னாடி அந்த நெம்பர்க்கு போன் பண்ணினேன். எந்த ஒரு ரிக்கார்டட் வாய்ஸூம் கேட்கலை.... ஒரு டீப் சைலன்ஸ் மட்டும் மெயின்டைன் ஆகுது”

“அதாவது எந்த ரெஸ்பான்ஸூம் இல்லை .....?”

“ஆமா....”

“ஓகே தென் சைபர் க்ரைம்க்கு இந்த போன் நெம்பரை கொடுத்து போன் எங்கே இருக்குன்னு லொகேட் பண்ணச் சொல்லலாம்”

வைகுந்த் சந்திரசூடனை ஏறிட்டார்.

“மிஸ்டர் சந்திரசூடன்..... நீங்க முதல்ல மிஸ் வாஹினியை கூட்டிகிட்டு மார்ச்சுவரிக்கு போய் டெட்பாடியை காட்டுங்க. அது லட்சணாவா இல்லையான்னு அவங்க பார்த்துட்டு சொல்லட்டும்”

“எஸ் ஸார்”

சந்திரசூடன் எழுந்து கமிஷனருக்கு ஒரு சல்யூட்டைக் கொடுத்துவிட்டு வாஹினியைப் பார்த்தார்.

“புறப்படலாமா.....?”

வாஹினி கமிஷனரிடம் விடைபெற்றுக்கொண்டு அறையினின்றும் வெளிப்பட்டு சந்திரசூடனோடு வராந்தாவில் நடந்தாள்.

லிஃப்ட்டை நெருங்கியபோது சந்திரசூடனின் செல்போன் ரிங்டோனை வெளியிட்டது.

எடுத்து டிஸ்ப்ளேயைப் பார்த்தார்.

கோபிகா கூப்பிட்டுக் கொண்டிருந்தாள்.

21

செல்போனை அட்டெண்ட் செய்யலாமா வேண்டாமா என்று ஒரு சில விநாடிகள் யோசித்த சந்திரசூடன் பிறகு டிஸ்ப்ளேயில் தெரிந்த எண்ணைத் தொட்டுவிட்டு இடது காதுக்கு பொத்தினார்.

"சொல்லு ..... கோபிகா!"

"ஸார்..... நீங்க இப்ப எங்கே இருக்கீங்க......?"

"மொதல்ல விஷயம் என்னேன்னு சொல்லும்மா"

"நீங்க உடனடியா புறப்பட்டு எங்க அபார்ட்மெண்ட்டுக்கு வரணும். ரொம்பவும் அவசரம்"

லேசாய் எரிச்சலானார் சந்திரசூடன்.

"இதோ பாரம்மா....நான் இப்போ ஒரு முக்கியமான விஷயமா வெளியே கிளம்பிட்டிருக்கேன். நீ சொல்லப் போற விஷயம் எந்த அளவுக்கு கிரிட்டிகல்ன்னு தெரிஞ்சாத்தான் நான் புறப்பட்டு வரமுடியும் .....?"

"ரொம்பவும் கிரிட்டிகல் ஸார்"

"அப்ப என்னன்னு சொல்லு"

"நீங்க போன வாரம் என்கொயரி பண்றதுக்காக அபார்ட்மெண்ட் வந்தப்ப ஃப்ளாட் நெம்பர் 144ஐப் பூட்டி சீல் வெச்சுட்டு போனீங்க இல்லையா .....?"

"ஆமா"

"ஒரு அரைமணி நேரத்துக்கு முன்னாடி நான் எங்க சிட்அவுட்ல இருக்கிற செடிகளுக்கு உரம் போட்டுகிட்டு இருந்தப்ப அந்த ஃப்ளாட்டைப் பார்த்தேன். ஒரு ஜன்னல் கண்ணாடி சரியா சாத்தப்படாத காரணத்தால ஃப்ளாட்டோட உட்புறம் லேசா தெரிஞ்சுது. நான் அதைப்பத்தி என்னோட அப்பாகிட்டே சொல்லணும்ன்னு நினைச்சுட்டு இருக்கும்போதே அந்த சம்பவம் நடந்தது ஸார்"

"என்ன சம்பவம் .....?"

"சரியா சாத்தப்படாத அந்த ஜன்னல் கதவை உள்ளேயிருக்கிற யாரோ வெளியே கையை நீட்டி இழுத்து சாத்தினாங்க"

சந்திரசூடனின் உடம்புக்குள் ஓர் அதிர்வலை பரவியது.

"நீ என்னம்மா சொல்றே.... பூட்டி சீல் வெச்ச ஃப்ளாட்டுக்குள்ளே ஆள் எப்படி இருக்க முடியும் .....?"

"அதான் ஸார் எனக்கு ஆச்சர்யம்"

"சரி...உன்னோட அப்பாகிட்டே இதைப்பத்தி சொன்னியா கோபிகா .....?"

"சொன்னேன் ஸார்"

"அப்பா பக்கத்துல இருக்காரா .....?"

"ம்..... இருக்கார்"

"போனை அவர்கிட்ட குடும்மா"

"இதோ தர்றேன் ஸார்"

அடுத்த சில விநாடிகளில் கோபிகாவின் அப்பா ஆதிகேசவன் பேசினார்.

"ஹலோ..."

"என்ன ஸார் உங்க டாட்டர் கோபிகா சொல்றது உண்மையா .....?"

மறுமுனையில் மௌனம்.

ஆதிகேசவனின் குரலுக்காக சில விநாடிகள் காத்திருந்த சந்திரசூடன் பிறகு பொறுமை இழந்தவராய் "என்ன பேச்சையே காணோம்.... நான் பேசறது உங்களுக்கு கேக்குதா ஸார் ?" என்றார்.

ஆதிகேசவன் குரலைத் தாழ்த்தினார். "கேக்குது ஸார்..... கோபிகா பக்கத்துல நின்னுட்டு இருந்ததால உடனே உங்களுக்கு பதில் சொல்ல முடியலை... இப்பத்தான் கிச்சனுக்குள்ளே குக்கர் கத்துதேன்னு போனா..... கோபிகா சொன்ன மாதிரி அந்த 144 நெம்பர் ஃப்ளாட்ல யாரும் இல்ல ஸார்..... அது அவளோட கற்பனையாய் இருக்கும்ன்னு நினைக்கிறேன் "

" சரியாய் சாத்தப்படாத ஜன்னல் கதவை உள்ளேயிருக்கிற யாரோ வெளியே கையை நீட்டி இழுத்து சாத்தினாங்கன்னு கோபிகா அவ்வளவு தெளிவாய் சொல்றாளே .....?"

"ஸார்..... நான் கோபிகாவைப்பத்தி ஏற்கனவே உங்ககிட்ட எல்லா விஷயங்களையும் சொல்லிட்டேன். அவ பேசறது எல்லாமே தெளிவாவும் நம்பற மாதிரிதான் இருக்கும். 144 நெம்பர் ஃப்ளாட்டோட விஷயமும் அப்படித்தான். நீங்க அந்த ஃப்ளாட்டை பூட்டி சீல் வெச்சுட்டு போன நாளில் இருந்தே கோபிகா அடிக்கடி சிட்அவுட்ல போய் நின்னுகிட்டு ஃப்ளாட்டையே பார்த்துட்டிருப்பா....."

"ஏன் பார்த்துட்டிருக்கேன்னு நீங்க கேக்கலையா .....?"

"கேட்டேன் ஸார்"

"நான் கேட்ட அந்தக் கேள்விக்கு எந்த பதிலும் சொல்லாமே மௌனமா போயிட்டா. அதுக்கப்புறம் அவகிட்டே அதைப்பத்தி பேசறதேயில்லை"

"சரி....இன்னிக்கு கோபிகா அந்த வீட்டுக்குள்ளே யாரோ இருக்காங்க... உள்ளேயிருந்துகிட்டே ஜன்னல் கதவை சாத்தறாங்கன்னு சொன்னதும் அது உண்மையா பொய்யான்னு தெரிஞ்சுக்கிறதுக்காக அந்தப் ஃப்ளாட்டைப் போய் பார்த்தீங்களா .....?"

"உடனே போய்ப் பார்த்தேன் ஸார்.... நீங்கப் போனவாரம் அந்த ஃப்ளாட்டைப் பூட்டி எப்படி சீல் வெச்சுட்டுப் போனீங்களோ அதே மாதிரிதான் இருக்கு. யாரும் உள்ளே இருக்க வாய்ப்பேயில்லை"

"அப்புறம் கோபிகா ஏன் அப்படியொரு பொய்யைச் சொல்லணும் .....?"

"ஸார்..... கோபிகாவுக்கு பொய் சொல்லணும்ங்கிற

இன்டென்ஷன் கிடையாது. அவ இப்ப வாழ்ந்துட்டுகிட்டு இருக்கிற ஒரு வாழ்க்கை கற்பனைகள் கலந்த ஒரு நனவு வாழ்க்கை.... இனிமேல் கோபிகாகிட்டயிருந்து இப்படிப்பட்ட போன்கால்ஸ் வந்தா அதைப் பெரிசா எடுத்துக்க வேண்டாம் ஸார். இக்னோர் தெம்..... அவ பேசறதுல எந்த வார்த்தை உண்மை எந்த வார்த்தை கற்பனை எனக்கு மட்டும்தான் ஸார் தெரியும்"

"சரி..... 144 நெம்பர் ஃப்ளாட்டுக்கு மேல ரெண்டாவது மாடியில் குடியிருக்கிற பிரசன்னம் பார்க்கிற ஒரு வயசான மலையாளி அம்மா இருக்கிறதா சொன்னீங்க இல்லையா .....?"

"ஆமா"

"அந்த அம்மாவோட பேர் என்ன .....?"

"தாட்சாயிணி அம்மா"

"அவங்க நாகர்கோவிலில் இருக்கிற மண்டைக்காடு பகவதியம்மன் கோயிலுக்குப் போயிருக்கிறதாய் சொன்னீங்க..... வந்துட்டாங்களா .....?"

"வந்துட்டாங்க ஸார்..... அந்த அம்மாவோட ஃப்ளாட்ல லைட் எரியுது. மொட்டை மாடியில சிவப்பு சேலைகள் காயறதைப் பார்த்தேன்"

"இன்னிக்கு சாயந்தரம் அதிரா அபார்ட்மெண்ட்டுக்கு வர்றேன். அந்த அம்மாகிட்ட ஒரு என்கொயரி நடத்த வேண்டியிருக்கு"

"வாங்க ஸார்.... நானே அந்த அம்மாகிட்ட கூட்டிட்டுப் போறேன்"

"தேங்க்யூ" சொன்ன சந்திரசூடன் செல்போனை அணைத்துவிட்டு லிஃப்ட்டுக்கு பக்கத்தில் கைகளைக் கட்டிக்கொண்டு மௌனமாய் நின்றிருந்த வாஹினியிடம் வந்தார்.

"ஸாரி மேடம்...... ஒரு அன்எக்ஸ்பெக்டட் போன்கால் அவாய்ட் பண்ண முடியலை..... உங்களை காக்க வெச்சுட்டேன்"

வாஹினி சின்னதாய் புன்னகைத்தாள்.

"நோ இஷ்யூஸ்...... நீங்க பேசறதை நானும் அப்ஸர்வ் பண்ணினேன் ஐ குட் அன்டர்ஸ்டேன்ட். போலாமா .....?"

“ம்”

லிஃப்டில் இறங்கி கீழே வந்தார்கள்.

“மேடம்..... நீங்க எப்படி கமிஷனர் ஆபீஸுக்கு வந்தீங்க.....? பை கார் .....?”

“இல்ல என்னோட கார் சர்வீஸுக்குப் போயிருக்கிறதால டாக்ஸியில்தான் வந்தேன்”

“தென் நோ ப்ராப்ளம்... வாங்க என்னோட கார்லயே போயிடலாம்'' சந்திரசூடன் சொல்லிக்கொண்டே பார்க்கிங் ஏரியாவில் நின்றிருந்த டிபார்ட்மெண்ட்டுக்கு சொந்தமான இன்னோவா காரில் ஏறி ட்ரைவிங் சீட்டை ஆக்ரமித்தார். வாஹினி பக்கத்து சீட்டில் உட்கார்ந்தாள்.

கார் புறப்பட்டு அலுவலகத்தை விட்டு வெளியேறி பிரதான சாலைக்கு வந்ததும் சந்திரசூடன் கேட்டார்.

“மேடம்... இதுக்கு முன்னாடி ஜி.ஹெச். மார்ச்சுவரிக்கு போய் எந்த ஒரு பாடியையாவது பார்த்து ஐடெண்டிஃபை பண்ணினது உண்டா .....?”

“இல்லை.... இதுதான் முதல் தடவை”

“மார்ச்சுவரி அட்மாஸ்பியர் கொஞ்சம் பார்மலின் நெடியோடு வயித்தைக் கலக்கறமாதிரி இருக்கும்....”

“கேள்விப்பட்டிருக்கேன். நோ.... ப்ராப்ளம். ஒரு உண்மையை வெளியே கொண்டு வரணும்ன்னா இதுமாதிரியான சூழ்நிலைகளை ஃபேஸ் பண்ணித்தான் ஆகணும்.... லட்சணா சமுதாய நலனில் அக்கறையுள்ள ஒரு துடிப்பான பெண்.

பெண்களுக்கு எதிரான பாலியல் பலாத்கார விவகாரங்களில் யார் சம்பந்தப்பட்டிருந்தாலும் சரி, மீடியாக்களின் உதவியோடு அந்த நபரை வெளிச்சத்துக்கு கொண்டு வந்துடுவா.

போன மாசம் எக்ஸ் மினிஸ்டர் எழிலரசன் தன்கிட்டே உதவியாளராய் வேலை பார்த்த ஒரு பெண்ணை கல்யாணம் பண்ணிக்கிறேன்னு சொல்லி ஆசை வார்த்தை காட்டி மோசம் பண்ணி அவ வயிற்றில் வளர்ந்துட்டிருந்த கருவையும் ஒரு மாத்திரை கொடுத்து கலைச்சிருக்கார்.

விஷயத்தை வெளியே சொன்னா கொலை பண்ணிடுவேன்னும் மிரட்டியிருக்கார். இந்த விஷயத்தை எப்படியோ தெரிஞ்சுகிட்ட லட்சணா தகுந்த ஆதாரங்களோடு மீடியாக்களின் உதவியோடு சி.பி.சி.ஐ.டி. போலீஸூக்கு கொண்டு போக எழிலரசன் இப்போ ஜாமீனில் கூட வெளியே வர முடியாத அளவுக்கு புழல் சிறையில் இருக்கார்"

சந்திரசூடன் காரை ஓட்டிக்கொண்டே ஒரு சிரிப்போடு தலையாட்டினார்.

"ஓ .... அந்த எக்ஸ் மினிஸ்டர் எழிலரசன் மாட்டிகிட்டது லட்சணாகிட்டதானா? போனமாசம் எல்லா சேனல்களின் பிரேக்கிங் நியூஸ் எழிலரசன்தான். லட்சணா ஹேஸ் டன் ஏ குட் ஜாப்"

"எஸ்.... ரியலி!" என்று சொன்ன வாஹினி லேசாய் குரலை இழுத்தாள்.

"நான் ஒரு விஷயத்தைப்பத்தி கேட்டா நீங்க தப்பா நினைக்கக்கூடாது... கேட்கலாமா .....?"

"பை ஆல் மீன்ஸ்"

"நீங்க கொஞ்ச நேரத்துக்கு முன்னாடி செல்போன்ல யார்கிட்டயோ பேசிட்டிருக்கும்போது அதிரா அபார்ட்மெண்ட்ங்கிற பேரைச் சொன்னீங்க.. ஈஞ்சம்பாக்கத்தில் இருக்கிற அபார்ட்மெண்ட்தானே .....?"

"ஆமா..... அதைப் பத்தி உங்களுக்கு ஏதாவது தெரியுமா மேடம்..?"

"தெரியாது. ஆனா அந்த அபார்ட்மெண்ட்ல இருக்கிற ஃப்ளாட்144ஐப் பத்தியும், அங்கே கடந்த ஆறு வருஷங்களில் நடந்த ஆறு மரணங்களைப் பத்தியும் என்னோட பத்திரிக்கை ஆபீஸூக்கு ஒரு அநாநிமஸ் லெட்டர் வந்தது. அந்த லெட்டரை டைப் பண்ணி அனுப்பியிருந்தவர், தன்னை ஒரு பயோ மெடிக்கல் என்ஜீனியர்ன்னு அறிமுகப்படுத்திகிட்டு தன்னோட பெயரைக் குறிப்பிடாமே லெட்டர் அனுப்பியிருந்தார்"

காரை ஓட்டிக்கொண்டிருந்த சந்திரசூடன் வேகத்தைக் குறைத்து அதிர்ச்சியோடு வாஹினியிடம் திரும்பினார்.

“லெட்டர்ல அவர் என்ன எழுதியிருந்தார் .....?”

“கிட்டத்தட்ட ரெண்டு பக்கத்துக்கு ஏதேதோ எழுதியிருந்தார். ஆனா அவர் எழுதினது எதுவுமே நம்பும்படியாய் இல்லை”

“நம்பும்படியாய் இல்லையா .....?”

“ஆமா.... ஜெல் பால் ப்ளாஸ்டர் பத்தி நீங்க கேள்விப்பட்டு இருக்கீங்களா .....?”

22

சந்திரசூடன் காரின் வேகத்தை இன்னமும் வெகுவாய் குறைத்து சாலையோரமாய் நிறுத்திக்கொண்டார். வாஹினியிடம் திகைப்போடு திரும்பினார்.

"மேடம் நீங்க ...... இப்ப என்ன வார்த்தை சொன்னீங்க .....?"

"ஜெல் பால் ப்ளாஸ்டர்"

"புதுசா இருக்கே! இன்னிக்குத்தான் இப்படியொரு வார்த்தையை கேள்விப்படறேன். அந்த லெட்டர் இன்னமும் உங்ககிட்டத்தான் இருக்கு.....?"

"ஆமா... அந்த லெட்டரை என்னோட செல்போன்ல ஸ்கேன் எடுத்து அதை ஸேவ் பண்ணி வெச்சிருக்கேன். அந்த லெட்டரை நீங்க படிக்க விரும்பறீங்களா.....?"

"சர்ட்டன்லி.... அந்த அதிரா அபார்ட்மெண்ட் விவகாரத்தில் ஒரு சின்ன ஹோல்டிங்காவது கிடைக்காதான்னு ஒவ்வொரு நிமிஷமும் எதிர்பார்த்துட்டிருக்கேன். அந்த லெட்டரை முழுசா படிச்சா ஏதாவது ஒரு உபயோகமான தகவல் கிடைக்கலாமே.....?"

வாஹினி தன்னுடைய செல்போனில் வைத்திருந்த கடிதத்தைக் காட்ட, சந்திரசூடன் வாங்கிப் பார்த்தார். ஆங்கிலத்தில் டைப் செய்யப்பட்டிருந்த வார்த்தைகளை படிக்க படிக்கவே மனதுக்குள் தமிழாக்கம் ஓடியது.

'ஸ்மேஷ் பத்திரிக்கையின் ஆசிரியர் அவர்களின் பார்வைக்காக இந்தக் கடிதம் அனுப்பப்படுகிறது.

நான் யார் என்பது உங்களுக்கு முக்கியமில்லை. நான் சொல்லப்போகும் விஷயம்தான் மிகவும் முக்கியமானது. பெண்களுக்கு எதிராக எந்த ஒரு கொடுமை நம் நாட்டின் எந்தப் பகுதியில் நடந்தாலும் உடனே அதை வாசனை பிடித்து அந்தப் பகுதிக்கு உங்கள் பத்திரிக்கையின் சார்பாக ரிப்போர்ட்டர் ஒருவர் போய்விடுவார் என்று பலரும் சொல்ல நான் கேள்விப்பட்டிருக்கிறேன்.

அந்தக் கொடுமையை யார் செய்திருந்தாலும் தைரியமாக அவருடைய பெயரைக் குறிப்பிட்டு புகைப்படத்தோடு ஸ்மேஷ் பத்திரிக்கையில் செய்தி வெளிவந்துவிடும். செய்தியை வெளியிடுவதோடு மட்டும் நிறுத்திக்கொள்ளாமல் அந்த நபரின் மேல் எதுமாதிரியான நடவடிக்கை எடுக்கப்படுகிறது என்பதையும் கண்கொத்தி பாம்பாய் கவனித்து சட்டபூர்வமான அணுகுமுறையையும் மேற்கொள்கிறீர்கள்.

பாராட்டுக்கள்.

இப்போது விஷயத்துக்கு வருகிறேன்.

சென்னை ஈஞ்சம்பாக்கத்தில் ஒரு அபார்ட்மெண்ட் இருக்கிறது. பெயர் அதிரா அபார்ட்மெண்ட். அங்கே கடந்த ஆறு மாத காலத்தில் 144 எண் கொண்ட ஃப்ளாட் ஒன்றில் வாடகைக்கு தங்கியிருந்த ஐந்து பேர்களும் மற்றும் அதே அபார்ட்மெண்ட்டில் வேறொரு ஃப்ளாட்டில் குடியிருந்த ஒரு நபரும் மொத்தம் ஆறு பேர் அதில் நான்கு பேர் பெண்கள்.

இவர்கள் எல்லோருமே திடீரென்று எந்த நோயும் இல்லாமலேயே ஒரு சில நொடிகளில் இறந்து போயிருக்கிறார்கள். அந்த மரணங்கள் இயற்கையானவை என்றும் கார்டியோ வேஸ்குலார் அரஸ்ட் என்றும் அவர்களின் குடும்ப டாக்டர்கள் சொல்லியிருக்கிறார்கள்.

ஆனால் எனக்கு மட்டும் அந்த மரணங்களில் சந்தேகம் உள்ளது. ஒரு குறிப்பிட்ட ஃப்ளாட்டில் தங்கியிருந்தவர்களின் மரணங்கள் ஒரே மாதிரியாகவா நடக்கும் ? நான் பயோ மெடிக்கல் என்ஜினியரிங் படித்தவன் என்பதால் இந்த மரணங்களைக் குறித்து சந்தேகப்படுகிறேன். நடைபெற்ற ஆறு மரணங்களும் இயற்கையானவை அல்ல.

அவர்கள் கொலை செய்யப்பட்டு இருக்கிறார்கள். ஜெல் பால் ப்ளாஸ்டர் காரணமாய் இருக்கலாம். இறந்த ஆறு பேர்களில் நான்கு பேர் மின்தகனம் செய்யப்பட்டும், இரண்டு பேர் புதைக்கப்பட்டும் இருக்கிறார்கள். அந்த இருவரில் ஒருவர் பெண். இன்னொருவர் ஆண். இவர்களின் உடல்களை தோண்டி எடுத்து போஸ்ட்மார்ட்டம் செய்யப்பட்டால் உண்மை தெரியும்.

இதை நான் பகிரங்கமாக என்னை வெளிப்படுத்திக்கொண்டு சொல்ல எனக்கு விருப்பம் இல்லை. நான் என்னுடைய குடும்பத்திற்கு முக்கியமானவன். இந்த விஷயத்தில் என்னுடைய உயிரை பணயம் வைக்க நான் விரும்பவில்லை. உங்கள் ஸ்மேஷ் பத்திரிக்கை பிரபலமான பத்திரிக்கை.

இந்தக் கடிதத்தை நீங்கள் உங்கள் பத்திரிக்கையில் பிரசுரித்தால் அதிரா அபார்ட்மெண்டில் நடைபெற்ற சம்பவங்கள் பல லட்சம் பேர்களுக்கு தெரியவரும். அதன் விளைவாக போலீஸ்துறையின் நடவடிக்கைகளும் தீவிரப்படுத்தப்படும். இந்தக் கடிதத்தில் சொல்லப்பட்டிருக்கும் ஒவ்வொரு வார்த்தையும் உண்மையானது. இதை ஒரு அநாமதேயக் கடிதமாக நினைத்து அலட்சியப்படுத்த வேண்டாம்.

இப்படிக்கு,

பொய் பேசத் தெரியாதவன்

கடிதம் முடிந்து போயிருக்க சந்திரசூடன் வாஹினியிடம் செல்போனை திருப்பிக் கொடுத்துக் கொண்டே சொன்னார்.

“மேடம்...... இந்த லெட்டரை என்னோட வாட்ஸ்அப் நெம்பர்க்கு ஃபார்வேர்ட் பண்ணி விடறீங்களா .....?”

“ஷ்யூர்.... உங்க வாட்ஸ்அப் நெம்பரைச் சொல்லுங்க”

சந்திரசூடன் நெம்பரைச் சொல்ல அடுத்த சில விநாடிகளில் வாஹினியின் செல்போனில் இருந்த அந்தக் கடிதம் சந்திரசூடனின் வாட்ஸ்அப் நெம்பர்க்குப் போயிற்று.

காரை மறுபடியும் நகர்த்திக்கொண்டே சந்திரசூடன் கேட்டார்.

“மேடம்.... நீங்க இந்த லெட்டரை ஒரு பெரிய விஷயமாகவே எடுத்துக்கலை போலிருக்கே .....?”

"ஆமா"

"ஏன் .....?"

"இந்த லெட்டர் எனக்கு வந்த அடுத்த நிமிஷம் நான் ஒரு பயோ மெடிக்கல் என்ஜினியரிங் புரஃபசரை போன்ல காண்டாக்ட் பண்ணிப் பேசினேன். அவர் பேர் சந்திரமௌலீஸ்வரன். அவர்கிட்ட இந்த லெட்டர் கம்ப்ளீட்டா படிச்சு காட்டிட்டு அந்த ஜெல் பால் ப்ளாஸ்டரைப் பத்தி கேட்டேன்"

"என்ன சொன்னார் .....?"

"அபத்தம்ன்னு சொல்லி பலமா சிரிச்சார்"

"அந்த வார்த்தை ஒருவேளை அவர்க்குத் தெரியாமே இருந்திருக்கலாமே.....?"

"அப்படியும் சொன்னேன். அதுக்கு அவர் 'இதோ பாருங்க மேடம். பயோ மெடிக்கல் என்ஜினியரிங்ல அப்டேட்டாய் இருக்கிற எத்தனையோ பேர்கள்ல நானும் ஒருத்தன். எனக்குத் தெரிஞ்சு அப்படி ஒரு வார்த்தையில்லை. அந்த வார்த்தை உண்மையாய் இருக்கும் பட்சத்தில் அது என்னன்னு கடிதம் எழுதின நபரே சொல்லியிருக்கலாமே.... ஏன் சொல்லலை....! இப்படியொரு லெட்டர் வந்ததற்கு பின்னணியில் வேறு ஏதாவது ஒரு விஷயம் இருக்கலாம். அதை மொதல்ல இன்வெஸ்டிகேட் பண்ணுங்க'ன்னு சொன்னார்.

சந்திரமௌலீஸ்வரன் இப்படி சொன்னதுக்குப்பிறகும் நான் டெல்லியில் இருக்கிற பயோ மெடிக்கல் என்ஜினியரிங் சம்பந்தப்பட்ட சில எமினன்ட்ஸ்கிட்ட ஜெல் பால் ப்ளாஸ்டரைப்பத்தி கேட்டேன். எல்லோருமே சொன்ன ஒரு பதில் அப்படியொரு வார்த்தையே அந்தத்துறையில் இல்லைங்கிறதுதான்"

"ஸோ..... அந்த லெட்டரை இக்னோர் பண்ணிட்டீங்க .....?"

"எஸ்.... ஆனா.... 100% இக்னோர் பண்ணலை. எனக்கு அறிமுகமான நாலைஞ்சு போலீஸ் ஆபீஸர்கிட்ட போய் லெட்டரைக் காட்டினேன். அவங்க யாருமே அந்த லெட்டரைப் பொருட்படுத்தலை.

இறந்துபோன ஆறு பேருமே இயற்கையான முறையில் கார்டியோ வேஸ்குலார் அரஸ்ட் என்கிற ஹார்ட் அட்டாக்கில் இறந்து போயிருக்காங்க.... மரணம் ஏற்பட்டதுமே அவங்க

சம்பந்தப்பட்ட ஃபேமிலி டாக்டர்ஸ் வந்து பார்த்து நேச்சுரல் டெத்ன்னு டிக்ளேர் பண்ணியிருக்காங்க. நூற்றுக்கணக்கான பேர் வசிக்கிற அபார்ட்மெண்ட்ல கடந்த ஆறு வருஷத்துல ஒரு ஆறு பேர் இறந்து போயிருக்காங்க என்கிற ஒரு விஷயம் சாதாரணமானது.

முடிஞ்சுபோன ஒரு விஷயம். இதை யாரோ ஒரு நபர் ஏதோ ஒரு ஆதாயத்துக்காக மறுபடியும் கிளறிவிடப் பார்க்கிறாங்க. ஒரு விஷயம் பெரிய அளவில் பேசப்படணும்ன்னா அது ஸ்மேஷ் மாதிரியான பத்திரிக்கையில் வரணும்ன்னு லெட்டர் எழுதினவர் நினைச்சு இருக்கலாம். அதுக்கு நீங்க இடம் கொடுக்கக்கூடாது மேடம்ன்னு சொல்லிட்டாங்க. அவங்க அப்படி சொன்னதிலும் ஒரு நியாயம் இருந்ததால அதுக்கப்புறம் அந்த லெட்டர்க்கு நான் இம்பார்ட்டன்ஸ் தரலை........"

"மறுபடியும் அந்த நபர்கிட்டயிருந்து ஏதாவது லெட்டர் வந்ததா மேடம்.....?

"வரலை...."

"அப்படீன்னா அது ஒரு மொட்டைக்கடிதமாகத்தான் இருக்கணும். அந்த லெட்டரில் இருந்த வாசகங்கள் உண்மையாய் இருந்திருந்தா கடிதம் எழுதின நபர்க்கு கோபம் வந்து ஸ்மேஷ் பத்திரிக்கையில் ஏன் செய்தி போடலைன்னு மறுபடியும் ஒரு லெட்டர் வந்திருக்கணும்"

"நானும் இதையேதான் நினைச்சேன். இருந்தாலும் என்னோட மனசுக்குள்ளே அந்த கடித வரிகள் அப்பப்ப வந்துட்டுப் போகும். இன்னிக்கு நீங்க போன்ல அதிரா அபார்ட்மெண்ட்டைப்பற்றி யார்கிட்டயோ பேசிட்டு இருந்ததால நான் எனக்கு வந்த லெட்டரைப்பற்றி சொல்ல வேண்டி வந்தது"

"இனி என்னோட இன்வெஸ்டிகேஷனில் அந்த லெட்டரும் ஒரு அங்கம். நான் அதை ஃபாலோ அப் பண்ணிக்கிறேன்"

சந்திரசூடன் சொல்லிக்கொண்டே காரை ஜி.ஹெச்சின் பிரதான வாயிலுக்குள் நுழைத்தார். மத்தியான வேளையாக இருந்ததால் ஜி.ஹெச்சில் அவ்வளவாக கூட்டமில்லை. மிதமான வேகத்தில் சுற்றுப்பாதையில் காரை செலுத்தி சில

நிமிடங்களுக்கு பின் ஹாஸ்பிடல் கட்டிடத்தின் பின்பக்கம் இருந்த மார்ச்சுவரி அறைக்கு சற்றுத்தள்ளி ஒரு மரத்துக்கு கீழே நிறுத்தினார் சந்திரசூடன்.

இருவரும் இறங்கினார்கள். வெளியே காத்திருந்த வெய்யில் முகத்தில் அறைந்தது.

சந்திரசூடனைப் பார்த்ததும் மார்ச்சுவரி அறைக்கு வெளியே நின்றிருந்த ஊழியர் ஒருவர் வேகவேகமாய் வந்து சல்யூட் வைத்துவிட்டு தயக்கத்தோடு சற்று தள்ளி நின்றார். சந்திரசூடன் கேட்டார்.

"என்ன யூசுப்......... இன்னிக்கு ட்யூட்டியில் நீ இருக்கே .....?"

"துரைசாமிக்கு உடம்பு சரியில்லை ஸார்.... ஒரு வாரத்துக்கு லீவு"

"சரி....மார்ச்சுவரி நீட்டாதானே இருக்கு.....?"

"காலையிலிருந்து ரெண்டு தடவை க்ளீன் பண்ணியாச்சு ஸார்"

"கறுப்புப் பெயிண்ட் பூசப்பட்ட பொண்ணோட டெட்பாடியைப் பார்த்து ஐடென்டிஃபை பண்ண இவங்க வந்திருக்காங்க. ஸ்டெர்லைஸ் பண்ணின ரெண்டு மாஸ்கை எடுத்துட்டு வா"

யூசுப் அடுத்த அறைக்கு ஓடிப்போய் ப்ளாஸ்டிக் கவர்களுக்குள் இருந்த இரண்டு மாஸ்க்குகளை கொண்டு வந்து நீட்ட சந்திரசூடனும், வாஹினியும் அதை வாங்கி அணிந்து கொண்டார்கள். மார்ச்சுவரி கதவுக்கு முன்பாய் போய் நின்றார்கள்.

"டோரை ஓப்பன் பண்ணு... யூசுப்.....!"

யூசுப் கையில் வைத்திருந்த சாவிக்கொத்தில் ஒன்றை தேர்ந்தெடுத்து கதவில் தொங்கிக்கொண்டிருந்த பூட்டை விடுவித்து, அந்த கனமான கதவைத் தள்ள, இருவரும் உள்ளே போனார்கள்.

மார்ச்சுவரி அறைக்குள் பரவியிருந்த ஏ.ஸிக்குளிர் சிறிய சிறிய ஊசிகளாய் மாறி உடம்புக்குள் ஊடுருவியது. ஃபார்மலின் நெடி நாசிதுவாரங்களுக்குள் நுழைந்து நுரையீரல்களை அடைத்துக்கொண்டது.

சந்திரசூடன் கேட்டார்.

“பாடி..... அதே ட்ரேதானே .....?”

“ஆமா..... ஸார்” யூசூப் சொல்லிக்கொண்டே போய் ஒரு ட்ரேக்கு முன்பாய் போய் நின்று கைபிடியைப் பிடித்து இழக்க, ட்ரே ஆறடி நீளத்துக்கு வெளியே வந்தது.

ட்ரேயில் மல்லாந்த நிலையில் ஒரு பெண்ணின் உடல் அட்டைக்கரி நிறத்தில் வாஹினியின் பார்வைக்குத் தட்டுப்பட்டது.

“மேடம்..... பக்கத்துல போய் பாடியைப் பாருங்க” என்றார் சந்திரசூடன்.

23

வாஹினியின் மனசுக்குள் பயம் உதைத்துக் கொண்டிருந்தாலும் அதை பொருட்படுத்தாமல் ட்ரேயை நெருங்கி மெல்ல எட்டிப் பார்த்தாள்.

உடம்பு முழுவதும் சீராய் கறுப்புப் பெயிண்ட் பூசப்பட்ட அந்தப் பெண்ணின் உடல் ஏதோ ஒரு கற்சிலைப் போல விறைத்துப் போயிருந்தது. உடம்பின் ஒரு அங்குலத்தைக்கூட விட்டு விடாமல் ஒருவித எச்சரிக்கை உணர்வோடு பெயிண்ட் அடிக்கப்பட்டு இருந்ததை உன்னிப்பாய் கவனித்த வாஹினி அந்தப் பெண்ணின் முகத்திற்கு பார்வையைக் கொண்டு போய் நிறுத்தினாள். உடல் என்னதான் உறைநிலையில் வைத்து பாதுகாப்பாய் ப்ரஸர்வ் செய்யப்பட்டிருந்தாலும் நாசி பாகமும், கன்னங்களும் வீங்கி உப்பலாய் தெரிந்தன.

சந்திரசூடன் வாஹினியை நெருங்கியபடி கேட்டார்.

"என்ன மேடம்..... இது லட்சணாதானா..... அடையாளம் தெரியுதா.....?"

"பாடி லேசாய் டீகம்போஸாகியிருக்குன்னு நினைக்கிறேன்"

"மே...பி.....பாடி இங்கே வந்து பத்து நாளாச்சு மேடம். இன்னும் போஸ்ட்மார்ட்டம் கூட பண்ணலை"

"ஏன் போஸ்ட்மார்ட்டம் பண்ணலை .....?"

"போஸ்ட்மார்ட்டம் பண்ணினா பாடியோட ஷேப்,

முக அடையாளம் முற்றிலும் மாற வாய்ப்பிருக்குன்னு டாக்டர் சொன்னதால பாடி யாருன்னு அடையாளம் தெரிஞ்ச பின்னாடி பி.எம். நடத்திக்கலாம்ன்னு முடிவு பண்ணியிருக்கோம். நீங்க இந்த பாடியை இன்னும் கொஞ்சம் கீனா அப்ஸர்வ் பண்ணி.... பதில் சொல்லுங்க மேடம்..... அவசரமில்லை......"

"முகத்தைப் பார்த்தா லட்சணா மாதிரி தெரியலை "

"ஆர் யூ ஷ்யூர் .....?"

"எஸ்.... இது வேற யாரோ .....?"

"அப்படீன்னா சரி வாங்க போலாம்" சந்திரசூடன் சொல்லிவிட்டு நகர முயல, வாஹினி அசையாமல் அப்படியே நின்றாள்.

"என்ன மேடம் .....?"

"ஒரு நிமிஷம் ஸார்...... இது லட்சணாவா இல்லையான்னு தெரிஞ்சுக்க ஒரு வழி இருக்கு"

"என்ன வழி .....?"

"இருங்க..... கன்ஃபர்ம் பண்ணி சொல்றேன்" என்று சொன்ன வாஹினி தன்னுடைய செல்போனை எடுத்துக்கொண்டு மார்ச்சுவரி அறையினின்றும் வெளியே வந்து ஒரு ஓரமாய் நின்றபடி செல்போனில் ஒரு நெம்பரை தேடி எடுத்து தேய்த்தாள். மறுமுனையில் உடனே ரிங் போய் ஒரு பெண்ணின் குரல் கேட்டது.

"குட் ஆப்டர்நூன் மேடம்..... நான் இதயா பேசறேன்"

"இதயா...... நீ இப்போ வீட்ல இருக்கியா ? ஆபீஸ்ல இருக்கியா .....?"

"ஆபீஸ்லதான் மேடம்"

"ஒரு அஞ்சு நிமிஷம் உன்கிட்ட பேசலாமா .....?"

"பேசலாம் ..... என்ன விஷயம் மேடம் .....?"

"உன்னோட ஃப்ரண்ட் லட்சணா பத்துநாளா ஹாஸ்டலில் இல்லை... எங்கே போனானு தெரியலைன்னு நீ எனக்கு போன் பண்ணி விசாரிச்சே இல்லையா .....?"

"ஆமா மேடம்"

"அவளைப்பத்தின தகவல் ஏதாவது கிடைச்சுதா .....?"

"இல்ல மேடம்.... நான் கூட விஜயவாடாவில் இருக்கற அவளோட அப்பாவுக்கு போன் பண்ணி அவ அங்கே இருக்காளான்னு கேட்க நினைச்சு ரெண்டு தடவை ட்ரை செஞ்சேன். லாங் ரிங் போச்சு. அவர் போனை அட்டெண்ட் பண்ணலை. உங்களுக்கு ஏதாவது லட்சணாவைப் பத்தின தகவல் கிடைச்சுதா மேடம் .....?"

"இன்னும் இல்லை.... ஆனா ஒரு விஷயத்துல எனக்கு உன்னோட கன்ஃபர்மேஷன் வேணும்"

"சொல்லுங்க மேடம்?"

"ரெண்டு வருஷத்துக்கு முந்தி லட்சணா டூவீலர்ல போகும்போது ஒரு டிப்பர் லாரி மோதி ஆக்ஸிடெண்ட் ஆச்சு இல்லையா .....?"

"ஆமா மேடம் ....."

"அந்த ஆக்ஸிடெண்ட்ல லட்சணாவோட இடது கைவிரல்களில் சுண்டுவிரல் கட்டாகி, அந்த விரலை மறுபடியும் பொருத்த முடியாமே அதுக்குப் பதிலா செயற்கை முறையில் தயாரிக்கப்பட்ட பிராஸ்தடிக் ஃபிங்கர் பொருத்தப்பட்டதாய் கேள்விப்பட்டேன். ஆறு மாசத்துக்கு முந்தி லட்சணா என்னைப் பார்க்க வந்தப்ப நான் ஏதேச்சையா அவளோட இடது கை சுண்டு விரலை கவனிச்சேன். அது செயற்கையான பிளாஸ்டிக் விரல் மாதிரியே எனக்கு தெரியலை. ஏதோ நிஜமான விரல் மாதிரியே நெயில் பாலீஷ் தீட்டப்பட்ட நகப்பூச்சோடு தெரிஞ்சுது...."

"உண்மைதான் மேடம்.... நான் கூட பார்த்து ஆச்சர்யப்பட்டிருக்கேன். அது ஒரு வகையான சிலிகான் பிராஸ்தடிக் ஃபிங்கர். அவளுடைய நிறத்துக்கு ஏற்றமாதிரியான விரல் அது. பார்க்கிற யார்க்குமே அது ஒரு செயற்கையான விரல்ன்னு தோணாது. இப்ப எதுக்காக மேடம் இந்த கேள்வியைக் கேக்கறீங்க..?"

"இன்னும் ஒரு மணி நேரத்துக்குள்ளே நான் மறுபடியும் உனக்கு போன் பண்றேன்'' வாஹினி பேசிவிட்டு செல்போனை அணைத்த விநாடி மார்ச்சுவரியிலிருந்து சந்திரசூடன் குழப்பம் மண்டிய முகத்தோடு வந்தார்.

"என்ன மேடம்.... இப்ப நீங்க யார்க்கு போன் பண்ணீங்க .....?"

வாஹினி விஷயத்தைச் சொல்ல அவருடைய முகம் மாறியது.

"யூ மீன் இந்த டெட்பாடியோட இடது கையின் சுண்டுவிரல் பிராஸ்தடிக் ஃபிங்கராய் இருந்தா அது லட்சணாவாய்த்தான் இருக்க முடியும்ன்னு சொல்ல வர்றீங்களா .....?"

"எஸ்.... உடனடியாய் போஸ்ட்மார்ட்டம் பண்ற டாக்டர்ஸ் யாரையாவது கூப்பிட்டு அந்த இடது கை சுண்டுவிரலை மட்டும் டெஸ்ட் பண்ணி பார்க்கச் சொல்லுங்க.....அவ லட்சணாவா இல்லையாங்கிற உண்மை உடனடியா தெரிஞ்சுடும்"

சந்திரசூடன் திரும்பிப் பார்த்து "யூசுப்!" என்று குரல் கொடுக்க மார்ச்சுவரிக்குள் இருந்த நபர் ஓட்டமும் நடையுமாய் வந்தார்.

"ஸார்......"

"பி.எம். பண்ற டாக்டர்ஸ்ல இப்ப யார் ட்யூட்டியில் இருக்காங்க .....?"

"டாக்டர் வில்லியம்ஸ் இருக்கார் ஸார்"

"அவரோட செல்போன் நெம்பர் உன்கிட்ட இருக்கா .....?"

"இருக்கு ஸார்"

"சொல்லு!" சந்திரசூடன் தன்னுடைய செல்போனை எடுத்துக்கொண்டார்.

டாக்டர் வில்லியம்ஸ் தன்னுடைய தலையின் முன்வழுக்கையில் அரும்பியிருந்த வியர்வைத் துளிகளை ஒற்றிக்கொண்டே போஸ்ட்மார்ட்டம் அறையிலிருந்து வெளிப்பட, வெளியே காரில் காத்திருந்த சந்திரசூடனும், வாஹினியும் அவரை ஆர்வமாய் எதிர்கொண்டார்கள்.

வில்லியம்ஸ் வாஹினியை ஏறிட்டார்.

"மேடம்..... நீங்க சந்தேகப்பட்டது சரிதான். அந்த டெட்பாடியோட இடது கையின் சுண்டுவிரல் பிராஸ்தடிக் ஃபிங்கர்தான்...... உயர்தர சிலிகான் மற்றும் சைலாஸ்டிக் ஜெல் ரெண்டும் சேர்ந்த பயோ கலவையால் உருவாக்கப்பட்ட லிட்டில் ஃபிங்கர் அது. ஒரு முறையான போஸ்ட்மார்ட்டம் செய்யப்பட்டிருந்தால் கூட அந்த

லிட்டில் ஃபிங்கரை நான் கவனிச்சிருக்க மாட்டேன். நீங்க குறிப்பிட்டு சொன்னதாலதான் அதை எக்ஸாமின் பண்ண முடிஞ்சுது. யூ ஆர் ஹேவிங் ஏ குட் அண்ட் வெரி கீன் அப்ஸர்வேஷன். ஸ்மேஷ் பத்திரிக்கை ஒரு பவர் ஃபுல் சர்க்குலேஷனோடு பரபரப்பாய் விற்பனையாகறதுக்கு காரணம் உங்ககிட்டே இருக்கிற இப்படிப்பட்ட ஒரு அசாத்தியமான திறமைதான்"

வாஹினியின் கண்களில் நீர் பனித்தது.

"ஸாரி டாக்டர் .... அது லட்சணாவாய் இருக்கக்கூடாதுன்னு மனசுக்குள்ளே ப்ரே பண்ணிட்டு இருந்தேன். ஷி ஈஸ் ஏ ஜெம். லட்சணா மாதிரியான ஒரு துணிச்சலான ஜர்னலிஸ்ட்டை பார்க்க முடியாது. சச் ஏ பிரில்லியண்ட் அண்ட் பிரேவ் கேர்ள். ஐ லாஸ்ட் ஹெர்"

"ஸாரி மேடம்.... உங்க உணர்வுகளைப் புரிஞ்சுக்காமே நான் ஒரு டாக்டராய் பேசிட்டேன். எந்த ஒரு பொண்ணுக்குமே லட்சணா மாதிரியான நிலைமை வரக்கூடாது. கொலையாளிக்கு லட்சணா மேல் கொலை வெறி மட்டுமில்லை.... வேறு ஏதோ ஒரு வன்மமும் இருந்திருக்கணும். இல்லேன்னா அவளோட உயிரற்ற உடம்புக்கு இப்படி கறுப்புப் பெயிண்ட் பூசியிருக்க முடியாது" சொன்ன டாக்டர் வில்லியம்ஸ் பக்கத்தில் நின்றிருந்த சந்திரசூடனிடம் திரும்பினார்.

"முழு போஸ்ட்மார்ட்டம் ரிப்போர்ட் இன்னும் ஒரு மணி நேரத்துக்குள்ளே ரெடியாயிடும் ஸார். நீங்க டிபார்ட்மெண்ட்டிலிருந்து யாரையாவது அனுப்புங்க. கொடுத்து விடறேன்"

"தேங்க்யூ டாக்டர்......"

வில்லியம்ஸ் அங்கிருந்து நகர்ந்துவிட கண்ணீரில் நனைந்த விழிகளோடு கார்க்கு சாய்ந்தபடி நின்றிருந்த வாஹினியை நெருங்கினார் சந்திரசூடன்.

"மேடம்..... கடந்த பத்து நாளா விடை தெரியாமே இருந்த ஒரு கேள்விக்கு இன்னிக்கு பதில் கிடைச்சிருக்கு. லட்சணாவின் இந்த நிலைமைக்கு காரணமான நபர் யாராக இருந்தாலும் சரி அவங்களை கண்டுபிடிக்க வேண்டிய பொறுப்பு எனக்கு இருக்கு..... இந்த விஷயத்துல உங்க ஒத்துழைப்பு எனக்கு வேணும்"

வாஹினி கண்ணாடியைக் கழற்றிவிட்டு கர்ச்சீப்பால் கண்களைத் துடைத்துக் கொண்டே குரல் கம்மக் கேட்டாள்.

"உங்களுக்கு எதுமாதிரியான ஒத்துழைப்பு வேணும் .....?"

"லட்சணா தங்கியிருந்த ஹாஸ்டலுக்கு இப்ப போறோம். அவ தங்கியிருந்த அறையை ஒரு முழுமையான சோதனைக்கு உட்படுத்தினா சின்னத் தடயமாவது கிடைக்காம போகாது. இன்வெஸ்டிகேஷனை ஸ்பீட் அப் பண்ணினா குற்றவாளியை நெருங்கிடலாம். ஷேல் வீ மேக் ஏ மூவ் .....?" சொன்னவர் கார்க்குள் ஏறினார். வாஹினி பக்கத்து இருக்கையில் உட்கார கார் நகர்ந்து வேகம் பிடித்தது.

கார் கண்ணிலிருந்து மறையும் வரை அதைப் பார்த்துக்கொண்டிருந்த மார்சுவரி ஆள் யூசுப், மெல்ல தன்னுடைய செல்போனை எடுத்து காண்டாக்ட் ஆப்ஷனுக்குப் போய் ஒரு எண்ணைத் தேடி எடுத்து தேய்த்து காதில் வைத்தான். பார்வையைத் துரத்தி சுற்றும் முற்றும் பார்த்துக் கொண்டான்.

சில விநாடிகளுக்கு பின் மறுமுனையில் ரிங் போய் ஒரு ஆண் குரல் கேட்டது.

"என்ன யூசுப்.....?"

யூசுப் செல்போனில் வெகுவாய் குரலைத் தாழ்த்தினான்.

"அந்த பொண்ணோட பாடியைப் பார்த்து அது லட்சணாதான்னு கண்டுபிடிச்சுட்டாங்க"

24

செல்போனின் மறுமுனையில் அந்த ஆண் குரல் ஆச்சர்யப்பட்டது.

"என்ன சொல்றே யூசுப்..... எப்படி கண்டுபிடிச்சாங்க ?"

யூசுப் மறுபடியும் ஒரு தடவை சுற்றும் முற்றும் பார்த்துக்கொண்டு குரலை கிசுகிசுப்பாக்கி நடந்த சம்பவங்களை ஒரு நிமிட நேரம் செலவழித்துச் சொல்ல, செல்போனின் மறுமுனையில் இருந்த குரல் மேலும் ஆச்சர்யப்பட்டது.

"என்னது..... லட்சணாவோட இடது கையிலிருந்த சுண்டுவிரல் நிஜமான விரல் இல்லையா ?"

"ஆமா ..... அஸிஸ்டண்ட் போலீஸ் கமிஷனர் சந்திரசூடன்கூட வந்த அந்த பத்திரிக்கைகார அம்மாவுக்கு லட்சணாவைப் பத்தின எல்லா விபரங்களும் தெரிஞ்சிருக்கு..... கெட்டிக்கார பொம்பளை. அதுதான் கண்டுபிடிச்சு சொல்லிடுச்சு"

"சரி.... அவங்க ரெண்டு பேரும் இன்னும் ஹாஸ்பிடல்லதான் இருக்காங்களா ?"

"இல்லை... இப்பத்தான் கார்ல புறப்பட்டு போனாங்க.... அவங்க போனதும்தான் உனக்கு போன் பண்றேன்"

"எப்படியோ ..... கடந்த பத்து நாளாய் இழுத்துட்டிருந்த ஒரு பிரச்சினை முடிவுக்கு வந்துடுச்சு.... நான் இதை யார்க்கு

சொல்லணுமோ அவங்களுக்கு சொல்லிடறேன்.... உனக்கு நான் குடுத்த வேலை முடிஞ்சிடுச்சு"

"எனக்கு எந்த பிரச்சினையும் வராதே?"

"உனக்கென்ன பிரச்சினை வரப்போகுது யூசூப். அந்தப்பொண்ணு லட்சணாவோட டெட்பாடியைப் பார்க்க யார் யார் வர்றாங்கன்னு உன்னை வேவு பார்க்கச் சொன்னேன். அவ்வளவுதான் அதுக்கான ஒரு அமௌண்ட்டையும் உனக்கு கொடுத்துட்டேன்.... இனி நீ இதையெல்லாம் மறந்துட்டு உன்னோட வழக்கமான வேலையைப் பாரு... நான் இனிமே உனக்கு போன் பண்ண மாட்டேன். நீயும் போன் பண்ணி இதைப்பத்தி பேசாதே.... இந்த விவகாரத்தை இதோட மறந்துடு"

மறுமுனை செல்போன் இணைப்பைத் துண்டித்துக்கொள்ள, யூசூப்பும் சுற்றும் முற்றும் பார்த்துவிட்டு தன்னுடைய செல்போனின் திரையை இருட்டாக்கி சட்டைப் பாக்கெட்டில் போட்டுக்கொண்டான்.

மேற்கு மாம்பலம் அந்த முற்பகல் வேளையில் ஒழுங்கற்ற போக்குவரத்தோடும், ஜன நெரிசலோடும் தெரிய, இன்னோவா கார் மிதமான வேகத்தில் பயணித்து பாபு ராஜேந்திரபிரசாத் சாலையின் ஐந்தாவது குறுக்குத் தெருவுக்கு நுழைந்து 'பூரணி லேடீஸ் நெஸ்ட்' என்ற பெயர்ப்பலகையோடு தெரிந்த அந்த மூன்று மாடி கட்டிடத்துக்கு முன்பாய் போய் நின்றது.

சந்திரசூடன் காரினின்றும் இறங்கிக் கொண்டே சொன்னார்.

"கொஞ்சம் பெரிய ஹாஸ்டல் மாதிரிதான் தெரியுது மேடம்....."

"ஸீம்ஸ் டு பி லக்ஸூரியஸ்"

இருவரும் பாதி திறந்திருந்த காம்பௌண்ட் கேட்டுக்குள் நுழைந்து, அகலமான அந்த க்ரானைட் வாசற்படி ஏறி உள்ளே போனார்கள்.

நீளமான வராந்தாவோடு ஹாஸ்டல் அமைதியாய் இருக்க நிர்வாக அலுவலகம் என்று சொன்ன அறைக்குள் உட்கார்ந்து கம்ப்யூட்டர் கீபோர்டைத் தட்டிக்கொண்டிருந்த அந்த நடுத்தர வயது பெண் போலீஸ் யூனிஃபார்மில் இருந்த

சந்திரசூடனைப் பார்த்ததும் ஸ்லோமோஷனில் திகைத்து, நாற்காலியைப் பின்னுக்குத் தள்ளிக்கொண்டு எழுந்தாள். இரட்டை நாடி சரீரம் காரணமாய் எழுந்து நின்றபோது இன்னமும் குள்ளமாய் தெரிந்தாள். அவளுடைய உதடுகள் தன்னிச்சையாய் "எஸ்" என்று முனகியது.

அறைவாசலில் நின்றபடியே சந்திரசூடன் கேட்டார்.

"இந்த ஹாஸ்டலோட நிர்வாகியைப் பார்க்கணும்"

"அட்மினிஸ்ட்ரேஷன்..... நான்தான்"

"உங்க பேரைத் தெரிஞ்சுக்கலாமா .....?"

"அன்னபூரணி" என்று சொன்னவள் தயக்கத்துடன் கேட்டாள்.

"என்ன விஷயம் ஸார் .....?"

"ஒரு சின்ன என்கொயரி...."

"நோ.... ப்ராப்ளம் ...... ப்ளீஸ் கம் ஸார்"

சந்திரசூடனும், வாஹினியும் அந்த அறைக்குள் நுழைந்து விடுதி நிர்வாகி அன்னபூரணி காட்டிய இருக்கைகளில் உட்கார்ந்தார்கள். அவளும் அமர்ந்தபடி கேட்டாள்.

"சொல்லுங்க ஸார்.... என்ன விஷயம் .....?"

"லட்சணாங்கிற ஒரு ஜர்னலிஸ்ட் இந்த ஹாஸ்டலில்தானே ஸ்டே பண்ணியிருக்காங்க .....?"

"ஆமா...."

"அந்தப் பொண்ணைப் பார்க்கணுமே.....?"

"லட்சணா பத்து நாளைக்கு முன்னாடி வெளியே போனா. அதுக்கப்புறம் நான் பார்க்கலை.... அதாவது அவ வரலை....."

"உங்க ஹாஸ்டலில் தங்கியிருக்கிற ஒரு பெண் பத்து நாளா வரலை.... அவ ஏன் வரலைன்னு தெரிஞ்சுக்க உங்களுக்குள்ளே ஒரு பதைபதைப்பு வரலையா ?"

"லட்சணா எப்பவுமே அப்படித்தான் ஸார்.... அவ ஒரு ஃப்ரீலான்ஸிங் ஜர்னலிஸ்ட்டா இருக்கிறதால ஏதாவது ஒரு விவகாரமான செய்தி கிடைச்சுதுன்னா வெளிமாநிலத்துக்குக் கூட போயிடுவா.... எனக்கு இன்ஃபார்ம் கூட பண்ணமாட்டா.... ஆரம்ப காலத்துல போன் பண்ணி கேட்டுட்டு இருந்தேன். அப்புறம் அதையும்

விட்டுட்டேன். ஒரு தடவை டெல்லிக்குப் போய் நிர்பயா சம்பந்தப்பட்ட விவகாரத்துல தகவல்களை திரட்டறதுக்காக அங்கேயே இருபது நாள் இருந்துட்டு வந்திருக்கா..... பை...த..... பை..... இப்ப என்ன ஸார் பிரச்சினை.....? அவளைப்பத்தி எதுக்காக விசாரிக்க வந்து இருக்கீங்க ?"

சந்திரசூடன் சில விநாடிகள் மௌனமாய் இருந்துவிட்டு சொன்னார்.

"அந்த லட்சணா இப்போ உயிரோட இல்லை"

அன்னபூரணியின் ஒட்டு மொத்த உடம்பும் ஒரு பலத்த அதிர்ச்சிக்கு உட்பட்டு பின்னுக்கு சாய்ந்து முகத்திலிருந்த கண்ணாடியை கை நடுங்க கழற்றினாள். குரல் தொண்டையை அடைத்துக்கொண்டது.

"எ...எ...என்ன ஸார் சொல்றீங்க........?"

சந்திரசூடன் அவளுக்கு பதில் சொல்வதற்குள் வாஹினி குறுக்கிட்டு தன்னை அறிமுகப்படுத்திக்கொண்டபின், லட்சணா சம்பந்தப்பட்ட எல்லா விபரங்களையும் சொல்லி முடித்தாள்.

"மைகுட்னஸ்'' என்று சொன்ன அன்னபூரணியின் கண்களில் நீர் திரண்டு கன்னங்களில் வழிய அதைத் துடைக்க கூட தோன்றாமல் குரல் தழுதழுக்க பேசினாள்.

"பெண்களுக்கு எதிரான கொடுமைகள் எங்கே நடந்தாலும் சரி, அதைக் கேள்விப்பட்ட மறுநிமிஷமே கிளம்பிப் போயிடுவா. நான்கூட ஒருதடவை அதையெல்லாம் போலீஸ் பார்த்துக்குவாங்க. நீ ஏன் போறேன்னு கேட்டதுக்கு இன்னிக்கு போலீஸ் டிபார்ட்மெண்ட்ல இருக்கிற பாதி பேர் பணத்துக்கு விலை போகக்கூடியவங்க...... அப்படி அவங்க விலை போயிட்டா பாதிக்கப்பட்ட பொண்ணுக்கு உரிய நியாயம் கிடைக்காதுன்னு சொல்லுவா.... இன்னிக்கு அவளுக்கே இப்படிப்பட்ட ஒரு கொடுமை நடந்திருக்கு" மேற்கொண்டு பேச முடியாமல் அன்னபூரணி அழ ஆரம்பித்துவிட சந்திரசூடன் சொன்னார்.

"லட்சணா மேல ஏகப்பட்ட வெறுப்பு இருக்கப் போய்த்தான் அவளை கொடூரமாய் கொலை பண்ணி கருப்பு பெயிண்ட்டைப் பூசி காரோட டிக்கியில் அடைச்சிருக்காங்க.

சம்பவம் எந்த இடத்துல எப்படி நடந்திருக்கும்ங்கிறதை எங்களால இன்னமும் கெஸ் பண்ண முடியலை. என்னோட நண்பர் கங்காதரனோட கார் அதிரா அபார்ட்மெண்ட்டோட கார் பார்க்கிங்கில் நின்னுட்டிருந்தபோதுதான் அந்த சம்பவம் நடந்திருக்கணும்ன்னு நான் நினைக்கிறேன். ஆனா அதுக்கா ஆதாரம் எதுவும் கிடைக்கலை. உங்களுக்கு அதிரா அபார்ட்மெண்ட்டைப்பத்தி ஏதாவது தெரியுமா ?"

அன்னபூரணி தலையாட்டினாள். "அந்த பேர்ல ஒரு அபார்ட்மெண்ட் இருக்குன்னு இப்ப நீங்க சொல்லித்தான் எனக்குத் தெரியும். அது எந்த ஏரியாவில் இருக்கு .....?"

"ஈஞ்சம்பாக்கம்"

"அந்த ஏரியா பக்கமெல்லாம் போய் ரொம்ப வருஷமாகுது ஸார்... இந்த ஹாஸ்டலை நிர்வாகம் பண்ணவே நேரம் பத்தலை........"

"இட்ஸ் ஓகே...... லட்சணா தங்கியிருந்த அறையை சோதனை போட்டா, ஏதாவது ஒரு தடயம் கிடைக்கலாம்ங்கிற எண்ணத்துலதான் நாங்க வந்தோம்.... அந்த அறையைப் பார்க்கலாமா .....?"

"நோ ப்ராப்ளம்.... லட்சணா எப்பவுமே ஹாஸ்டலை விட்டு வெளியே போகும்போது சாவியை என்கிட்ட குடுத்துட்டுதான் போவா.... காரணம் வெளியே போனா அவ எப்ப, எத்தனை நாள் கழிச்சு ரூமுக்கு வருவான்னு அவளுக்கே தெரியாது. இந்த ஹாஸ்டல்ல ரூம் க்ளீனிங் தினமும் நடக்கும். வாங்க..... அவ இருந்த ரூமுக்கு போலாம்"

அன்னபூரணி சொல்லிக்கொண்டே பக்கத்தில் இருந்த மேஜையின் இழுப்பறையைத் திறந்து, சாவியொன்றை எடுத்துக்கொண்டு எழுந்தாள். இருவரும் அவளைப் பின்தொடர்ந்தார்கள்.

இரண்டாவது மாடியில் முதல் அறை லட்சணாவின் அறை. கதவின் மேற்புறத்தில் ஒட்டப்பட்டிருந்த ஒரு அடி நீள செவ்வக ஸ்டிக்கர் ஸ்ட்ரிப்பில் "பெண்ணின் பெருந்தக்க யாவுள" என்ற வாக்கியம் ஃப்ளோரோஸண்ட் எழுத்துக்களில் பளபளத்தது.

பூட்டுக்கு விடுதலை கொடுக்கப்பட கதவைத் தள்ளிக்கொண்டு மூன்று பேரும் உள்ளே போனார்கள்.

சற்றே பெரிய அறை. தினமும் கூட்டிப்பெருக்கி சுத்தம் செய்யப்பட்டிருந்த காரணத்தால் எந்த ஒரு இடத்திலும் தூசி இல்லாமல் பளிச்சென்றிந்தது.

அறையின் சுவரோரமாய் போடப்பட்டிருந்த மேஜையின் மேல் புத்தகங்கள் ஒழுங்காய் அடுக்கப்பட்டு தெரிய, சுவரோடு சாய்ந்து வைத்திருந்த கார்ட்போர்டில் செய்தித்தாளில் இருந்து கத்தரித்து எடுக்கப்பட செய்திகள் சீராய் ஒட்டப்பட்டு இருந்தன. சந்திரசூடன் அருகில் சென்று பார்த்தார்.

பழனி கோயிலுக்கு வந்த கேரளாவைச் சேர்ந்த பெண் கடத்தப்பட்டு பாலியல் பலாத்காரம்

கோத்தகிரியில் ப்ளஸ் - 2 மாணவி வகுப்பறையில் வைத்தே கற்பழிப்பு - ஆசிரியர் கைது

போலீஸாரின் அலட்சியத்தால் ராஜஸ்தான் கல்லூரியில் மாணவிக்கு தொடர்ந்து 2 ஆண்டுகளாக பாலியல் கொடுமை

பலாத்காரம் செய்த பின் கொலை மிரட்டல் பூசாரி மீது இளம்பெண் புகார்

துப்பாக்கி முனையில் சிறுமிக்கு பாலியல் தொல்லை. போலீஸ் இன்ஸ்பெக்டர் சிக்கினார்.

பீடோ ஃபைலிக் பயங்கரம்.
செக்ஸ் டூரிஸம் தமிழ்நாட்டில் ஊடுருவுகிறது.
மிகப்பெரிய நெட் ஓர்க்கில் முக்கியப்புள்ளிகள் சிக்குகிறார்கள்.

XYZBAA

கார்ட்போர்டின் கீழே கடைசியாய் ஒட்டப்பட்டிருந்த செய்திக்குக் கீழே தெரிந்த அந்த ஆங்கில எழுத்துக்களின் மேல் சந்திரசூடனின் பார்வை நிலைத்தது. மனசுக்குள் கேள்வி முளைத்தது.

'*XYZBAA*..... இது என்ன.....?'

25

சந்திரசூடன் தனக்கு வெகு அருகாக நின்றிருந்த வாஹினிக்கு செய்தித்தாளிலிருந்து கத்தரித்து எடுக்கப்பட்டு ஒட்டப்பட்டிருந்த அந்தக் கடைசித்துண்டு பேப்பரைக் காட்டியபடி கேட்டார்.

“மேடம்...... லட்சணா உங்களை பத்திரிக்கை ஆபீஸில் சந்திச்சப்ப சொன்ன பீடோ ஃபைலிக், செக்ஸ் டூரிஸம் சம்பந்தப்பட்ட மேட்டர்தானே இது.....?”

“ஆமா....”

“ஒட்டப்பட்டிருந்த அந்த செய்திக்கு கீழே ஸ்கெட்ச் பேனாவால் *XYZBAA* என்கிற ஆங்கில எழுத்துக்கள் தெரியுது..... அந்த எழுத்துக்களின் விரிவாக்கம் என்னன்னு தெரியுமா மேடம் .....?”

வாஹினி அந்த எழுத்துக்களை உற்றுப் பார்த்துவிட்டு ‘தெரியாது’ என்பது போல் தலையசைக்க, சந்திரசூடனின் பார்வை ஹாஸ்டல் நிர்வாகி அன்னபூரணியின் பக்கம் திரும்பியது.

“உங்களுக்குத் தெரியுமா.....?”

அவளும் தலையாட்டினாள். “ஸாரி ஸார்... லட்சணா ஒரு ஜர்னலிஸ்ட் என்கிற விஷயம் மட்டுமே தெரியும். அது சம்பந்தமாய் நான் எதுவுமே அவகிட்ட பேசினது இல்லை..... நான் இந்த ரூமுக்குள்ளே வந்து ஏழெட்டு மாசம் இருக்கும். எலக்ட்ரிகல், பிளம்பிங் ஒர்க் இப்படி ஏதாவது இருந்தா மட்டுமே

நான் ரூமுக்குள்ளே போய்ப் பார்ப்பேன். மற்றபடி யாரோட ரூமுக்குள்ளேயும் தேவையில்லாமே போகமாட்டேன். இப்படிப்பட்ட பேப்பர் கட்டிங்க்ஸையெல்லாம் லட்சணா நீட்டா ஒட்டி வெச்சிருக்கிறதை நான் இன்னிக்குத்தான் பார்க்கிறேன்... ஸ்கெட்ச் பேனாவால் எழுதப்பட்டிருக்கிற அந்த ஆங்கில எழுத்துகளுக்கு என்ன எக்ஸ்பேன்ஷன்னு எனக்குத் தெரியாது ஸார்.....”

“நோ...... ப்ராப்ளம்” என்று சொன்ன சந்திரசூடன் சுவரில் சாத்தப்பட்டு தெரிந்த அலமாரிக் கதவைத் திறந்தார். நிறம் நிறமாய் புத்தகங்கள். எல்லாமே ஆங்கில புத்தகங்கள்.

சந்திரசூடன் அதிலிருந்து ஒரு புத்தகத்தை உருவினார். கைக்கு அடக்கமான ஹேண்ட் புக் அது. தலைப்பு கண்ணில் அடித்தது.

ஹேண்ட்புக் ஆன் செக்ஸுவல் ஹாராஸ்மெண்ட் ஆஃப் விமன் அட் வொர்க் பிளேஸ் - (HAND BOOK ON SEXUAL HARASSMENT OF WOMEN AT WORK PLACE)

இன்னொரு புத்தகத்தை எடுத்தார்.

கம்ப்ளைய்ண்ட் அண்ட் இன்வெஸ்டிகேஷன் செல் - நேஷனல் கமிஷன் ஃபார் விமன்

விமன்ஸ் ரைட்ஸ் கம்ப்ளைய்ண்ட்ஸ்

க்ரைம்ஸ் எகெய்ன்ஸ்ட் விமன்.

விமன் லா இண்டியா

இப்படி ஏகப்பட்ட தலைப்புகளோட நிறைய புத்தகங்கள்.

சந்திரசூடன் வாஹினியிடம் திரும்பினார்.

“மேடம்..... நீங்க சொன்ன மாதிரி லட்சணா சாதாரண பெண்ணில்லை. பெண்களுக்கு எதிரான பாலியல் கொடுமைகளுக்கு எதிராய் ஒரு பெரிய போரையே நடத்தியிருக்கா..... இந்த ஒரு விஷயத்துக்காகவே லட்சணாவுக்கு ‘பாரத ரத்னா’ விருதுக்கு உங்க பத்திரிக்கை மூலமாய் சிபாரிசு பண்ணலாம். நிறைய புக்ஸ் படிச்சிருக்கா”

வாஹினி தலையசைத்தாள்.

“ஐ செக்கண்ட் யுவர் வேர்ட்ஸ் ஸார். லட்சணா கடைசியாய் கையில் எடுத்துகிட்ட ஒரு மிகப் பெரிய

பிரச்சினை பீடோ ஃபைலிக், செக்ஸ் டூரிஸம். இது உலகளாவிய பாலியல் விவகாரம். அந்தப் பிரச்சினையை லட்சணா கையாளப் போய்த்தான் அவளுக்கு இந்த முடிவு நேர்ந்திருக்கணும். இந்த அலமாரிக்குள்ளேயே அது சம்பந்தப்பட்ட ஹேண்ட் புக் ஏதாவது இருக்கலாம். தேடிப் பார்த்தா கிடைக்கலாம்"

"யூ மே பி கரெக்ட் மேடம்" என்று சொன்ன சந்திரசூடன் அலமாரிக்குள் வரிசையாய் அடுக்கி வைக்கப்பட்டிருந்த புக்குகளை ஒவ்வொன்றாய் எடுத்துப் பார்த்தார்.

ஐந்தாறு புத்தகங்களை எடுத்துப் பார்த்தபின், 'பீடோ ஃபைலிக், செக்ஸ் டூரிஸம்' என்கிற இரண்டு வரி தலைப்புகளோடு அந்தப்புத்தகம் சந்திரசூடனின் கைக்குக் கிடைத்தது.

"மேடம்...... ஐ காட் தட் புக்"

"ப்ளீஸ் கோ த்ரூ இட் .... ஸார்"

சந்திரசூடன் அந்த புத்தகத்தின் அட்டைப்படத்தை பார்த்தார். கண்களில் நீரோடு ஒரு பெண் குழந்தையின் ஓவியம். கீழே கிறுக்கலாய் எழுதப்பட்ட வாக்கியங்கள்.

வார்த்தைகள் புதிது

குற்றமும் புதிது

முதல் பக்கத்தைப் பிரித்து மெல்ல வாய்விட்டுப் படித்தார்."'பீடோ ஃபைலிக், செக்ஸ் டூரிஸம்' போன்ற வார்த்தைகள் செய்தித்தாள்களின் ஏதாவது ஒரு மூலையில் எட்டிப் பார்த்துவிட்டு மறைந்து போய்விடுகின்றன. பலரும் இதனைக் கவனிப்பதில்லை. கவனித்தாலும் அதைப்பற்றி ஒரு புரிதல் இல்லாததால் விலகிப் போய்விடுகிறார்கள். ஆனால் உண்மைச்செய்தி என்ன என்பது சமூக அறிவியலார்களுக்கு மட்டுமே தெரியும். 12 வயதுக்கு உட்பட்ட ஆண், பெண் குழந்தைகளை மட்டுமே குறி வைத்து கடத்திப்போய் பாலியல் இச்சைகளைத் தீர்த்துக்கொள்ளும் பீடோ ஃபைலிக் மனநோயாளிகளின் வக்கிரச் செயலை அடிப்படையாகக்கொண்டதுதான் செக்ஸ் டூரிஸம் என்கிற ஒரு வியாபாரம்.

இப்படியொரு கும்பல் டூரிஸ்ட்களின் நடுவில் இருப்பது அமெரிக்காவின் ஃஎப்பிஐ (FBI)தொடங்கி இன்டர்போல்

(INTERPOL) வரைக்கும் தெரிய வரவே அந்தக் கும்பலைக் கண்டுபிடித்து கைது செய்ய தனிப்படைகள் அமைத்து மும்முரமாய் செயல்பட்டு கொண்டிருக்கின்றன.

இந்தியாவில் மும்பை, கோவா, புனே, டெல்லி, கல்கத்தா போன்ற பெரிய நகரங்களில் தற்போது பீடோ ஃபைலிக் நோயாளிகள் இருப்பது தெரிய வந்துள்ளது. இது மற்றும் ஒரு நிர்பயா சம்பவம் போன்றது. தேசியக்குற்ற ஆவணக்காப்பகம் அளித்த ஒரு தகவலின்படி இந்தியாவில் எட்டு நிமிடங்களுக்கு ஒரு குழந்தை பாலியல் ரீதியாய் சிதைக்கப்படுகிறது. பீடோ ஃபைலிக் மனநோயாளிகளால் இந்தக் குற்றச்செயல் மேலும் அதிகமாகக்கூடிய வாய்ப்பு இருக்கிறது.”

சந்திரசூடன் புத்தகத்தைப் புரட்டி படித்துக் கொண்டிருக்கும் போதே அந்த அறையின் வாசலில் நிழலாடியது. யாரோ நிற்பது போன்ற உணர்வு.

சந்திரசூடனும், வாஹினியும் திரும்பிப் பார்த்தார்கள். அந்த இளம்பெண் பார்வைக்குக் கிடைத்தாள்.

‘யாரு அது.....?’ என்கிற கேள்வியோடு சந்திரசூடன் அன்னபூரணியைப் பார்க்க, அவள் சொன்னாள்.

“ஷி... ஈஸ்... ஜமுனா.... பக்கத்து ரூம்ல தான் ஸ்டே பண்றாங்க. லட்சணாவோடு நல்ல பழக்கம். ராத்திரி நேரங்கள்ல ரெண்டுபேரும் மணிக்கணக்காய் பேசிட்டிருப்பாங்க” என்று சொன்ன அன்னபூரணி அந்த ஜமுனாவிடம் திரும்பினாள்.

“என்ன ஜமுனா....இன்னிக்கு ஆபீஸிலிருந்து சீக்கிரமாவே வந்துட்டே.....? வழக்கமா ஆறு மணிக்கு மேலத்தானே வருவே .....?”

“ஆமா மேடம்..... பாண்டி பஜார்ல ஒரு பர்சேஸிங் வேலை இருந்தது. ஆபீஸுக்கு ஆஃப் டே லீவு போட்டேன். பர்சேஸை முடிச்சுட்டு இப்பத்தான் வந்தேன். லட்சணாவோட ரூம் கதவு திறந்திருக்கிறதைப் பார்த்துட்டு அவதான் வந்துட்டாளோன்னு நினைச்சேன். ஆனா உள்ளே போலீஸ் இருக்கிறதைப் பார்த்ததும் மனசுக்கு பகீர்ன்னு இருந்தது. ஏதாவது பிரச்சினையா மேடம் .....?”

அன்னபூரணி பதில் சொல்ல முடியாமல் தவிக்க, சந்திரசூடன் ஜமுனாவை ஏறிட்டார்.

"உள்ளே வாம்மா..... லட்சணாவைப் பத்தி உன்கிட்ட கொஞ்சம் பேச வேண்டியிருக்கு"

ஜமுனாவின் கண்களில் கலவரம் நிரம்பிக்கொள்ள, தயக்கநடை போட்டுக்கொண்டு உள்ளே வந்தாள்.

சந்திரசூடன் அவளை உன்னிப்பாய்ப் பார்த்துக்கொண்டே கேட்டார்.

"லட்சணாவோடு உனக்கு நல்ல பழக்கம் இருக்கிறதாய் அன்னபூரணி மேடம் சொன்னது உண்மைதானே .....?"

"எஸ் ஸார்..... மத்தவங்களுக்கு நல்லது செய்யணும்ங்கிற அவளோட அந்த நல்ல குணம் எனக்குப்பிடிக்கும்.... அதுக்காகவே லட்சணாகிட்ட நெருங்கிப் பழகினேன். பத்து நாளா அவளைப் பார்க்காதது மனசுக்கு கஷ்டமாய் இருந்தது. நீங்க வந்திருக்கிறதைப் பார்த்தா அவளுக்கு என்னாச்சோன்னு அடிவயித்துல 'திக் திக்'ன்னு இருக்கு ஸார்"

சந்திரசூடன் ஜமுனாவுக்கு பக்கத்தில் வந்து நின்றார்.

"இதோ பார் ஜமுனா.... உன்னோட ஹாஸ்டல்மேட் லட்சணாவுக்கு என்னாச்சுன்னு நான் அப்புறமா சொல்றேன். அதுக்கு முன்னாடி நான் கேட்கிற கேள்விகளுக்கு நீ உண்மையான பதில்களைச் சொல்லணும். எதையும் மறைக்க முயற்சி பண்ண வேண்டாம்"

ஜமுனாவுக்கு முகம் வியர்த்துக்கொட்ட சேலைத் தலைப்பால் ஒற்றிக்கொண்டே சொன்னாள்.

"கேளுங்க ஸார்"

"லட்சணாவை நீ கடைசியாய் என்னிக்குப் பார்த்துப் பேசினே .....?"

"பத்து நாளைக்கு முன்னாடி ராத்திரி நேரம். ரொம்ப நேரம் அவ ரூம்ல உட்கார்ந்து பேசிட்டிருந்தேன்"

"எது விஷயமாய் ரெண்டு பேரும் பேசினீங்க .....?"

"வழக்கமாய் பெண்களுக்கு எதிராய் நடந்துகிட்டு இருக்கிற அநியாயங்களைப் பத்தித்தான் லட்சணா பேசுவா. அன்னிக்கும் அதைத்தான் பேசினா. ஆனா அன்னிக்கு அவ பேசின விஷயம் வேறமாதிரி இருந்தது"

"வேற மாதிரின்னா .....?"

“ஏதோ ஒரு புதுவகையான பாலியல் பலாத்காரம் தமிழ்நாட்ல ஊடுருவிட்டிருக்கிறதாகவும், அதைத் தடுக்கலைன்னா பனிரெண்டு வயசு பெண் குழந்தைகளுக்கு ஆபத்துன்னும் சொன்னா. அன்னிக்கு ரொம்பவும் பதட்டமாயிருந்தா”

“பேசும்போது பீடோ ஃபைலிக், செக்ஸ் டூரிஸம் வார்த்தைகளை யூஸ் பண்ணினாளா .....?”

“ஆமா ஸார்.... நீங்க இப்ப சொன்ன இதே வார்த்தைகளைத்தான் அவளும் சொன்னா.... நியூஸ் பேப்பரில் வந்திருந்த நியூஸை கட் பண்ணி போர்டுல ஒட்டினா.....”

“அப்படி லட்சணா ஒட்டினது இந்தப் பேப்பர் கட்டிங்கான்னு பாரு”

சொன்ன சந்திரசூடன் சற்றே நகர்ந்து நின்று அந்த போர்ட்டைக் காட்டினார்.

ஜமுனா அந்த போர்ட்டில் கடைசியாய் ஒட்டப்பட்டு இருந்த பீடோ ஃபைலிக், செக்ஸ் டூரிஸம் பேப்பர் கட்டிங்கைப் பார்த்து விட்டு தலையாட்டினாள்.

“இதேதான் ஸார்”

“சரி.... அந்தப் பேப்பர் கட்டிங்குக்கு கீழே *XYZBAA* ங்கிற லெட்டர்ஸ் ஸ்கெட்ச் பேனாவால் எழுதப்பட்டிருக்கே. அது எழுதினது யாரு லட்சணாவா.....?”

“ஆமா ஸார்..... அந்த எழுத்துக்களை அவ எழுதும்போது நானும் பக்கத்துல இருந்தேன்”

“அந்த *XYZBAA* எழுத்துக்களுக்கு என்ன அர்த்தம்ன்னு உனக்கு தெரியுமா.....?”

“தெரியும்” என்றாள் ஜமுனா.

26

சந்திரசூடனின் முகத்தில் ஆச்சர்யம் அலையடித்தது. ஒரு சந்தோஷமான பார்வையால் ஜமுனாவை நனைத்தபடி கேட்டார்.

"சொல்லு ஜமுனா... அந்த XYZBAA எழுத்துக்களுக்கு என்ன அர்த்தம்.....?"

"ஸார்.... லட்சணா எப்பவுமே எந்த ஒரு சீரியஸான விஷயத்தையும் நாலைஞ்சு ஆங்கில எழுத்துகளுக்குள்ளேயே அடக்கிடுவா. இந்த எழுத்துக்களும் அப்படிப்பட்டதுதான். இதில் கடைசியில் இருக்கிற AA ங்கிற ரெண்டு எழுத்துக்கள் அதிரா அபார்ட்மெண்ட் கட்டிடத்தைக் குறிக்குது" ஜமுனா இப்படி சொன்னதும் சந்திரசூடனின் உடம்புக்குள் மின்சாரம் பாய்ந்த மாதிரியான உணர்வு. குரலில் பதற்றம் தெறிக்கக் கேட்டார்.

"என்னம்மா சொன்னே.... அதிரா அபார்ட்மெண்ட்டா .....?"

"ஆமா ஸார்..... AA எழுத்துகளுக்கு என்ன எக்ஸ்பேன்ஷன்னு நான் லட்சணாகிட்ட கேட்டப்ப அவ அதிரா அபார்ட்மெண்ட்ன்னுதான் சொன்னா"

"சரி, பக்கத்தில் இருக்கிற B எழுத்துக்கு என்ன அர்த்தம் .....?"

"ப்ளாக்ஸ்..... அது அபார்ட்மெண்ட்டோட ப்ளாக்ஸோட குறியீட்டு எழுத்துக்கள். அதாவது அதிரா அபார்ட்மெண்ட்டில இருக்கிற எக்ஸ், ஒய், இஸட் ப்ளாக்குகள்"

"அந்த ப்ளாக்குகளில் என்ன பிரச்சினை நீ கேட்டியாம்மா .....?"

"கேட்டேன் ஸார்"

"லட்சணா என்ன சொன்னா .....?"

"பீடோ ஃபைலிக், செக்ஸ் டூரிஸம் என்கிற பாலியல் பலாத்கார விவகாரத்தில் சம்பந்தப்பட்ட நாலஞ்சு பேர் அந்த அதிரா அபார்ட்மெண்ட்டோட் இருக்கிற எக்ஸ், ஒய், இஸட் ப்ளாக்குகளில் தங்கியிருக்காங்கன்னு தகவல் கிடைச்சிருக்கிறதாவும், அந்த தகவல்களின் அடிப்படையில் அங்கே போய் ஒரு ஷேடோ இன்வெஸ்டிகேஷனை ஆரம்பிக்கப் போறதாவும் என்கிட்டே லட்சணா சொன்னா. நான் கூட அவகிட்ட எதுக்காக ரிஸ்க் எடுக்கிறே.... போலீஸ் கமிஷனர்கிட்டே நேரிடையாய் போய் விஷயத்தைச் சொல்லு.... அவர் பார்த்துக்குவார்ன்னு சொன்னேன். அவ அதை காதிலேயே போட்டுக்கலை......"

"அதிரா அபார்ட்மெண்ட் எங்கே இருக்குன்னு உனக்குத் தெரியுமா ஜமுனா.....?"

"தெரியாது ஸார்"

"லட்சணா உன்கிட்டே பேசும்போது அந்த அபார்ட்மெண்ட்டில் ஒரு ஷேடோ இன்வெஸ்டிகேஷனை ஆரம்பிக்கப் போறதா சொன்னா இல்லையா..?"

"ஆமா....."

"அது எதுமாதிரியான இன்வெஸ்டிகேஷன்..?"

"அதைப்பத்தியெல்லாம் எனக்குத் தெரியாது ஸார். ஆனா நான் அவகிட்ட ரொம்ப நேரம் பேசிட்டு என்னோட ரூமுக்கு போற நேரத்துல யார்கிட்டயிருந்தோ அவளோட செல்போனுக்கு ஒரு கால் வந்தது. எடுத்துப் பேசினா. அப்படி அவ போன்ல பேசும்போது கோபிகாங்கிற பேரும், அதிரா அபார்ட்மெண்ட் என்கிற வார்த்தையும் அடிபட்டது"

சந்திரசூடனை மறுபடியும் ஒரு சிறிய அதிர்ச்சி உலுக்கியது.

"பேர் என்னன்னு சொன்னே....? கோபிகாவா .....?"

"ஆமா ஸார்"

"ஆர் யூ ஷ்யூர்.....?"

"ஷ்யூர் ஸார்... பத்து நாளைக்கு முன்னாடி கேட்ட அந்த பேரை நான் எப்படி இவ்வளவு ஞாபகம் வெச்சுட்டு சொல்றேன்னு உங்களுக்கு ஆச்சர்யமாய் இருக்கலாம். நான் குழந்தையாய் இருக்கும்போது என்னோட அம்மாவும், அப்பாவும் எனக்கு வெச்ச முதல் பேர் கோபிகா.... ஆனா என்னோட ஜாதகப்படியும், நியூமராலஜிப்படியும் J என்கிற ஆங்கில எழுத்துல ஆரம்பிக்கிற பேரைத்தான் வைக்கணும்ன்னு ஜோஸியர் ஒருத்தர் சொன்னதால எனக்கு ஜமுனான்னு பேரை மாத்தி வெச்சாங்க. கோபிகா எனக்கு பிடிச்ச பேர்"

"சரி ... போன்ல பேசினது யாரு ஆணா பெண்ணா.....?"

"அது தெரியலை ஸார்.... லட்சணா போன்ல பேசிட்டு இருக்கும்போதே நான் அவ ரூமைவிட்டு வெளியே வந்துட்டேன்"

ஜமுனாவிடம் விசாரணையை முடித்துக்கொண்ட சந்திரசூடன் மேலும் ஒரு அரைமணி நேரம் அந்த அறையில் இருந்து எல்லாவற்றையும் அலசிப் பார்த்துவிட்டு அன்னபூர்ணியிடம் திரும்பினார்.

"லட்சணாவோட இந்த அறை இப்படியே இருக்கட்டும். அறையை சுத்தம் பண்ண வேண்டாம். சாவி உங்ககிட்டேயே இருக்கட்டும். யார்க்கிட்டேயும் தர வேண்டாம். கொலையாளியை கண்டுபிடிக்கிற விஷயத்தில் எனக்கு ஏதாவது சந்தேகம் ஏற்பட்டால் நான் மறுபடியும் இந்த அறைக்கு வர வேண்டியிருக்கும்....."

அன்னபூர்ணி கண்களில் நிரம்பிய நீரோடு 'சரி' என்கிற பாவனையில் தலையாட்டிவிட்டு மெல்ல குரலை இழுத்தாள்.

"ஸ....ஸ.....ஸார்...... ஒரு சின்ன ரெக்வெஸ்ட்"

"சொல்லுங்க.........."

"இந்த பூரணி லேடிஸ் நெஸ்ட் ஹாஸ்டலுக்கு வெளியில் ஒரு நல்ல பேர் இருக்கு. இங்கே ஸ்டே பண்ணியிருக்குற லேடீஸ்களில் பாதி பேர் அரசு வேலைகளிலும், மற்ற பிரபலமான நிறுவனங்களிலும் இருக்காங்க..... லட்சணா கொலை செய்யப்பட்ட விவரங்களை மீடியாக்களுக்கு தரும்போது இந்த ஹாஸ்டலோட நேம் வெளியே வராதபடி பார்த்துக்கிட்டா.... ஐ....வில்......பி..... க்ரேட்ஃபுல் டூ யூ ஸார்"

சந்திரசூடன் அவளை ஏறிட்டு சொன்னார்.

"இந்த நியூஸ் மீடியாக்களுக்கு போகும்போது லட்சணா என்கிற உண்மையான பெயரே மாறியிருக்கும். செய்தி மட்டும் உண்மையாய் இருக்கும்.... ஒரு பெண்ணுக்கு பாதிப்பு ஏற்படும்ன்னு நாங்க நினைக்கிற விஷயங்களை எல்லாம் மாத்திடுவோம். சட்டமும் அதை அனுமதிக்குது. பை த பை இனிமேல் நான் இங்கே விசாரணைக்கு வரும்போது இந்த காக்கி யூனிஃபார்ம் இருக்காது. வேஷ்டி சட்டையில் ஒரு சாதாரண நபர் மாதிரி உங்ககிட்ட வந்து பேசுவேன்"

"தேங்க்யூ ஸார்" அன்னபூர்ணி கண்களில் நீர் சிதற கை கூப்பினாள்.

சந்திரசூடனும், வாஹினியும் அவளிடம் விடை பெற்றுக்கொண்டு ஹாஸ்டலை விட்டு வெளியே வந்து காரில் ஏறினார்கள். காரை மெதுவாய் ஓட்டிக்கொண்டே சந்திரசூடன் வாஹினியிடம் சொன்னார்.

"மேடம்.... கடந்த பத்து நாட்களாய் பதில் தெரியாமல் இருந்த ஒரு கேள்விக்கு இன்னிக்கு விடை கிடைச்சிருக்கு. கொலை செய்யப்பட்டு கருப்பு பெயிண்ட் பூசப்பட்டு கார் டிக்கியில் அடைக்கப்பட்டிருந்த பொண்ணு யார் என்பது கடைசி வரையிலும் தெரியாமலே போய்டுமோன்னு என்னோட மனசுக்குள்ளே ஒரு சின்ன பயம் இருந்தது. அந்த பயத்துக்கு இனி இடமில்லை. என்னோட இன்வெஸ்டிகேஷனுக்கு நீங்க பெரிய உதவியைப் பண்ணியிருக்கீங்க... ஐ வில் நெவர் ஃபர்கெட் திஸ் ஹெல்ப்"

வாஹினி மறுத்தலாய் தலையசைத்தாள்.

"ஸாரி ஸார்..... இது உதவியில்லை. என்னோட கடமை. கொலை செய்யப்பட்டது லட்சணா என்கிற ஒரு பெண்ணில்லை. என்கூட பிறக்காத சகோதரி.... அவளுக்கு இப்படியொரு நிலைமை ஏற்படும்ன்னு நான் கொஞ்சம் கூட நினைக்கலை"

"யூ டோண்ட் ஹேவ் டூ வொர்ரி மேடம். இன்னும் ஒரு வாரத்துக்குள்ளே கொலையாளி யார்ங்கிறதை என்னால ஸ்மெல் பண்ண முடியும்ன்னு நினைக்கிறேன். கொலையாளி யாராக இருந்தாலும் சரி, அந்தத் தகவல் உங்களுக்குத்தான் முதல்முதலாய் வரும்......."

“அந்த நிமிஷத்துக்காக நான் இந்த நிமிஷத்திலிருந்தே காத்திருத்திருக்க ஆரம்பிச்சுட்டேன்...ஸார்.....”

கார் மேற்கு மாம்பலத்தை முடித்துக்கொண்டு கோயம்பேடு போகும் அகலமான சாலைக்குள் நுழைந்தது.

சந்திரசூடன் கேட்டார்.

“மேடம்...... உங்களை எங்கே ட்ராப் பண்ணனும் .....?”

“நான் இப்போ என்னோட பத்திரிக்கை ஆபீஸுக்குத்தான் போகணும்.... உங்களுக்கு ஏதாவது அவசர வேலை இருந்தா என்னை இங்கேயே ட்ராப் பண்ணுங்க.... நான் டாக்ஸி பிடிச்சு போயிடறேன்....”

“நோ.....நோ..... எவ்வளவு நேரமானாலும் பரவாயில்லை மேடம். உங்களை பத்திரிக்கை ஆபீஸ்ல ட்ராப் பண்ணிட்டு அதுக்கப்புறம் நான் போக வேண்டிய இடத்துக்கு போறேன்..... எனக்கு எந்த அவசரமும் இல்லை......”

“தேங்க்யூ ஸார்”

“இதுக்கெல்லாம் நன்றி சொன்னா அது என்னோட அநியாய லிஸ்ட்டுக்குப் போயிடும் மேடம். திஸ் ஈஸ் அன் ஆப்பர்ச்சூனிடி ஐ காட்”

சந்திரசூடன் சொல்லிக்கொண்டே காரின் வேகத்தை அதிகப்படுத்தினார்.

மேலும் ஒரு அரைமணி நேரம் போக்குவரத்து நெரிசலில் நீந்தி, வாஹினியை அவளுடைய பத்திரிக்கை ஆபீஸின் வாசலருகே இறக்கிவிட்ட சந்திரசூடன், தலையசைப்பால் அவளிடம் விடைபெற்றுக்கொண்டு காரை நகர்த்தினார்.

கார் வேகம் பிடித்தபோது அவருடைய செல்போன் டயல்டோனை காற்றில் சிதறடித்தது.

போனின் டிஸ்ப்ளேயில் அழைப்பது யார் என்று பார்த்தார். கமிஷனர் அழைத்துக் கொண்டிருந்தார். ஸ்பீக்கரை ஆன் செய்து விட்டு பேசினார் சந்திரசூடன்.

“குட் ஆப்டர்நூன் ஸார்”

“உங்க போனைத்தான் எதிர்பார்த்துட்டிருக்கேன். லட்சணா ஸ்டே பண்ணியிருக்கிற ஹாஸ்டலுக்குப் போனீங்களா...... அவளோட ரூமை சோதனை போட்டதில் டிட் யூ கெட் எனி க்ளூ .....?”

"எஸ்..... ஸார்..... ஐ காட் ஒன் யூஸ்ஃபுல் இன்ஃபர்மேஷன்"

"என்ன .....?"

சந்திரசூடன் காரை மெதுவாய் ஓட்டிக்கொண்டே ஹாஸ்டல் விசாரணையில் நடந்த எல்லா சம்பவங்களையும் சொல்ல, கமிஷனர் மறுமுனையில் கவனமாய் செவிமடுத்து விட்டு "க்ரேட்" என்று சொன்னவர் தொடர்ந்து பேசினார்.

"கொலை செய்யப்பட்ட லட்சணா பத்து நாளைக்கு முன்னாடி யார்கிட்டயோ செல்போனில் பேசினப்ப கோபிகா என்கிற பேரையும் அதிரா அபார்ட்மெண்ட் என்கிற பேரையும் மென்ஷன் பண்ணியிருக்காங்கிற தகவல் உண்மையிலேயே ஒரு யூஸ்ஃபுல் இன்பர்மேஷன்தான். இந்த ஒரு இன்பர்மேஷனை வெச்சுகிட்டு ஃபர்தரா எப்படி யாரை இன்வெஸ்டிகேட் பண்ணப் போறீங்க சந்திரசூடன் .....?"

"ஸார்..... கோபிகாவுக்கும், லட்சணாவுக்கும் இடையில் ஏதோ ஒரு தொடர்பு இருந்திருக்கு. அது எதுமாதிரியான தொடர்புன்னு தெரிஞ்சுக்கத்தான் நான் இப்போ அதிரா அபார்ட்மெண்ட்டுக்கு போயிட்டிருக்கேன்"

"யூ மீன்..... அந்த லட்சணாப்பத்தி கோபிகாவை விசாரிக்கப் போறீங்க .....?"

"ஆமா ஸார்"

"ஐ ஹேவ் ஒன் டவுட்..... கோபிகாவே ஒரு ரெட்ரோக்ரேட் பேஷண்ட். அவளுக்கு சில விஷயங்கள் மட்டுமே ஞாபகத்தில் இருக்கும். சில விஷயங்கள் ஞாபகத்தில் இருக்காதுன்னு நீங்களே சொல்லியிருக்கீங்க.... இப்படிப்பட்ட நிலையில் கோபிகா சொல்லப்போகிற பதில் எந்த அளவுக்கு தெளிவாய் இருக்கும்ன்னு நீங்க நம்பறீங்க .....?"

"இது சம்பந்தமாய் அந்த கோபிகாகிட்ட பேசிப் பார்த்தாத்தான் தெரியும் ஸார்"

"ஓகே.... டூ இட்..... அயாம் வெயிட்டிங் ஃபார் யுவர் கால்"

மறுமுனையில் கமிஷனர் இணைப்பைத் துண்டித்துவிட காரின் வேகத்தை அதிகப்படுத்தினார் சந்திரசூடன்.

நாற்பது நிமிஷப் பயணம்.

அதிரா அபார்ட்மெண்ட்டுக்குள் கார் நுழைந்தது. காரை பார்க்கிங்கில் நிறுத்திவிட்டு லிஃப்டில் உயர்ந்து கோபிகா

இருந்த ஃப்ளாட்டுக்கு முன்பாய் வந்து நின்றார்.

ஃப்ளாட் கதவு சாத்தப்பட்டிருக்க, காலிங்பெல்லுக்கான பட்டன் மேல் கையை வைத்து அழுத்தினார். அது நீளமாய் கத்திவிட்டு ஓய்ந்தது. கதவு திறக்கப்பட காத்திருந்தார்.

விநாடிகள் வேகமாய் நகர்ந்தன.

ஒரு நிமிஷம்.......

இரண்டு நிமிஷம்.......

மூன்று....... நான்கு........

சந்திரசூடன் பொறுமை இழந்தவராய் காலிங்பெல் பட்டனை அழுத்திக் கொண்டேயிருக்க,

கதவு திறக்கப்படாமல் மௌனம் சாதித்தது.

27

ஐந்து நிமிடமாகியும் கதவு திறக்கப்படாமல் போகவே பக்கத்து ஃப்ளாட்டில் இருப்பவர்களை விசாரிக்கலாமா என்று சந்திரசூடன் நினைத்த விநாடி கதவின் தாழ்ப்பாள் உள்ளே விலகும் சத்தம் கேட்டது.

தொடர்ந்து 25 சதவீத இடைவெளியோடு கதவு திறக்கப்பட, ஆதிகேசவன் பார்வைக்குத் தட்டுப்பட்டார். சந்திரசூடனைப் பார்த்ததும் சற்றே பதட்டப்பட்டவராய் முழுக்கதவையும் திறந்தார்.

"ஸார்...... நீ.....நீ..... நீங்களா? வாங்க ஸார்...... உள்ளே வாங்க.... ஸாரி ஸார்......நான் ரெஸ்ட்ரூம்ல இருந்தேன். உடனடியாய் வந்து கதவைத் திறக்க முடியலை ....."

"நோ.... ப்ராப்ளம் மிஸ்டர் ஆதிகேசவன்....கதவு திறக்க கொஞ்சம் லேட்டானதும் நான் லேசாய் டென்ஷன் ஆயிட்டேன்......"என்று சொல்லிக்கொண்டே உள்ளே நுழைந்த சந்திரசூடன் வீட்டுக்குள் சுற்றும் முற்றும் பார்த்தபடி கேட்டார்.

"கோபிகா வீட்ல இல்லையா .....?"

"இருக்கா ஸார்.... ரூம்ல படுத்து தூங்கிட்டு இருக்கா..... ராத்திரி நேரத்துல அவ சரியா தூங்காததினால பகல் நேரத்துல அசந்து போய் தூங்கிடுவா.... சில சமயம் கண் முழிக்க சாயந்தரம் ஆறு மணியாயிடும்..... உட்கார்ங்க ஸார்......"

ஆதிகேசவன் சோபாவைக் காட்ட, சந்திரசூடன் உட்கார்ந்தார்.

“நல்ல வெய்யில் நேரத்துல வந்திருக்கீங்க.மோர் இருக்கு. தரட்டுமா ஸார் ?”

“நோ தேங்க்ஸ்.... நீங்களும் உட்கார்ங்க.......”

ஆதிகேசவன் அமர்ந்துகொண்டே கேட்டார்.

“ஃப்ளாட் நெம்பர் 144க்கு மேலே குடியிருக்கிற அந்த மலையாள லேடி தாட்சாயிணி அம்மாவைப் பார்த்து என்கொயரி பண்ணத்தானே இப்ப வந்து இருக்கீங்க ஸார் .....?”

“எஸ்..... ஆனா அதுக்கு முன்னாடி உங்ககிட்ட கொஞ்சம் பேச வேண்டியிருக்கு மிஸ்டர் ஆதிகேசவன்”

“என்ன விஷயமாய் ஸார்.....?”

“உங்களுக்கு லட்சணாவைத் தெரியுமா.....?”

ஆதிகேசவனின் முகத்தில் லேசாய் ஒரு நிறமாற்றம் நிகழ்ந்தது. தயக்கக் குரலில் கேட்டார்.

“நீங்க சொல்ற லட்சணா ஒரு சோஷியல் ஆக்டிவிஸ்ட்தானே.....?”

“ஆமா.... பெண்களுக்கு எதிராய் நடக்கிற அநியாயங்களைத் தட்டிக் கேட்கிற டைப்”

“வெஸ்ட் மாம்பலத்தில் இருக்கிற ஒரு லேடீஸ் ஹாஸ்டலில் ஸ்டே பண்ணியிருக்கிற அந்தப் பொண்ணைத்தானே சொல்றீங்க .....?”

“எஸ்.... அந்தப் பொண்ணுதான்......”

“தெரியும் ஸார்...... எதுக்காக லட்சணாவைப் பத்தி விசாரிக்கறீங்க .....?”

“சொல்றேன்.... அதுக்கு முன்னாடி லட்சணாவை உங்களுக்கு எப்படித் தெரியும்ன்னு சொல்லுங்க”

“ஆறு மாசத்துக்கு முன்னாடி ஒரு டி.வி. நிகழ்ச்சியைப் பார்த்துட்டிருக்கும் போது லட்சணாவோட பேட்டியை ஒளிபரப்பினாங்க. பேட்டி எடுத்தவரின் கேள்விகளுக்கு லட்சணா பதில் சொல்லும்போது மனச்சிதைவு நோய்களுக்கு உள்ளான பெண்களுக்கு தான் வெற்றிகரமாய் கவுன்சிலிங் செஞ்சு பல பெண்களை மீட்டு எடுத்து புது

வாழ்க்கையை கொடுத்ததாக சொன்னா. அதை பார்த்த எனக்கு கோபிகாவுக்கும் இதுமாதிரியான கவுன்சிலிங் கொடுத்தா என்னங்கிற எண்ணம் எனக்குள்ளே தோணிச்சு. பேட்டி முடிஞ்சதும் அந்த சேனல் பீப்பிளை காண்டாக்ட் பண்ணி லட்சணாவின் செல்போன் நெம்பரை வாங்கி, அவகிட்ட பேசினேன். கோபிகாவுக்கு இருக்கிற மனச்சிதைவு நோயைப் பத்தி சொன்னேன். அடுத்த நாளே அந்த லட்சணா புறப்பட்டு வந்துட்டா. நான் லட்சணாவை கோபிகாவுக்கு என் ஃப்ரண்ட் ஒருத்தரோட டாட்டர்ன்னு சொல்லி அறிமுகப்படுத்தி வெச்சேன். லட்சணா வாரத்துக்கு ஒரு தடவை இங்கே வந்து ஒரு மணி நேரம் கோபிகாகிட்ட பேசி கவுன்சிலிங் கொடுப்பா. கோபிகாவுக்கும் லட்சணாவை ரொம்ப பிடிக்கும்"

சந்திரசூடன் குறுக்கிட்டு கேட்டார்.

"லட்சணாவோட கவுன்சிலிங் கோபிகாவுக்கு யூஸ்ஃபுல்லா இருந்துச்சா?"

"இல்ல ஸார்..... ஒரு ரெண்டு மாச கவுன்சிலிங்கிற்குப் பின்னாடி லட்சணா என்கிட்ட நேரிடையாவே வந்து கோபிகாவுக்கு ஏற்பட்டிருக்கிற பாதிப்பை கவுன்சிலிங்கால குணப்படுத்த முடியாது. இது ஒரு சிக்கலான மனச்சிதைவு நோய், ஒரு ந்யூராலாஜிஸ்ட்டும், சைக்காலாஜிஸ்ட்டும் இணைஞ்சு ஒரே நேரத்துல ட்ரீட்மெண்ட்டை ஆரம்பிச்சா குணப்படுத்த முடியும். அதுக்கான ஏற்பாட்டை பண்ணுங்கன்னு சொல்லிட்டு போயிட்டா......"

"அதுக்கப்புறம் கோபிகா இங்கே வரலையா....?"

"வரலை......."

"இந்த அதிரா அபார்ட்மெண்ட்டில் நடந்த ஆறு மர்மமான மரணங்கள் பத்தி லட்சணாவுக்கு தெரியுமா .....?"

"தெரியும்......"

"அதைப்பற்றி லட்சணா என்ன சொன்னா .....?"

"அந்த விஷயத்துல அவ பெரிசா ஒண்ணும் இன்ட்ரஸ்ட் காட்டலை. இயற்கையான மரணங்கள்ன்னு டாக்டர்ஸே சொல்லிட்ட பிறகு அதுல நாம சந்தேகப்பட என்ன இருக்குன்னு சிம்பிளா சொல்லிட்டா"

"சரி.....கடைசியா லட்சணாவை என்னிக்குப் பார்த்தீங்க .....?"

"கடந்த அஞ்சு மாசமாய் அந்தப் பெண்ணை நான் பார்க்கலை. ஆனா பத்து நாளைக்கு முன்னாடி ஒரு ராத்திரி நேரம் பத்து மணி சுமார்க்கு எனக்கு போன் பண்ணிப் பேசினா"

"எதுக்காக போன் .....?"

"இந்த ஃப்ளாட்ல எங்ககூட வந்து ரெண்டு நாள் தங்கியிருக்க பர்மிஷன் கேட்டா" நெற்றியில் விழுந்த வியப்பு வரியோடு சந்திரசூடன் சற்றே நிமிர்ந்து உட்கார்ந்தார்.

"தங்கறதுக்கு பர்மிஷனா .....?"

"ஆமா......"

"நீங்க எதுக்குன்னு கேட்கலையா.....?"

"கேட்டேன் ஸார்.... அதுக்கு லட்சணா அந்த விஷயத்தை இப்போதைக்கு உங்ககிட்ட சொல்ல முடியாது. ரெண்டு நாள் தங்கிட்டு அங்கிருந்து கிளம்பும்போது சொல்றேன்னு சொன்னா.... நானும் மேற்கொண்டு அவளை ஃபோர்ஸ் பண்ணாமே 'நீயும் என்னோட பொண்ணு மாதிரிதாம்மா..... ரெண்டு நாள் என்ன.... ரெண்டு மாசம் கூட தங்கலாம் வா'ன்னு சொன்னேன். ஆனா லட்சணா வரலை..... ஒரு தடவை போன் பண்ணிப் பார்த்தேன்..... 'தி நெம்பர் ஈஸ் நாட் இன் யூஸ்'ங்கிற ரெக்கார்டட் வாய்ஸ் வந்தது. அதுக்கப்புறம் எனக்கு இருக்கிற பிரச்சினைகளில் லட்சணாவையே மறந்துட்டேன். இப்ப நீங்க வந்து லட்சணாவைப்பத்தி கேட்டதும்தான் எனக்கு அந்தப் பொண்ணோட ஞாபகமே வந்தது. இப்பவாவது சொல்லுங்க ஸார்..... எதுக்காக இந்த விசாரணை ..... லட்சணாவை உங்களுக்கு எப்படி தெரியும் .....?"

சந்திரசூடன் சில விநாடிகள் மௌனமாய் இருந்துவிட்டு சொன்னார்.

"லட்சணா இப்போ உயிரோட இல்லை........"

ஆதிகேசவன் முகம் அதிர்ச்சியில் உறைந்து போயிற்று. பதறும் குரலில் கேட்டார்.

"எ....எ.....என்ன ஸார்..... சொ....சொல்றீங்க..... லட்சணாவுக்கு என்னாச்சு.....?"

“மர்டர்ட் பை சம்படி”

“எப்ப ஸார் .....?”

“நான் இந்த அபார்ட்மெண்ட்டுக்கு பத்து நாளைக்கு முன்னாடி என்னோட நண்பர் கங்காதரனின் மகன் கபிலனோட எதுக்காக வந்தேன்னு உங்களுக்கு ஞாபகம் இருக்கா .....?”

“நல்லாவே ஞாபகம் இருக்கு ஸார்.....”

“அந்த காரின் டிக்கிக்குள்ள டெட்பாடியாய் இருந்தது வேறு யாருமில்லை லட்சணாதான்”

“ஸ.....ஸ.....ஸார்..... நீங்க பேசற ஒவ்வொரு வார்த்தையும் எனக்கு பேரிடியாய் இருக்கு. அந்த டெட்பாடி லட்சணாதான்னு உங்களால எப்படி ஐடென்டிஃபை பண்ண முடிஞ்சுது.....?”

சந்திரசூடன் நடந்த விபரங்கள் எல்லாவற்றையும் சொல்லி முடிக்க ஆதிகேசவன் நொறுங்கிப்போனவராய் சோபாவுக்கு தளர்வாய் சாய்ந்தார். குரல் உடைய பேசினார்.

“அவ மேல யார்க்கு என்ன விரோதம் ஸார் ? அப்படியே விரோதமாய் இருந்தாலும் இவ்வளவு கொடூரமாய் கொலை பண்ணின நபர்க்கு இருதயம் இருக்க வேண்டிய இடத்தில் நிச்சயமாய் ஒரு கல்தான் இருக்கும்..... இப்படிப்பட்ட ஆட்களை......”

ஆவேசமாய் ஆதிகேசவன் மேற்கொண்டு பேசும் முன் ஹாலின் மூலையில் இருந்த, அறைக்கதவு திறக்கப்பட்டது. சந்திரசூடனிடம் குரலைத் தாழ்த்தி கிசுகிசுப்பான குரலில் சொன்னார்.

“ஸார்..... கோபிகா வர்றா...அவளுக்கு லட்சணாவோட மர்டர் சம்பந்தப்பட்ட விபரங்கள் எதுவும் தெரிய வேண்டாம். ரொம்பவும் அப்செட் ஆயிடுவா”

சந்திரசூடன் சரி என்கிற பாவனையில் தலையசைத்துக் கொண்டிருக்கும்போதே, கதவைத் திறந்தபடி வெளிப்பட்டகோபிகா அவரைப் பார்த்ததும் கண்களை வியப்பில் விரித்து கிட்டத்தட்ட கத்தினாள்.

“ஸ.....ஸ.....ஸார்..... நீங்களா...? வாட் ஏ சர்ப்ரைஸ் விசிட்... எப்ப ஸார் வந்தீங்க .....?”

“இப்பத்தான் வந்தேன்... வழக்கம் போல என்கொயரிதான்..... நீ தூங்கிட்டிருக்கிறதா அப்பா சொன்னார்”

“ஆமா ஸார்.... மத்தியானம் லஞ்ச் சாப்பிட்டதும் ஒரு தூக்கம் போடுவேன்” என்று சொல்லிக்கொண்டே சந்திரசூடனுக்கு எதிரில் இருந்த நாற்காலியில் உட்கார்ந்தாள். சிறிது நேரம் மௌனமாய் இருந்துவிட்டு மெல்லிய குரலில் சொன்னாள்.

“தேங்க்யூ ஸார்”

“இப்ப எதுக்கம்மா எனக்கு நன்றி ?”

“ஸார்... அந்த எக்ஸ் ப்ளாக் 144 நெம்பர் ஃப்ளாட்டை நீங்க பூட்டி சீல் வெச்சீங்க....ஆனா காலையில் பதினோரு மணிக்கு நான் என் ஃப்ளாட் சிட்அவுட்டிலிருந்து பார்க்கும்போது அந்த 144 நெம்பர் ஃப்ளாட்டுக்குள்ளே இருந்த யாரோ பாதி திறந்திருந்த ஜன்னல் கதவை இழுத்து மூடறதைப் பார்த்தேன். அதை நான் என்னோட அப்பாகிட்ட சொன்னேன். அவர் அதை சீரியஸாய் எடுத்துக்கலை. பிரமையாய் இருக்கும்ன்னு சொல்லிட்டார். ஆனா என்னோட பேச்சை நம்பி நீங்க அதை சீரியஸாய் எடுத்துக்கிட்டு அந்த ஃப்ளாட்டைப் பார்க்க வந்ததுக்கு நான் நன்றி சொல்ல வேண்டாமா ?”

சந்திரசூடன் மெலிதாய் புன்முறுவல் பூத்தார்.

“நான் ஃப்ளாட்டைப் பார்க்க வரலை. அந்த 144 நெம்பர் ஃப்ளாட்டை பூட்டி எப்படி நான் சீல் வெச்சுட்டு போனேனோ, அது அப்படியேதான் இருக்குன்னு அப்பா சொல்றாரே ?”

“கரெக்ட் ஸார் .... அந்த சீல் அப்படியேதான் இருக்கு. அப்பா சொன்னது சரிதான். நானும் போய்ப் பார்த்தேன். ஆனா பூட்டி சீல் வெச்ச அந்த ஃப்ளாட்டுக்குள்ளே யாரோ இருக்காங்க.... அது மட்டும் நிச்சயம். நீங்க கண்டிப்பா அந்த ஃப்ளாட்டை ஓப்பன் பண்ணிப் பார்க்கணும்” என்று அழுத்தம்திருத்தமாய் சொன்ன கோபிகாவின் குரலில் ஒரு டன் உறுதி தெரிந்தது.

28

சந்திரசூடனின் மனசுக்குள் கோபிகாவின் அந்த உறுதியான பேச்சு ஒரு ஆணியடித்த மாதிரி இறங்க, யோசிக்க ஆரம்பித்தார்.

'கோபிகா சொல்வது ஏன் உண்மையாய் இருக்கக்கூடாது. அந்த 144 நெம்பர் ஃப்ளாட்டுக்குள் யாராவது வந்து போக ஏதாவது வழியிருக்கலாமே. ஃப்ளாட்டை திறந்து பார்த்தால் என்ன.....?' சந்திரசூடன் யோசிக்க யோசிக்க கோபிகா பேச்சைத் தொடர்ந்தாள்.

"ஸார்..... நான் சொன்னதுல உங்களுக்கு இன்னமும் நம்பிக்கை வரலைன்னு நினைக்கிறேன். இந்த அபார்ட்மெண்ட்ல இருக்கிற சில பேர் என்னை மெண்டல்ன்னு கமெண்ட் பண்றது எனக்குத் தெரியும் ஸார். அப்பா கூட சில சமயங்களில் நான் பேசறதை காது கொடுத்து கேட்கமாட்டார். நான் ஏதாவது கேள்வி கேட்டா அலட்சியமா பதில் சொல்வார். ஆனா நீங்க ஒருத்தர்தான் என்னோட பேச்சை உன்னிப்பாய் கேட்டுட்டு பதில் சொல்றீங்க..... ரெஸ்பான்ஸ் பண்றீங்க.... இப்ப நான் சொல்ற இந்த விஷயத்தையும் கேளுங்க ஸார்..... எனக்கு பொய் சொல்லத் தெரியாது. நான் எதைப் பார்த்தேனோ அதைத்தான் உங்ககிட்ட சொன்னேன்"

சந்திரசூடன் நாற்காலியினின்றும் எழுந்தார்.

"சரி....... வாம்மா..... பார்த்துடலாம்"

“தேங்க்யூ ஸார்” ஒரு குழந்தையின் குதூகலத்தோடு கைகளைத் தட்டிவிட்டு ஆட்காட்டி விரலைக் காட்டினாள்.

“ஒரே ஒரு நிமிஷம் ஸார்...... ட்ரஸ் சேஞ்ச் பண்ணிட்டு வந்துடறேன்.....” கோபிகா சொல்லிவிட்டு தன்னுடைய அறையை நோக்கிப் போக, ஆதிகேசவன் ஒரு பெருமூச்சோடு சந்திரசூடனை ஏறிட்டார்.

“ஸார்..... கோபிகாவோட பேச்சுக்கு நீங்க இவ்வளவு முக்கியத்துவம் கொடுக்க வேண்டியதில்லை...... அவளை ஸ்கிப் பண்ணிட்டு போயிட்டே இருக்கலாம். இன்னிக்கு நீங்க பூட்டோட சீலை உடைச்சு அந்தப் ஃப்ளாட்டை திறந்து காட்டினா, ரெண்டு நாள் கழிச்சு வேற ஏதாவது ஒண்ணை கற்பனை பண்ணிட்டு உங்களுக்கு போன் பண்ணுவா..... உங்களுக்கு எவ்வளவே வேலைகள் இருக்கலாம். அந்த வேலைகளுக்கு நடுவுல கோபிகாவோட போன் கால்ஸ் ஒரு பெரிய தொல்லையாய் மாறக்கூடிய அபாயம் இருக்கு ஸார்”

சந்திரசூடன் ஆதிகேசவனை புன்னகையால் நனைத்தபடி குரலைத் தாழ்த்தினார்.

“நீங்க இன்னமும் உங்க பொண்ணை ஒரு மனநோயாளியாகவே பார்த்துட்டு இருக்கீங்க..... ஆனா நான் கோபிகாவை வேற ஒரு கோணத்திலிருந்து பார்த்துட்டிருக்கேன். இந்த அபார்ட்மெண்டில் ஒரு குறிப்பிட்ட ஃப்ளாட்டில் தொடர்ந்து மர்மமான மரணங்கள் நடந்திருக்கு. அந்த மரணங்களுக்கான காரணம் என்னவாக இருக்கும்ன்னு தெரிஞ்சுக்க, இந்த அதிரா அபார்ட்மெண்ட்ல இருக்கிற யார்க்குமே துளி கூட அக்கறையில்லை.

ஆனா கோபிகாவுக்குள்ளே அந்த இன்டென்ஷன் இருந்துட்டே இருக்கு. அதனால்தான் 144 நெம்பர் ஃப்ளாட்டை அவ வாட்ச் பண்ணிட்டே இருக்கா.... சீல் வெச்சு பூட்டின அந்த ஃப்ளாட்டுக்குள்ளே யாரும் இருக்க மாட்டாங்கன்னு எனக்குத் தெரியும். இருந்தாலும் ஃப்ளாட்டை ஓப்பன் பண்ணி அங்கே யாருமில்லைங்கிறதை கோபிகாவுக்கு தெரியப்படுத்திட்டோம்ன்னா அதுல அவளுக்கு ஒரு தெளிவும், சந்தோஷமும் கிடைக்கும். பை த பை இது ஒரு சின்ன ட்ராமாதான்.

வாங்க..! ஃப்ளாட்டை போய்ப் பார்த்துட்டு அப்படியே மேல் ஃப்ளாட்ல குடியிருக்கிற அந்த தாட்சாயிணி

அம்மாவையும் என்கொயரி பண்ணிட்டு வந்துடலாம்”

ஆதிகேசவனின் கண்களில் நீர் நிரம்பி மின்ன, குரல் தழுதழுத்தார்.

“ஸார்...... நீங்க என் பொண்ணு கோபிகாவோட உணர்வுகளுக்கு இவ்வளவு மதிப்பு கொடுக்கிறதை நினைக்கறப்ப மனசுக்கு ரொம்பவும் சந்தோஷமாயிருக்கு. அதேமாதிரி கோபிகாவை மனச்சிதைவு நோயிலிருந்து மீட்டு அவளை பழைய நிலைமைக்கு கொண்டு வர நீங்கதான் கொஞ்சம் முயற்சி எடுக்கணும்”

“லட்சணா சொன்ன மாதிரி ஒரு நியூராலஜிஸ்ட்டையும், சைக்காலஜிஸ்ட்டையும் கன்சல்ட் பண்ணி கோபிகாவுக்கு ஒரே நேரத்துல ட்ரீட்மெண்ட்டை ஆரம்பிக்கணும்.... எனக்குத் தெரிஞ்ச டாக்டர்ஸ் ரெண்டு பேர் இப்போ யு.எஸ்ல இருக்காங்க..... அவங்க அடுத்த மாசம்தான் திரும்பி சென்னை வர்றாங்க. வந்ததுமே நான் ட்ரீட்மெண்ட்டுக்கு ஏற்பாடு பண்றேன்”

ஆதிகேசவன் இரண்டு கைகளையும் குவித்துக் கும்பிட்டார்.

“தேங்க்யூ ஸார்..... நான் உயிரோட இருக்கும்போதே கோபிகா பழைய நிலைமைக்கு திரும்பிட்டா நான் நிம்மதியா கண்ணை மூடிடுவேன்”

“எப்பவுமே பாஸிட்டீவா திங்க் பண்ணுங்க ஆதிகேசவன்..... அப்படியெல்லாம் பேசாதீங்க........”சந்திரசூடன் சொல்லிக் கொண்டிருக்கும்போதே கோபிகா சுடிதாரிலிருந்து சேலைக்கு மாறி அறையினின்றும் வெளிப்பட்டாள்.

“போலாமா ஸார்.....?”

“ம்...... வாம்மா....... நாணும் உங்கப்பாவும் ரெடி”

மூன்று பேரும் ஃப்ளாட்டை விட்டு வெளியே வந்து வெய்யிலுக்கு பயந்து, நிழலில் நடந்து எக்ஸ் ப்ளாக்கை நெருங்கியபோது ராவ்டே பிந்தர் எதிர்பட்டார். ஒரு சல்யூட் வைத்துவிட்டு சொன்னார்.

“குட் ஆஃப்டர்நூன் ஸார்”

“குட் ஆஃப்டர்நூன் மிஸ்டர் ராவ்டே பிந்தர்”

“என்ன ஸார்.... மறுபடியும் என்கொயரியா .....?”

சந்திரசூடன் சிரித்துவிட்டு சொன்னார்.

"எஸ்.... மோர் விசிட்ஸ்,மோர் இன்ஃபர்மேஷன்னு என்னோட மேலதிகாரி சொல்வார்...... அதைத்தான் இப்ப பண்ணிட்டு இருக்கேன்.... இன்னமும் இங்கே நிறைய தடவை வர வேண்டியிருக்கும்"

"நீங்க இன்னிக்கு அந்த தாட்சாயிணியம்மாவை விசாரிக்க வந்திருக்கீங்கன்னு நினைக்கிறேன். ஏம்.... ஐ...... கரெக்ட் ஸார் .....?"

"எஸ்....அதுக்கு முன்னாடி இன்னொரு முக்கியமான வேலையும் இருக்கு"

"என்ன ஸார் .....?"

"சொல்றேன்.... நீங்களும் வாங்க"

மாடிப்படிகளில் ஏறும்போது சந்திரசூடன், கோபிகா ஃப்ளாட் 144 பற்றி தன்னிடம் சொன்னதைச் சொல்ல அவர் தன்னுடைய நெற்றியில் ஆச்சர்ய வரிகளைக் காட்டினார். குரலைத் தாழ்த்தி அவர்க்கு மட்டும் கேட்கும்படியாய் பேசினார்.

"அப்படியெல்லாம் ஃப்ளாட்டுக்குள்ளே யாரும் இருக்க வாய்ப்பில்ல ஸார்...."

"அது எனக்கும் தெரியும்... இருந்தாலும் கோபிகாவுக்காக ஒரு தடவை ஓப்பன் பண்ணிப் பார்த்துடலாம்"

"தென் இட்ஸ் ஓகே ஸார்"

மாடியின் முதல் தளத்திற்கு வந்து 144 எண் பொறித்த அந்த அறைக்கு முன்பாய் நான்கு பேரும் நின்றார்கள். கதவின் மையப் பகுதியில் காடாத்துணியால் சுற்றப்பட்ட பூட்டு அரக்கு சீலோடு திம்மென்று தெரிந்தது.

சந்திரசூடன் அதை கோபிகாவுக்கு சுட்டிக்காட்டியபடியே சொன்னார்.

"பாரம்மா.... பத்து நாளைக்கு முன்னாடி சீல் வெச்சது இன்னமும் அப்படியே இருக்கு....."

"அதை நான் ஒத்துக்கறேன் ஸார்.... ஆனாலும்......"

"சரி.....சரி..... உன்னை நம்ப வைக்கணும்ன்னா இதை ஓப்பன் பண்ணித்தான் தீரணும்..." சொன்ன சந்திரசூடன்

தன் சட்டைப்பையில் இருந்த சாவியை எடுத்துக் கொண்டு பூட்டை நெருங்கினார். காடாத்துணியின் மேல் பதித்து வைத்திருந்த அரக்கு முத்திரையை அகற்ற முயன்றவர் அதைத் தொடாமல் அப்படியே பார்த்துக் கொண்டிருந்தார். சில விநாடிகளுக்குப்பிறகு முகம் மாறிப்போனவராய் "மை குட்னஸ்" என்று சொல்லி தன் நெற்றியைத் தேய்த்தார்.

ரபிந்தரும், ஆதிகேசவனும் குழப்ப முகங்களோடு அவரைப் பார்த்தார்கள்.

"என்ன ஸார்...... எனிதிங் ராங் .....?"

"எஸ்..... சம்திங் ராங்.......! பத்து நாளைக்கு முன்னாடி நான் வெச்ச சீல் மாதிரி இது இல்லை.... காடாத்துணியோட நிறம் மாறியிருக்கு. அரக்கு முத்திரையோட சைஸ் பெரிசாயிருக்கு. யாரோ முன்னாடி இருந்த சீல் துணியை கட் பண்ணி பூட்டைத் திறந்துகிட்டு உள்ளே போயிருக்காங்க. திரும்பவும் வெளியே வந்து அவங்க கொண்டு வந்த காடாத்துணியை பூட்டுக்கு சுத்தி அரக்கு சீல் வெச்சுட்டு போயிருக்காங்க. பூட்டை சேதப்படுத்தாமே கள்ளச்சாவியை உபயோகப்படுத்தியிருக்காங்க" சந்திரசூடன் சொல்லச்சொல்ல கோபிகா தன் இதழ் கோடியில் ஒரு சிறு புன்னகையை நெளியவிட்டப்படி சொன்னாள்.

"நான்தான் சொன்னேனே ஸார்.... ஃப்ளாட்டுக்குள்ளே யாரோ இருந்தாங்கன்னு இப்பவாவது நம்பறீங்களா .....?"

சந்திரசூடன் அவளை ஏறிட்டார்.

"யூ ஆர் ரைட் கோபிகா..... இன்வெஸ்டிகேஷன் போயிட்டு இருக்கும்போது எந்த ஒரு விஷயத்தையுமே இக்னோர் பண்ணக்கூடாது. அதுக்கு இந்த சம்பவம் நல்ல உதாரணம். நான் வெச்ச சீலை உடைச்சுகிட்டு ஃப்ளாட்டுக்குள்ளே யாரோ போயிருக்காங்கன்னா அவங்களுக்குத் தேவையான ஏதோ ஒண்ணு இந்த ஃப்ளாட்டுக்குள்ளே இருந்திருக்கணும். அது என்னன்னு கண்டுபிடிக்க உள்ளே போய் சீன் ஆஃப் க்ரைம் பார்க்கணும்"

சந்திரசூடன் சொல்லிக்கொண்டே பூட்டின் மேல் சுற்றப்பட்டிருந்த துணியையும், அரக்கு முத்திரையையும் அகற்றிவிட்டு பூட்டின் துவாரத்திற்கு சாவியைக் கொடுத்து நெம்பினார். பூட்டு திறந்து கொள்ள உள்ளே நுழைந்தார். மற்றவர்கள் பின்தொடர்ந்தார்கள்.

முன்புறம் இருந்த வரவேற்பறையைக் கடந்து உள்ளேயிருந்த ஹால் பகுதிக்குள் நுழைந்தபோது சந்திரசூடனின் வலது கை தன்னிச்சையாக கர்ச்சீப்பை எடுத்து நாசிப்பகுதிக்கு கொண்டு போயிற்று.

"ஏதோ ஸ்மெல் வர்ற மாதிரி இல்லை .....?"

"ஆமா ஸார்....... பேட்ஸ்மெல்"

"வயித்தைப் புரட்டுது ஸார்"

மூன்று பேரும் மூக்கை பொத்திக்கொள்ள மெல்ல நடை போட்டு ஹாலைக் கடந்த சந்திரசூடன் பக்கவாட்டில் இருந்த ஒரு அறையின் கதவைத் திறந்து எட்டிப் பார்த்தார்.

அறை சுத்தமாய் இருந்தது. பார்வை கூர்மையாகி அறையிலிருந்த ஒவ்வொரு பொருளையும் தடவியது. பின் அந்த அறையினின்றும் நகர்ந்து அடுத்த அறைக்கு போக அவர் முயன்ற விநாடி ராவ்டே பிந்தர் குரல் கொடுத்தார்.

"ஸார்.... ஒரு நிமிஷம்...!"

"என்ன .....?"

"இதோ.... இந்த ஏரியாவில்தான் ஸ்மெல் அதிகமா இருக்கு"

சந்திரசூடன் வேகமான நடையில் ராவ்டே பிந்தரை நோக்கிப் போக, அவர் சமையலறையை ஒட்டியிருந்த பகுதியைக் காட்டினார்.

"இந்த இடத்துல நின்னு ஸ்மெல் பண்ணிப் பாருங்க ஸார்... கொஞ்சம் அதிகப்படியாய் வருது. ஸ்மெல்ஸ் ஏ லிட்டில் டூ மச்"

அவர் காட்டிய இடத்தில் போய் நின்ற சந்திரசூடன் மூச்சை இழுத்து சுவாசிக்க முயன்ற விநாடி –

ஃப்ளாட்டின் இடது பக்க மூலையிலிருந்து கோபிகாவின் அந்த அலறல் சத்தம் கூர்தீட்டப்பட்ட ஓர் ஆயுதமாய் மாறி காதுக்குள் பாய்ந்தது.

29

கோபிகாவின் அலறல் சத்தத்தைக் கேட்டு திடுக்கிட்டுப்போன சந்திரசூடன், ஆதிகேசவன், ராவ்டே பிந்தர் மூன்று பேரும் ஃப்ளாட்டின் இடது பக்க கார்னரை நோக்கி கிட்டத்தட்ட ஓடினார்கள்.

கோபிகா அங்கேயிருந்த ஒரு அறைக்கு முன்பாய் முகம் வியர்த்து பீதி நிறைந்த பார்வையோடு நின்றிருந்தாள்.

"எ....எ.....என்ன கோபிகா.....?"

சந்திரசூடன் கேட்க கோபிகா பேச முடியாமல் இரண்டு தடவை உதடுகளை ஈரப்படுத்திக்கொண்ட பின் திக்கித் திணறும் குரலில் பேசினாள்.

"அ....அ.....அந்த ரூமை கொஞ்சம் எட்டிப் பாருங்க ஸார்"

அவள் சுட்டிக்காட்டிய அறையை தயக்கத்தோடு நெருங்கி உள்ளே பார்வையை வீசினார் சந்திரசூடன்.

அடுத்தவிநாடியே ஒட்டு மொத்த உடம்பும் ஒரு சிலிர்ப்புக்கு உட்பட்டது.

அந்த அறை முழுவதும் நூற்றுக்கணக்கில் கரப்பான் பூச்சிகளும், இடையிடையே பெரிய சைஸ் பல்லிகளும், நீளநீளமாய் பூரான்களும் செத்துக் கிடந்தன.

சந்திரசூடனைத் தொடர்ந்து ஆதிகேசவனும், ராவ்டே பிந்தரும் அறையை எட்டிப்பார்த்துவிட்டு அதிர்ந்துபோன முகங்களோடு சந்திரசூடனிடம் திரும்பினார்கள். ராவ்டே

பிந்தர் கேட்டார்.

"எப்படி ஸார்...... இந்த ஒரு ரூமுக்குள்ளே மட்டும் இவ்வளவு கரப்பான் பூச்சிகளும், பல்லிகளும், பூரான்களும் செத்துக் கிடக்கு .....?"

சந்திரசூடன் நெற்றியை தேய்த்தார். "அதுதான் எனக்கும் ஆச்சர்யமாய் இருக்கு. இந்த சம்பவம் ஒரு சிலமணி நேரத்துக்கு முன்னாடிதான் நடந்திருக்கணும்"

"ப்ளாட்டுக்குள்ளே வந்த நபர்க்கும், இந்த சம்பவத்துக்கும் என்ன சம்பந்தம் இருக்க முடியும் .....?" ராவ்டே பிந்தர் ஆச்சர்யப்பட ஆதிகேசவன் சொன்னார். "ஸார்.... இந்த ப்ளாட்டுக்குள்ளே நாம நுழைஞ்சுதுமே ஒரு கெட்ட வாடை அடிச்சுது.... அதுக்கு காரணம் இப்படி எல்லாமே செத்துக் கிடக்கிறதுதான்னு நினைக்கிறேன்"

சந்திரசூடன் மறுத்தலாய் தலையை அசைத்தார்.

"நோ.....நோ....... அது அப்படிப்பட்ட ஸ்மெல் கிடையாது. எலி பூனை இதுமாதிரியான பாலூட்டிகள் செத்து டீகம்போஸானால்தான் ஸ்மெல் வரும். கரப்பான் பூச்சி, பல்லி, பூரான்கள் டீகம்போஸானாலும் கூட இப்படியெல்லாம் ஸ்மெல் வராது"

"அப்படீன்னா என்ன காரணம் .....?"

"கண்டுபிடிச்சுடலாம்" என்று சொன்ன சந்திரசூடன் தன்னுடைய செல்போனை எடுத்துக்கொண்டு ஜன்னல் ஓரமாய் போய் நின்று கொண்டு ஃபாரன்ஸிக் டிபார்ட்மெண்டில் பணிபுரியும் ஒரு அதிகாரியை தொடர்பு கொண்டார். மெல்லிய குரலில் பேச ஆரம்பித்தார்.

"சர்வேசன்"

"சொல்லுங்க ஸார்.."

"நீங்க இப்ப ஆபீஸ்ல இருக்கீங்களா..... இல்ல வெளியே ஆன் டியூட்டியில் இருக்கீங்களா .....?"

"நேத்தும் இன்னிக்கும் ஆன் ட்யூட்டிதான் ஸார்.... ஆவடி பக்கத்துல ஒரு ராபரி இன்ஸிடெண்ட். அது சம்பந்தமான இன்ஸ்வெஸ்டிகேஷனுக்கு வந்தேன். வேலை முடிஞ்சுது..... என்ன விஷயம் ஸார்..... எனி அர்ஜென்ஸி வொர்க்.....?"

"இப்ப நீங்க வேலை முடிஞ்சு ஆபீஸுக்கு திரும்பிட்டு

இருக்கீங்க... இல்லையா.....?"

"ஆமா ஸார்..."

"வர்ற வழியில் கொஞ்சம் ஈஞ்சம்பாக்கம் வரைக்கும் வர முடியுமா? இங்கே இருக்கிற ஒரு ஃப்ளாட்டில் நீங்க சீன் ஆஃப் க்ரைம் பார்த்து ஒரு ரிப்போர்ட் தரணும். இது ஒரு முக்கியமான இன்ஸ்வெஸ்டிகேஷன்"

"ஈஞ்சம்பாக்கம் ஏரியாவில் எந்த இடத்துக்கு வரணும் ஸார்"

"அதிரா அபார்ட்மெண்ட்"

செல்போனின் மறுமுனையில் மௌனம் நிலவ சந்திரசூடன் கேட்டார்.

"என்ன சர்வேசன்.... பேச்சையே காணோம் .....?"

"அபார்ட்மெண்ட்டோட பேரைக் கேட்டதுமே லேசா ஜெர்க் ஆயிட்டேன்"

"என்ன காரணம் .....?"

"அந்த அபார்ட்மெண்ட்டுக்கு அந்தப் பகுதியில் குடியிருக்கிற மக்கள் வெச்சிருக்கிற பேரு சந்திரமுகி அபார்ட்மெண்ட். அங்கே சில மர்மமான மரணங்கள் நடந்திருக்கிறதாய் கேள்விப்பட்டிருக்கிறேன். அந்த அபார்ட்மெண்டிலிருந்து நீங்க பேசறேன்னு சொன்னதும் ஒரு சின்ன அதிர்ச்சி. அங்கே என்ன பிரச்சினை ஸார் .....?"

"நேர்ல வாங்க சொல்றேன்"

"இன்னும் ஒரு மணி நேரத்துக்குள்ளே அங்கே இருப்பேன். அபார்ட்மெண்ட்டோட ப்ளாக்கையும், ஃப்ளாட் நெம்பரையும் சொல்லுங்க"

"எக்ஸ் ப்ளாக் ஃப்ளாட் நெம்பர் 144"

"ஃப்ளாட் நெம்பரே சரியில்லையே....! வந்துடறேன் ஸார்"

"ப்ளீஸ்...... அயாம் வெயிட்டிங்" என்று சொல்லி பேச்சை முடித்துக் கொண்ட சந்திரசூடன் செல்போனை அணைத்த விநாடி ராவ்டே பிந்தர் தயக்கத்தோடு நடைபோட்டு பக்கத்தில் வந்து நின்றார்.

"ஸார்......"

"எஸ்"

ராவ்டே பிந்தர் குரலைத் தாழ்த்தினார்.

"அந்த அம்மா வந்திருக்காங்க"

"அம்மாவா.... யாரு .....?"

"மேலே குடியிருக்கிற தாட்சாயணியம்மா. அதோ அந்த ரூம்ல உட்கார வெச்சிருக்கேன்"

"எப்ப வந்தாங்க .....?"

"நீங்க செல்போன் பேசிட்டிருக்கும் போது"

"வாங்க பார்க்கலாம்" சந்திரசூடன் சொல்லிக்கொண்டே நகர முயல கோபிகா ஆதிகேசவனோடு அவரை நெருங்கினாள்.

"ஸ....ஸார்.....ஒரு சின்ன ரெக்வெஸ்ட்"

"என்னம்மா.....?"

"தாட்சாயணியம்மா ஹேண்டிகேப்பட் வுமன். ஒரு கால் ஊனம். அவங்களை நீங்க விசாரிக்கும்போது கொஞ்சம் ஸாஃப்ட்டா இருந்தா பரவாயில்லை"

"நான் அவங்களை விசாரிக்கும்போது நீங்க மூணு பேரும் எனக்குப் பக்கத்துல இருக்கலாம்..... வாங்க...... போகலாம்"

சந்திரசூடன் பேசியபடியே நடந்து அந்த அறைக்குள் நுழைய, சாய்வான நாற்காலியில் உட்கார்ந்திருந்த அந்த அறுபது வயது பெண் சிவப்பு நிற சேலையில் பார்வைக்குத் தட்டுப்பட்டாள். சற்றே கருத்த நிறம். நெற்றியின் மையத்தில் இருந்த பெரிய குங்குமப் பொட்டு பிசிறில்லாத வட்டத்துக்குள் பளிச்சென்றிருந்தது. தோளின் இரண்டு பக்கமும் விரித்துப் போடப்பட்டிருந்த தலைமுடி கற்றை கற்றையாய் ஜடாமுடிகளாக மாறி தொங்க, கழுத்தில் மினுமினுப்போடு கூடிய ருத்ராட்சமாலை. நீள்வட்ட முகத்தில் தீட்சண்யமான விழிகள்.

சந்திரசூடன் ஒரு நாற்காலியை எடுத்து அவளுக்கு முன்பாய் போட்டுக் கொண்டு உட்கார்ந்தார். ஒரு புன்முறுவலாய் சொன்னார்.

"இன்னும் கொஞ்ச நேரத்துல நானே வந்து உங்களைப் பார்க்கலாம்ன்னு இருந்தேன்.... அதுக்குள்ளே நீங்களே வந்துட்டீங்க....."

தாட்சாயணி அம்மாள் சில விநாடிகள் மௌனமாய் இருந்துவிட்டு சன்னமான குரலில் சொன்னாள்.

"கொஞ்ச நேரத்துக்கு முந்தி கோபிகாவோட அலறல் சத்தம் கேட்டது. என்ன நடந்ததுன்னு தெரிஞ்சுக்க வந்தேன். ஆதிகேசவன் விபரம் சொன்னார்...."

"இந்த 144 நெம்பர் ஃப்ளாட்ல நடக்கிற சம்பவங்களை எல்லாம் நீங்களும் பார்த்துட்டு வர்றீங்க. இதைப்பத்தி நீங்க என்ன நினைக்கிறீங்க .....?"

தாட்சாயணி அம்மாளின் உதடுகளில் சிறு புன்முறுவல் பரவியது.

"இதுல நான் நினைக்க என்ன இருக்கு.....?எல்லாமே அவளோட விருப்பப்படிதான் நடந்துட்டிருக்கு...."

"அவளோட விருப்பமா .....?"

"ஆமா"

"யாரது .....?"

"விழி மூடா பகவதி..... நூறு வருஷத்துக்கு முந்தி மந்தை காடுன்னு சொல்லப்பட்ட ஒரு இடம் இன்னிக்கு மண்டைக்காடா மாறி அங்கே குடியிருக்கிற பகவதியின் திருவுளப்படிதான் இங்கே எல்லாம் நடந்திட்டிருக்கு"

சந்திரசூடன் சற்றே குரலை உயர்த்தினார்.

"இதோ பாருங்கம்மா.... இது ஒரு முக்கியமான போலீஸ் விசாரணை. இந்த விசாரணையில் நான் கேட்கிற கேள்விகளுக்கு நீங்க இப்படியெல்லாம் பதில்களைச் சொன்னா அந்த பதில்களால் எந்தவிதமான பிரயோஜனமும் இல்லை. எனக்கும் கடவுள் பக்தி இருக்கு.... மனுஷன் செய்யற தப்புக்கெல்லாம் கடவுள் மேல பழியைப் போட்டுட்டு நாம விசாரணையை முடிக்க முடியாது. எனக்கு வேண்டியது தெளிவான பதில்கள். இந்த அபார்ட்மெண்ட்ல நடந்துட்டிருக்கிற அசாதாரண சம்பவங்களுக்கெல்லாம் யார் காரணம் .....?"

"யார் காரணம்ன்னு கேட்காதீங்க. எது காரணம்ன்னு கேளுங்க .....?"

"சரி..... எது காரணம் .....?"

தாட்சாயணி அம்மாள் பல்வரிசை லேசாக தெரியும்படி சிரித்துவிட்டு சொன்னாள்.

"பயம்"

"பயமா... என்ன பயம்.....?"

"நம்முடைய எண்ணம்தான் நமக்கு முதல் எதிரியும், முதல் நண்பனும். நாம் எண்ணம் நேர்மறையா இருந்தா அந்த எண்ணம் நமக்கு நண்பன். எதிர்மறையா இருந்தால் எதிரி. இந்த அதிரா அபார்ட்மெண்டில குடியிருக்கிற தொண்ணூறு சதவீதம் பேர்க்கு எதிர்மறை எண்ணங்கள். அதனால்தான் இங்கே நடக்கிற சம்பவங்களும் அசாதாரணமானதாக இருக்கு.... எண்ணம் போல் வாழ்வுன்னு நமக்கு முன்னாடி வாழ்ந்த பெரியவங்க சும்மாவா சொல்லிட்டு போயிருக்காங்க"

"மறுபடியும் மழுப்பலா பேசறீங்க.....?"

"இது மழுப்பல் இல்லை.... உண்மை. இந்த அபார்ட்மெண்ட் இருக்கறவங்க தொண்ணூறு சதவீதம் பேர்க்கு எதிர்மறை எண்ணங்கள் வர்ரதுக்கு காரணம் அவங்க இல்ல....."

"அப்புறம் .....?"

"இந்த ஒட்டுமொத்த அபார்ட்மெண்டும் 15 ஏக்கர் நிலபரப்புள்ள ஒரு மயானத்தின் மேல கட்டப்பட்டு இருக்கறதுதான் காரணம். நாம் ஒரு மயானத்துக்கு போக நேர்ந்தா அந்த இடத்துல ஒரு சில மணி நேரத்துக்கு மேல் இருக்க முடியாது. மனதில் ஒரு பயமும் வேண்டாத எண்ணங்களும் தோணும் இல்லையா? அந்த இடத்தைவிட்டு எப்போ கிளம்பலாம்ன்னு இருக்கும். ஆனா இங்கே இருக்கிறவங்க ஒரு மயானத்தின் மேல 24 மணி நேரமும் வாழ்ந்துட்டிருக்காங்க......அப்படி இருக்கிறவங்களோட எண்ணங்கள் கண்டிப்பா எதிர்மறையாகத்தான் இருக்கும்"

சந்திரசூடன் பீறிட்டு வந்த எரிச்சலை அடக்கிக் கொண்டு கேட்டார்.

"இந்த அதிரா அபார்ட்மெண்ட் ஒரு மயான பூமி மேல கட்டப்பட்டிருக்குன்னு உங்களுக்கு எப்படி தெரியும் .....?"

"லட்சணா சொன்னா"

30

சந்திரசூடன் பெரிய திகைப்புக்கு உட்பட்டு தாட்சாயணியம்மாவை விழிகள் விரியப் பார்த்தார்.

“லட்சணாவா .....?”

“ஆமா...... பத்திரிக்கை நிருபராய் வேலை பார்க்கிற பொண்ணு”

“அந்தப் பொண்ணை உங்களுக்கு எப்படித் தெரியும் .....?”

“போன மாசத்துல ஒருநாள் மத்தியான நேரம் என்னை வந்து பார்த்தா”

“என்ன விஷயமாய் .....?”

“என்கிட்ட பேட்டி எடுக்கணும்ன்னு சொன்னா”

“எதுக்கு..?”

“நான் வாரத்துல செவ்வாய்கிழமையும், வெள்ளிக் கிழமையும் குறி பார்த்து, அருள்வாக்கு சொல்றது வழக்கம். பலவிதமான பிரச்சினைகளோடு பெண்கள் வருவாங்க. அந்த பிரச்சினைகளையெல்லாம் கேட்டுட்டு அருள்வாக்கு சொல்வேன். அப்படி நான் சொன்னதெல்லாம் பலிச்சிருக்கா இல்லை இதுல ஏதாவது ஏமாற்று வேலை இருக்கான்னு தெரிஞ்சிக்கிறதுக்காக லட்சணா வந்தா”

“நீங்க பேட்டி கொடுத்தீங்களா.....?”

“ம்..... கொடுத்தேன்..... அவ கேலியாவும், கிண்டலாவும் சில கேள்விகளைக் கேட்டா.... அதுல ஒரு கேள்வி இந்த

அருள்வாக்கு, குறி சொல்றதெல்லாம் பித்தலாட்டம்தானே.... அப்பாவி பெண்களை ஏமாத்தறது சரியான்னு கேட்டா. நான் கோபப்படாமே லட்சணா கேட்ட எல்லா கேள்விகளுக்கும் பதில் சொன்னேன்"

"நீங்க லட்சணாவுக்கு என்ன பதில் சொன்னீங்கன்னு நான் தெரிஞ்சுக்கலாமா..?"

தாட்சாயணி அம்மாள் புன்னகையோடு பேச ஆரம்பித்தாள்.

"தாராளமா..... அருள்வாக்கு, குறி சொல்றது இது எல்லாமே கடவுளோட சம்பந்தப்பட்டது இல்லை.... மனிதர்களின் மனசோட சம்பந்தப்பட்டது. நான் பகவதியம்மனோட பக்தை. கேரளாவில் இருக்கிற எல்லா பகவதியம்மன் கோயில்களுக்கும் போய் விரதமிருந்து வழிபட்டு வந்திருக்கேன். நான் சொன்ன சில விஷயங்கள் பலிச்சிருக்கு...... அதுக்குக் காரணம் பகவதியம்மனோட கருணையே தவிர நான் கிடையாது.... மனசுக்குள்ளே நிறைய பிரச்சினைகளோடு வர்ற பெண்களுக்கு வெறுமனே ஆறுதல் சொன்னா அது அவங்களுக்கு சந்தோஷத்தைத் தராது. அதையே அருள்வாக்கு மாதிரியோ, குறி சொல்ற மாதிரியோ சொன்னா தங்களோட பிரச்சினைகளெல்லாம் தீர்ந்துடும்ங்கிற நம்பிக்கையோடு அவங்க வீட்டுக்குப் போவாங்க. என்னைப் பொறுத்தவரைக்கும் இது ஒரு வகையான கவுன்சிலிங்ன்னு சொன்னேன். நான் இப்படி வெளிப்படையாய் பேசினது அந்தப் பெண் லட்சணாவுக்கு ரொம்பவும் பிடிச்சிருந்தது"

தாட்சாயணி அம்மாள் சொல்லிக்கொண்டு இருக்கும்போதே கோபிகா தன் இடுப்பின் மறைவிலிருந்த செல்போனை எடுத்தபடி சந்திரசூடனை நெருங்கினாள். தயக்கத்தோடு கூப்பிட்டாள்.

"ஸ....ஸார்"

"என்னம்மா.....?"

"என் ஹஸ்பண்ட்கிடேயிருந்து போன் வருது. நான் வெளியே போய் பேசிட்டு வந்துடறேன். நீங்க அம்மாவை விசாரிங்க" சொன்ன கோபிகா செல்போனை தன்னுடைய இடது காதுக்கு ஒற்றியபடி வெளியேற சந்திரசூடன் ஆதிகேசவனைப் பார்த்தார்.

அவர் பெருமூச்சொன்றை வெளியேற்றிவிட்டு சொன்னார்.

"இப்படித்தான் ஸார்.... நேரம் காலம் பார்க்காமே புருஷன்கிட்டயிருந்து போன் வருதுன்னு சொல்லிட்டு தனியா போய் பேச ஆரம்பிச்சுடுவா...."

தாட்சாயணி அம்மாவும் பெருமூச்செறிந்தாள்.

"கோபிகா.....ரொம்பவும் நல்ல பொண்ணு. அவளுக்கு இப்படியொரு மனோவியாதி வந்திருக்க வேண்டாம். இந்த பிரச்சினையிலிருந்து அவ சீக்கிரமே குணமடையணும்ன்னு சோட்டானிக்கரா பகவதியம்மன்கிட்டே பிரார்த்தனை பண்ணியிருக்கேன். அந்த அம்பாள் கண்டிப்பா என்னோட பிரார்த்தனையை நிறைவேத்தி வைப்பா...."

சந்திரசூடன் சில விநாடிகள் மௌனமாயிருந்துவிட்டு தாட்சாயணி அம்மாவை ஏறிட்டார். சன்னமான குரலில் சொன்னார்.

"கோபிகா இப்போ வெளியே போனதும் ஒரு வகையில நல்லதுதான்..."

"எப்படி நல்லதுன்னு சொல்றீங்க.....?"

"லட்சணா இப்போ உயிரோட இல்லைங்கிற விஷயம் அவளுக்கு முன்னாடி எப்படி சொல்றதுன்னு ஒரு சின்ன தடுமாற்றத்தோடு இருந்தேன். ஏன்னா அந்த லட்சணா சில மாதங்களுக்கு முன்னாடி கோபிகாவை மனச்சிதைவு நோயிலிருந்து மீட்டெடுக்க கவுன்சிலிங் கொடுத்திருக்கா"

தாட்சாயணி அம்மா அதிர்ந்து போனவளாய் நிலைகுத்திய விழிகளோடு சந்திரசூடனை ஏறிட்டாள்.

"என்ன சொன்னீங்க..... லட்சணா இப்போ உயிரோட இல்லையா .....?"

"இல்லை"

"எ....எ....என்னாச்சு .....?"

சந்திரசூடன் அடுத்த இரண்டு நிமிஷ நேரத்தில் லட்சணா சம்பந்தப்பட்ட எல்லா விஷயங்களையும் சுருக்கமாய் சொல்லி முடிக்க, அந்த அம்மாவின் உடம்பு உச்சபட்ச அதிர்ச்சிக்கு போயிற்று. குரல் உடையப் பேசினாள்.

"லட்சணா இந்த அதிரா அபார்ட்மெண்ட்டுக்குள்ளதான் கொலை செய்யப்பட்டு கறுப்பு பெயிண்ட் பூசப்பட்டு

உங்க ஃப்ரண்ட் கங்காதரனோட கார் டிக்கியில் அடைக்கப்பட்டிருக்கணும்ன்னு நினைக்கிறீங்களா .....?"

"ஆமா...."

"அதுக்கான ஆதாரம் ஏதாவது இருக்கா.....?"

சந்திரசூடன் சொல்லச்சொல்ல தாட்சாயணி அம்மாவின் கண்களில் நீர் கோர்த்துக்கொண்டு அண்ணாந்து பார்த்தபடி அரற்றினாள். அழுகையில் உடல் குலுங்கியது.

"அம்மே நாராயணா..... தேவி நாராயணா..... பத்ரே நாராயணா..... லட்சுமி நாராயணா..... ஒரு நல்ல பொண்ணை இவ்வளவு கொடூரமா நாசம் பண்ணியிருக்காங்க.... இதையெல்லாம் எப்படீம்மா உன்னால பார்த்துட்டு இருக்க முடியுது.....?"

சந்திரசூடன் அந்த அம்மாவைப் பார்த்து ஏதோ பேச முயன்ற விநாடி கோபிகா வேகவேகமாய் உள்ளே வந்தாள். ஆதிகேசவனிடம் செல்போனை நீட்டினாள்.

"அப்பா....... உங்க மாப்பிள்ளை லைன்ல இருக்கார்..... உங்ககிட்ட ஏதோ பேசணுமாம்"

ஆதிகேசவன் எரிச்சலானார். "என்ன பேசணுமாம் .....?"

"அவர்கிட்ட நீங்களே கேளுங்க......"

"நான் எதுக்கம்மா பேசணும்..... விஷயத்தை நீயே சொல்லிடு..."

"நீங்க எப்பவுமே இப்படித்தான்பா.... போன்ல பேசறதுக்கு மாப்பிள்ளைகிட்ட அப்படி என்னதான் பயமோ.....? சரி விஷயத்தை நானே சொல்லிடறேன். நாம இப்போ இருக்கிற ஃப்ளாட்டை வித்துட்டு காஞ்சிபுரத்துக்கு பக்கத்தில் இருக்கிற ஒரு அபார்ட்மெண்ட்டுக்கு போயிடலாம்ன்னு முடிவு பண்ணி வெச்சிருந்தோம் இல்லையாப்பா......?"

"ஆமா......"

"நம்ம ஃப்ளாட்டை வாங்கப் போற ஒரு மார்வாடி பார்ட்டி இன்னும் கொஞ்சம் நேரத்துல ஃப்ளாட்டைப் பார்க்கவும் விலை பேசவும் வர்றாங்களாம். ரேட் அம்பது லட்சம் சொல்லியிருக்காராம். வெளியே எங்கேயும் போயிடாமே உங்களையும் என்னையும் ஃப்ளாட்லயே இருக்கச் சொன்னார்"

ஆதிகேசவன் கோபிகாவைப் பார்த்து பொறுமை இழந்தவராய் ஏதோ பேச முயல சந்திரசூடன் கையமர்த்தினார்.

"எனக்கு நிலைமை புரியுது ஆதிகேசவன்..... நீங்களும் கோபிகாவும் ஃப்ளாட்டுக்குப் போங்க.... நான் விசாரணையை கண்டினியூ பண்ணிக்கறேன்....."

கோபிகா "ஸாரி ஸார்" என்றாள்.

"இதுல ஸாரி சொல்ல என்னம்மா இருக்கு.....நீ அப்பாவை கூட்டிகிட்டு போம்மா.... நான் இங்கே பார்த்துக்கறேன்"

ஆதிகேசவனும், கோபிகாவும் அங்கிருந்து வெளியேறும் வரை மௌனம் காத்த சந்திரசூடன் தாட்சாயணி அம்மாவை ஏறிட்டார். விசாரணையை மறுபடியும் ஆரம்பித்தார்.

"ஒரு முக்கியமான கேள்விக்கு நீங்க இன்னும் பதிலே சொல்லலை"

"என்ன கேள்வி .....?"

"இந்த அதிரா அபார்ட்மெண்ட் ஒரு மயான பூமியின் மேல கட்டப்பட்டு இருக்கிற விஷயத்தை லட்சணா உங்ககிட்ட சொன்னதாய் நீங்க சொன்னீங்க. அவ லட்சணா உங்ககிட்ட சொல்ல வேண்டிய அவசியம் என்ன .....?"

"லட்சணா பேட்டியை முடிச்சுட்டு கிளம்பற நேரத்துல இந்த அதிரா அபார்ட்மெண்ட் இன்னும் ரெண்டு வருஷ காலத்துக்குள்ளே இடிக்கப்பட்டு தரைமட்டமாக்கக்கூடிய வாய்ப்பு இருக்குன்னு சொன்னா.

நான் காரணம் கேட்டப்ப ஐம்பது வருஷத்துக்கு முந்தி பொது மயானமாய் இருந்த 15 ஏக்கர் நிலத்தை அன்னைக்கு இருந்த அரசியல்வாதிகள் சிலர் அபகரிச்சு வேலி போட்டு சமாதிகளையெல்லாம் இடிச்சுத் தள்ளி போலி பத்திரம் தயாரிச்சு தங்களுக்கு சொந்தமாக்கிட்டாங்க. கடந்த 50 வருஷ காலத்துல இந்த சொத்து பல கை மாறி இன்னிக்கு இந்த இடத்துல அதிரா அபார்ட்மெண்ட் கட்டப்பட்டிருக்கு.... இது சம்பந்தமான பொதுநலவழக்கு ஒண்ணு ஹைகோர்ட்ல குட்டித்தூக்கம் போட்டுகிட்டிருக்கு.

அந்தத் தூக்கம் எப்போ வேணாலும் கலையலாம். அப்போ அபார்ட்மெண்ட்டை இடிச்சு தள்ளுற தீர்ப்பு

வரலாம்ன்னு சொன்னா....."தாட்சாயணி அம்மா பேசப்பேச சந்திரசூடன் மையமாய் தலையசைத்தார்.

"எஸ்..... கோபிகாவும் என்னை முதல்தடவை இந்த அபார்ட்மெண்டில் பார்த்த அன்னிக்கு ஒரு வீடியோ பதிவை அவளோட வாட்ஸ்அப்பில் காட்டி இந்த அபார்ட்மெண்ட் ஒரு மயான பூமியின் மேல கட்டப்பட்டிருப்பதாக சொன்னா.... அன்னிக்கு நான் அந்த விஷயத்தை பெரிசா எடுத்துக்கலை. ஆனா லட்சணாவும் பத்துநாளைக்கு முன்னாடி அதைப்பத்தி உங்ககிட்ட பேசியிருக்கிறதால இப்போ இங்கே நடக்கிற, இதுக்கு முன்னாடி நடந்த சம்பவங்களுக்கும், அந்த மயான பூமி விஷயத்துக்கும் ஏதோ ஒரு சம்பந்தம் இருக்கலாம்ன்னு என்னோட மனசுக்குப்படுது"

சந்திரசூடன் பேசிக்கொண்டிருக்கும்போதே ராவ்டே பிந்தரின் சட்டைப் பாக்கெட்டில் இருந்த செல்போன் வெளிச்சத்தைக் காட்டி டயல்டோனை வெளியிட்டது. எடுத்து அழைப்பது யார் என்று பார்த்தார்.

மறுமுனையில் ஆதிகேசவன் அழைத்துக்கொண்டிருந்தார். செல்போனை காதுக்கு ஒற்றினார் ராவ்டே பிந்தர்.

"ஹலோ"

"என்ன ராவ்டே..... விசாரணை இன்னமும் போயிட்டிருக்கா .....?"

"ஆமா....."

மறுமுனையில் ஆதிகேசவனின் குரல் கிசுகிசுப்பாய் மாறியது.

"ஃப்ளாட்டை விட்டு வெளியே வந்து கொஞ்சம் பேச முடியுமா.....?"

31

செல்போனின் மறுமுனையில் பேசிய ஆதிகேசவனின் குரலில் ஒருவித பதட்டம் இருந்ததை உணர்ந்து கொண்ட ராவ்டே பிந்தர், சந்திரசூடனை தயக்கத்தோடு ஏறிட்டார்.

"ஸ.....ஸார்..... ஏதோ ஒரு போன்கால் வருது...... வாய்ஸ் பிரேக் ஆகுது....... வெளியே போய் பேசிட்டு வர்றேன்"

சந்திரசூடன் மெலிதாய் புன்னகைத்தார்.

"இதுக்கு பர்மிஷன் கேட்கணுமா ராவ்டே.....? போய் பேசிட்டு வாங்க. நான் அதுக்குள்ளே தாட்சாயிணியம்மாகிட்டே என்னோட என்கொயரியை முடிச்சுக்கிறேன்"

"தேங்க்யூ ஸார்" ராவ்டே பிந்தர் சொல்லிவிட்டு வேகவேகமாய் ஃப்ளாட்டினின்றும் வெளிப்பட்டார். ஆள் நடமாட்டமற்ற நீளமான வராந்தாவில் நடந்தபடி செல்போனை காதுக்கு திரும்பவும் ஒற்றினார்.

"வெளியே வந்துட்டேன் ஆதிகேசவன். இனி விஷயத்தைச் சொல்லுங்க...."

"நான் சொல்லப்போறதை கொஞ்சம் உன்னிப்பாய் கேட்டுட்டு உடனடியாய் செயல்படணும். இப்ப நீங்க ஃப்ளாட்டுக்கு வெளியே எந்த இடத்துல நின்னு பேசிட்டிருக்கீங்க .....?"

"பொது வராந்தாவில்"

"அப்படியே நடந்து மொட்டை மாடிக்கு போங்க"

"அங்கே என்ன இருக்கு .....?"

"சொல்றேன்..... மொதல்ல மொட்டை மாடிக்கு போங்க.... அங்கே போனதும் யார் பார்வைக்கும் தட்டுப்படாமே வாட்டர் டேங்குக்குப் பின்னாடி மறைவாய் நின்னுகிட்டு Z ப்ளாக்கோட மொட்டை மாடியைப் பாருங்க"

ராவ்டே பிந்தர் பொறுமை இழந்தவராய் மொட்டை மாடிக்கு போகும் படிகளில் ஏறிக்கொண்டே கேட்டார்.

"அந்த Z ப்ளாக் மொட்டை மாடியில் என்ன பிரச்சினை .....?"

"மேலே போங்க உங்களுக்கே தெரியும்" ஆதிகேசவன் சொல்ல ராவ்டே பிந்தர் செல்போனை காதில் ஒட்ட வைத்துக்கொண்டு வேகவேகமாய் ஏறி மொட்டை மாடியின் மேல்தளத்துக்கு வந்தார். மூச்சு வாங்க பேசினார்.

"மாடிக்கு வந்துட்டேன்"

"சரி..... யார் பார்வைக்கும் படாமே வாட்டர் டேங்குக்குப் பின்னாடி போய் மறைவாய் நில்லுங்க"

"நின்னுட்டேன்"

"இப்போ தலையை மட்டும் நீட்டி மெதுவாய் மொட்டை மாடியைப் பாருங்க"

ராவ்டே பிந்தர் எகிறும் இருதயத்துடிப்போடு வாட்டர் டேங்கின் மறைவிலிருந்து மெல்ல எட்டிப்பார்த்து தன்னுடைய பார்வையை Z ப்ளாக்கின் மொட்டை மாடிக்கு துரத்தினார்.

செல்போனில் ஆதிகேசவனின் குரல் கேட்டது.

"என்ன ராவ்டே.... அந்த மொட்டைமாடியில் யாராவது உங்க பார்வைக்குத் தட்டுப்படறாங்களா .....?"

"ஆமா.... வெள்ளைக்கோடு போட்ட சிவப்பு சட்டையோட யாரோ ஒருத்தர் நிக்கிறார். தலையில தொப்பி"

"முகம் தெரியுதா .....?"

"சரியா தெரியலை..... இந்த எக்ஸ் ப்ளாக்லிருந்து அந்த Z ப்ளாக் நூறு மீட்டர் தூரத்துல இருக்கு. எதிர் வெய்யில் வேற. கண்ணு கூசுது"

"அந்த நபர் யார்ன்னு உங்களால ஐடென்டிஃபை பண்ண முடியுதா .....?"

“முடியலை......”

“சரி..... அவன் கையில் ஏதோ வெச்சிருக்கான். அது என்னன்னு பிடிபடுதா .....?”

“காமிரா மாதிரி தெரியுது”

“காமிராவேதான்.... டெலஸ்கோப்பிக் காமிரா”

“மொட்டை மாடியில் நின்னுகிட்டு என்ன பண்றான் .....?”

“போன நிமிஷம் வரைக்கும் அவனோட கையிலிருந்த காமிராவோட கோணம் ஃப்ளாட் நெம்பர் 144ன் மேலேயே இருந்தது. அஸிஸ்டெண்ட் போலீஸ் கமிஷனர் சந்திரசூடனும், தாட்சாயிணியம்மாவும் பேசிட்டு இருக்கிறதை வீடியோவாய் எடுத்துட்டிருக்கான்னு நினைக்கிறேன்......”

“அப்படீன்னா அவன் தப்பான ஆளு”

“என்னோட மனசுக்கும் அப்படித்தான் படுது.....”

“அப்புறம்..... என்ன யோசனை.... நான் இப்பவே போய் அவனை மடக்கறேன்.. சந்திரசூடன்கிட்ட சொல்ல வேண்டாமா .....?”

“வேண்டாம்..... சந்திரசூடன் தாட்சாயிணியம்மாகிட்ட பேசிட்டு இருக்கட்டும். இப்போதைக்கு அவர்கிட்ட இந்த விஷயத்தை சொல்ல வேண்டாம். நீங்க அவனை மடக்கினதும் நான் அவர்க்கு போன் மூலமா இன்ஃபார்ம் பண்ணிடறேன். அவர் இப்போ ஃப்ளாட்டை விட்டு வெளியே வரக்கூடாது. வந்த அந்த காமிரா பேர்வழி எச்சரிக்கையாகி அந்த மொட்டை மாடியிலிருந்து இறங்கிப் போயிடுவான் ”

“யூ ஆர் ரைட்...... நீங்க அவனை வாட்ச் பண்ணிட்டே இருங்க.... இதோ நான் கிளம்பிட்டேன்”

“ராவ்டே..... பி கேர்ஃபுல்..... அந்த காமிரா பேர்வழிகிட்ட ஏதாவது ஆயுதம் இருக்கலாம். உங்களைத் தாக்கவும் முயற்சி செய்யலாம்”

“யூ டோண்ட் வொர்ரி......... நான் ஆர்மியிலிருந்து வந்தவன். அவனை எப்படி ஹேண்டில் பண்றதுன்னு எனக்குத் தெரியும்”

ராவ்டே பிந்தர் சொல்லிக்கொண்டே மின்னல் வேகத்தில் மாடிப்படிகளில் இறங்கி தரைதளத்திற்கு வந்து பார்க்கிங்

ஏரியாவில் வேகமாய் நடந்தார். செல்போனில் குரலைத் தாழ்த்தினார்.

"இப்ப அவன் மொட்டை மாடியில் என்ன பண்ணிட்டிருக்கான் .....?"

"மாடியோட பேராபட் சுவர் மேல காமிராவை வெச்சுகிட்டு அந்த 144 நெம்பர் ஃப்ளாட்டை நிதானமாய் ஷீட் பண்ணிட்டு இருக்கான்"

"நான் இன்னும் ஒரு அஞ்சு நிமிஷத்துக்குள்ளே Z ப்ளாக் அபார்ட்மெண்ட்டோட மொட்டை மாடிக்கு போயிடுவேன். நம்ம ரெண்டு பேரோட போனும் ஆன்லயே இருக்கட்டும்"

ராவ்டே பிந்தர் பேசிக்கொண்டே துரித நடை போட்டார்.

சந்திரசூடன் தாட்சாயிணியம்மாவிடம் தொடர்ந்து பேசிக்கொண்டிருக்க, ஃப்ளாட் வாசலிலிருந்து காலிங்பெல் குரல் கொடுத்தது. அறையினின்றும் வெளிப்பட்ட சந்திரசூடன் வேகமாய்ப் போய் கதவைத் திறந்தார்.

வெளியே நாற்பதுகளின் நடுவில் இருந்த ஃபாரன்ஸிக் ஆபீஸர் சர்வேசன் நின்றிருந்தார். மாடி ஏறி வந்ததில் லேசாய் மூச்சு வாங்கினார். வியர்வையில் சட்டை நனைந்திருந்தது.

"ஸாரி.....ஸார்..... ஹெவி ட்ராஃபிக். ஒவ்வொரு சிக்னலிலேயும் ரெண்டு மூணு நிமிஷம் நிற்க வேண்டியதாயிடுச்சு......"

"நோ..... ப்ராப்ளம் சர்வேசன்..... இன்னிக்கு நீங்க எனக்கு அவைலபிளாய் இருந்ததே மிகப்பெரிய விஷயம்..... ப்ளீஸ் கம் இன்"

சர்வேசன் உள்ளே நுழைந்தபடியே கேட்டார்.

"இங்கே என்ன ஸார் பிரச்சினை .....?" கேட்டவர் சட்டென்று முகம் மாறி தன் கர்ச்சீப்பை எடுத்து நாசிக்கு கொண்டு போனார்.

"ஸார்..... ஏதோ ஒரு பேட் ஸ்மெல் வருது"

"பிரச்சினையே அதுதான்..... வாங்க..... சொல்றேன்"

அதே விநாடி தாட்சாயிணியம்மாள் அறையினின்றும் வெளிப்பட்டு சந்திரசூடனை நோக்கி வந்தாள்.

"நான் என்னோட ஃப்ளாட்டுக்குப் போலாமா.....? இன்னிக்கு செவ்வாய்க்கிழமை மூணு டூ நாலரை ராகு காலம். துர்க்கைக்கு பூஜை பண்ணனும். பூஜைக்கு நிறைய பேர் வருவாங்க"

"நீங்க போங்கம்மா..... நான் மறுபடியும் இந்த ஃப்ளாட்டுக்கு வரும்போது எனக்கு ஏதாவது சந்தேகம் இருந்தா உங்ககிட்ட வந்து என்கொயரியை வெச்சுக்கிறேன்"

தாட்சாயிணியம்மாள் தலையசைத்துவிட்டு நகர்ந்துவிட சர்வேசன் குழப்பம் மண்டிய முகத்தோடு சந்திரசூடனை ஏறிட்டார். தயக்கமான குரலில் கேட்டார்.

"யார் ஸார்...... இந்த சாமியார் அம்மா .....?"

சர்வேசனிடம் கடந்த பத்து நாட்களில் நடந்த சம்பவங்களையெல்லாம் சுருக்கமாக சந்திரசூடன் சில நிமிடங்களில் சொல்லி முடிக்க, அவருடைய முகத்தில் திகைப்பும் அதிர்ச்சியும் மாறி மாறி உற்பத்தியாயிற்று.

"ஸார்..... இந்த ஏரியா ஜனங்க சந்திரமுகி அபார்ட்மெண்ட்ன்னு இதைச் சொல்றதுல தப்பேயில்லை போலிருக்கு......"

"சரி.... இந்த பேட் ஸ்மெல்லுக்கு காரணம் என்னவாகயிருக்கும்ன்னு நினைக்கிறீங்க சர்வேசன் .....?"

"கரப்பான் பூச்சிகளும், பல்லி, பூரான்களும் எந்த ரூம்ல செத்து கிடக்கிறதாய் சொன்னீங்க .....?"

"வாங்க......" சொன்ன சந்திரசூடன் முன்னால் நடந்து சென்று ஃப்ளாட்டின் கார்னரில் இருந்த அறையைக் காட்ட, சர்வேசன் உள்ளே நுழைந்தார். நெற்றியில் வியப்பின் வரிகள் கூடியது.

"மை குட்னஸ்" என்று வாய்விட்டு சொன்னவர், குத்துக்காலிட்டு உட்கார்ந்து தன் கையோடு கொண்டு போயிருந்த சிறிய ஃபாரன்ஸிக் கிட்டைத் திறந்து, மெல்லிய க்ளவுஸை இரண்டு கைகளுக்கும் மாட்டிக்கொண்டு, இறந்து கிடந்த ஒரு கரப்பான் பூச்சியை எடுத்துப்பார்த்தார். பிறகு கிட்டில் இருந்த ஒரு சிறிய பாட்டிலை உருவி அதில் இருந்த திரவத்தை ஒரு ஃபில்லர் மூலம் நிரப்பி கரப்பான் பூச்சியின் மேல் துளித்துளியாக விட்டார். பூச்சியை மல்லாக்க போட்டவர் ஃபாரன்ஸிக் மைக்ரோ லென்ஸால் அதைப்

பார்த்துவிட்டு சந்திரசூடனை ஏறிட்டார்.

"ஸார்.... இந்த ஃப்ளாட்ல அடிக்கிற பேட் ஸ்மெல்லுக்கு காரணம் ஒருவிதமான கெமிக்கலை எல்லாப்பக்கமும் ஸ்பிரே பண்ணியிருக்காங்க.... ஸ்பிரே பண்ணப் பண்ண உயிர் தப்ப ட்ரை பண்ண எல்லா பூச்சிகளும் இந்த கார்னர் ரூமுக்கு வந்து இருக்கணும். இங்கேயும் ஸ்பிரே பண்ணினதால் ஒட்டுமொத்தமும் இங்கேயே உயிர் விட்டிருக்கு......"

"எதுக்காக இந்த கெமிக்கல் ஸ்பிரே.....?"

"ஸாரி ஸார்..... இந்த கேள்விக்கு உடனே பதில் கிடைக்காது. இட் ஸீம்ஸ் லைக் ஏ பெர்வெர்ஸ் திங்க்..... இது சாதாரண சம்பவம் கிடையாது"

ராவ்டே பிந்தர் செல்போனை காதில் ஒட்டவைத்துக் கொண்டு வியர்த்துக் கொட்டும் உடம்போடு Z ப்ளாக் அபார்ட்மெண்ட்டை நோக்கி வேகமாய் நடந்தார்.

"ஆதிகேசவன்... இன்னும் ரெண்டு நிமிஷத்துக்குள்ள நான் Z ப்ளாக் அபார்ட்மெண்ட்டுக்கு போயிடுவேன். பை...த...பை ஆள் யார்ன்னு அடையாளம் கண்டுபிடிக்க முடிஞ்சுதா ......?"

"தலைக்கு அவன் தொப்பி போட்டிருக்கிறதால பாதி முகம்தான் தெரியுது"

"மடக்கிடலாம். ஆள் மொட்டை மாடியில் இருக்கிறதால தப்பிக்க முடியாது. லிஃப்ட்டும் இப்போ ரிப்பேர்ல இருக்கிறது இன்னொரு ப்ளஸ் பாயிண்ட்" ராவ்டே பிந்தர் யாரும் கேட்டுவிடாதபடி தாழ்ந்த குரலில் கிசுகிசுப்பாய் பேசிக்கொண்டே எட்டி நடை போட்டார்.

வியர்த்து ஊற்றும் உடம்போடு இரண்டு நிமிட நடை. Z ப்ளாக் நெருங்கியது. அதன் பேஸ்மெண்ட் ஏரியாவில் சில சிறுவர்கள் கிரிக்கெட் விளையாடி கொண்டிருக்க, மாடிப்படிகளில் தாவி ஏறினார். மூச்சு வாங்க செல்போனில் பேசினார்.

"ஆதிகேசவன்... பிளாக்குக்கு வந்துட்டேன். மாடிப்படி ஏறிட்டிருக்கேன். மொட்டை மாடியில் அவன் என்ன பண்றான் ......?"

"இப்போ சின்டெக்ஸ் டேங்க் பக்கமாய் போய் அங்கிருந்து காமிராவை ஹேண்டில் பண்ணிட்டிருக்கான். அது சரி நீங்க எப்படி அவனை மடக்கப் போறீங்க ராவ்டே ?"

“கைவசம் சடன் ஸ்டார்ம் இருக்கு”

“சடன் ஸ்டார்மா .....?”

“எஸ்... ஆர்மியில் எனக்கு கற்றுக்கொடுக்கப்பட்ட ஒரு தற்காப்புக்கலைக்குப் பேர் ‘சடன் ஸ்டார்ம்’.கையில் ஆயுதம் எதுவும் இல்லாதப்ப அந்தக் கையையே ஆயுதமாக்கி எதிரியை கண்ணிமைக்கிற நேரத்தில் சாய்ச்சுட முடியும். ரொம்ப நாள் கழிச்சு அந்தக் கலையை யூஸ் பண்ணப்போறேன்”

“ராவ்டே.... பி காஷியஸ்”

“நோ நீட் டூ வொர்ரி ஆதிகேசவன். நீங்க மட்டும் அவனோட மூவ்மெண்ட்ஸை லைவா சொல்லிட்டே வாங்க..... அவனோட மூவ்மெண்ட்ஸ் தெரிஞ்சாத்தான் நான் அவனை எச்சரிக்கையோடு அணுக முடியும்”

ராவ்டே பிந்தர் சொல்லிக்கொண்டே படிகளில் தாவி ஏற முயல, கால் இடறியது. விழாமல் இருப்பதற்காக சுவரைப் பிடிக்க முயன்றவரின் கையிலிருந்த செல்போன் நழுவியது.

மாடிப்படியின் முனையில் பட்டு செல்போன் இரண்டு பாகங்களாய் தெறித்தது.

32

ராவ்டே பிந்தர் பதறிப் போனவராய் இரண்டு பாகங்களாய் பிரிந்து கிடந்த செல்போனை எடுத்து இணைத்துவிட்டு காதில் வைத்தார்.

அவசர அவசரமாய் குரல் கொடுத்தார்.

“ஹலோ.......”

மறுமுனையில் நிசப்தம்.

செல்போனை மீண்டும் திறந்து பேட்டரியை ஒழுங்காய்ப் பொருத்திவிட்டு ஆதிகேசவனின் செல்போன் எண்ணைத் தொடர்பு கொண்டார். இரண்டு பீப் சத்தங்களோடு இணைப்பு காணாமல் போயிற்று. நான்கைந்து முறை இணைப்புக்கு முயற்சித்த பிறகு அந்த முயற்சியை கைவிட்டு படிகளில் தயக்க நடை போட்டு ஏறினார்.

மொட்டை மாடியின் கடைசிப்படிகளில் ஏறும்போது செல்போன் ஒலிக்க ஆரம்பித்தது. டிஸ்ப்ளே திரையைப் பார்த்தார். ஆதிகேசவனின் பெயர் ஸ்காரலிங்கில் ஓட போனை அவசர அவசரமாய் இடது காதுக்குப் பொத்தி குரலைத் தாழ்த்தினார்.

“ஹலோ.....”

“ராவ்டே..... உங்க போனுக்கு என்னாச்சு.......? ஏதோ சத்தம் கேட்டது”

“போன் திடீர்ன்னு கையிலிருந்து ஸ்லிப் ஆயிடுச்சு.....

நல்லவேளையாய் உடையலை.....போனை மறுபடியும் செட் பண்ணி உங்ககிட்ட பேச முயற்சி செஞ்சேன். டவர் கிடைக்கலை. குழப்பத்தோடு படி ஏறிட்டிருக்கும்போதுதான் உங்க போன் வந்தது"

"சரி.... மொட்டை மாடிக்குப் போயிட்டீங்களா ....?"

"போயிட்டிருக்கேன் ..... இன்னும் நாலைஞ்சுபடிதான் இருக்கு. அந்த காமிரா பேர்வழி இப்ப எங்கே இருக்கான் ....?"

"இன்னமும் அந்த சின்டெக்ஸ் பக்கத்துலதான் இருக்கான். நீங்க மொட்டைமாடிக்குப் போனதும் சத்தம் வராமே நடந்து அவனை நெருங்கணும்"

"நான் பார்த்துக்கிறேன்'' சொன்ன ராவ்டே பிந்தர் எஞ்சிய படிகளையும் முடித்துக் கொண்டு மொட்டை மாடிக்கு வந்தார். மாடியின் கதவருகே நின்றபடி மொட்டை மாடியின் பரப்பளவை எட்டிப்பார்த்தார்.

சூரிய வெளிச்சம் கண்ணைக் கூசியது. அந்த அபார்ட்மெண்டின் ஃப்ளாட்டுக்களுக்கான பெரிய சைஸ் சின்டெக்ஸ் தொட்டிகள் தள்ளித்தள்ளி தெரிய ராவ்டே செல்போனில் கிசுகிசுத்தார்.

"ஆதிகேசவன்........"

"சொல்லுங்க......."

"மொட்டை மாடியில் மொத்தம் ஆறு சின்டெக்ஸ் தொட்டிகள் இருக்கு. அவன் எந்தத் தொட்டிக்குப் பின்னாடி நின்னுட்டிருக்கான் தெரியலையே .....?"

"நாலாவது தொட்டி ஃப்ரம் வெஸ்ட் டூ ஈஸ்ட். உங்க பார்வையோட கோணத்திலிருந்து பார்த்தா அவன் மறைவாய் இருந்து உங்க கண்களுக்கு தட்டுப்பட வாய்ப்பில்லைன்னு நினைக்கிறேன்"

"இப்ப நான் என்ன செய்யட்டும்..... நாலாவது தொட்டியை நோக்கி மூவ் பண்ணட்டுமா .....?"

"ம்.... பண்ணுங்க..... அவன் உங்களை பார்த்து அலர்ட்டாகிறதுக்கு முந்தி நீங்க அவனை அட்டாக் பண்ணிடறது பெட்டர்" ஆதிகேசவன் சொல்ல, ராவ்டே பிந்தர் தான் நின்று கொண்டிருந்த இடத்திலிருந்து மெதுவாய்

நகர்ந்து, நாலாவது தொட்டியை நோக்கி பூனை நடை போட்டார். ஐம்பதடி தூரத்தில் தெரிந்த அந்த நான்காவது சின்டெக்ஸை உன்னிப்பாய் பார்த்துக்கொண்டே செல்போனில் முணுமுணுத்தார்.

"ஆதிகேசவன்... நான் இப்போ உங்களோட பார்வைக்குத் தட்டுப்படறேனா...?"

செல்போனின் மறுமுனையில் பதில் இல்லை.

"ஆதிகேசவன்....."

"ம்......"

"நான் பேசறது உங்களுக்கு கேட்குதா .....?"

"டவர் சரியா எடுக்கலை..... வாய்ஸ் பிரேக் ஆகுது....." ஆதிகேசவன் சொல்லிக்கொண்டிருக்கும்போதே தொடர்பு அறுந்து போக, ராவ்டே செல்போனை அணைத்து சட்டைப் பாக்கெட்டில் போட்டுக்கொண்டு நான்காவது சின்டெக்ஸை நோக்கி அதிஜாக்கிரதையாய் நடந்தார்.

ஒரு நிமிட நிதான நடையில் சின்டெக்ஸ் தொட்டி நெருங்கியது.

ராணுவத்தில் தான் கற்றுக்கொண்ட சடன் ஸ்டாரம் தற்காப்புக்கலையை எப்படி கையாளுவது என்பதை மனதின் மையத்துக்கு கொண்டு வந்து நிறுத்திய ராவ்டே தொட்டியின் அடுத்தப் பக்கத்தை மெல்ல எட்டிப்பார்த்தார்.

அங்கே யாரும் இல்லை.

திகைத்துப்போனவர் கலவர விழிகளோடு சுற்றும்முற்றும் பார்த்தார். மொட்டைமாடி துடைத்து வைத்த மாதிரி இருந்தது.

பார்வைக்கு யாரும் தட்டுப்படவில்லை.

'இந்த சின்டெக்ஸ்க்குப் பின்னால்தானே அந்த காமிரா பேர்வழி இருப்பதாக ஆதிகேசவன் சொன்னார்'

'ஒருவேளை..... நான் வருவதைத் தெரிந்துகொண்டு பக்கத்து சின்டெக்ஸின் பின்புறத்துக்கு போய் ஒளிந்திருப்பானோ....?'

ராவ்டே பிந்தர் யோசித்துக்கொண்டே பக்கத்து

சின்டெக்ஸை நோக்கி நகர முயன்ற விநாடி -

அவருடைய பின்னங்கழுத்தில் இடி இறங்கியதுபோல ஓர் அடி விழ, ஐம்பொறியும் கலங்கிப் போனவராய் திரும்பினார். தலை சுற்றி பின்னுக்குச் சாய்ந்தவரின் கண்களில் பூச்சி பறந்தது.

எதிரே கையில் நீளமான தடியோடு யாரோ நின்றிருப்பது பார்வைக்கு மசமசப்பாய் தட்டுப்பட்டது.

கண்களைச்சுருக்கிக்கொண்டு அது யாரென்று பார்க்க முயல, அந்த நபரின் கையிலிருந்த தடி மீண்டும் உயர்ந்து ராவ்டே பிந்தரின் முதுகை மூர்க்கமாய் தாக்க முயல, அவர் மின்னல் வேகத்தில் விலகிக்கொண்டு எதிர்பார்க்காத ஒரு விநாடியில் அவன் மேல் எய்த ஒரு அம்பைப்போல் பாய்ந்தார்.

ஃப்ளாட் நெம்பர் 144ன் உள்ளே ஃபாரன்ஸிக் ஆபீஸர் சர்வேசனுடன் பேசிக் கொண்டிருந்த சந்திரசூடன் தன்னுடைய செல்போன் டயல்டோனை வெளியிடுவதைக் கேட்டதும் எடுத்து காதுக்கு கொடுத்தபடியே "எஸ்" என்றார்.

"ஸார்..... நா..... நான் ஆதிகேசவன்"

சந்திரசூடன் மெல்லச் சிரித்தபடி "ஏன் இவ்வளவு டென்ஷனோடு பேசறீங்க.... கோபிகா ஏதாவது பிரச்சினை பண்றாளா .....?"என்று கேட்டார்.

"இல்ல.... ஸார்..... இது வேற பிரச்சினை .....?"

"என்ன .....?"

"நீங்க தாட்சாயிணி அம்மாவோட பேசிட்டிருக்கிறப்ப ராவ்டே பிந்தர்க்கு ஒரு போன் வந்து, அவர் உங்ககிட்ட வாய்ஸ் ப்ரேக் ஆகுது, வெளியே போய் பேசிட்டு வர்றேன்னு எழுந்து போயிருப்பார். நோட் பண்ணீங்களா .....?"

"ஆமா ...."

"அவர்க்குப் போன் பண்ணினது நான்தான்"

"எதுக்காக ராவ்டே பிந்தர்க்கு போன் பண்ணீங்க .....?"

"ஸார்.... கொஞ்ச நேரத்துக்கு முந்தி என்னோட அபார்ட்மெண்ட் மொட்டைமாடியில காயப் போட்டிருந்த துணிகளை எடுக்கப் போகும்போது இஸட் பிளாக்

மொட்டைமாடியிலிருந்து யாரோ ஒரு நபர் கையில் காமிராவோடு 144 நெம்பர் ஃப்ளாட்டையும், நீங்க தாட்சாயிணி அம்மாவோடு பேசிட்டிருந்ததையும் வீடியோ எடுத்துட்டிருந்தான். நான் உடனே ராவ்டே பிந்தர்க்கு போன் பண்ணி அந்த இஸட் பிளாக் மொட்டைமாடிக்குப் போய் காமிரா பேர்வழியை மடக்கச்சொன்னேன்" என்று பேச்சை ஆரம்பித்த ஆதிகேசவன் எல்லா விஷயங்களையும் வேகமாய் சொல்லி முடித்தார்.

இப்போது சந்திரசூடனை பதற்றம் தொற்றிக்கொண்டது.

"ராவ்டே பிந்தர் அந்த காமிரா பேர்வழியை மடக்கிட்டாரா .....?"

"தெரியலை ஸார்..... ராவ்டே பிந்தர் அந்த பிளாக்கோட மொட்டைமாடிக்குப் போகிறவரைக்கும் நானும் அவரும் செல்போன்ல லைவா பேசிட்டிருந்தோம். அதுக்கப்புறம் டவர் கிடைக்காததால தொடர்ந்து பேச முடியலை. ஆனா அவர் மொட்டைமாடிக்குப் போய் சேர்ந்ததைப் பார்த்தேன்.

அதுக்கப்புறம் என்ன நடந்ததுன்னு தெரியலை... ராவ்டே பிந்தரோட செல்போனை காண்டாக்ட் பண்ணினேன். நாட் ரீச்சபிள்னு ரெக்கார்டட் வாய்ஸ் வருது. நான் இப்போ அந்த அபார்ட்மெண்ட்டுக்குத்தான் போயிட்டிருக்கேன்.... நீங்களும் வந்துடுங்க ஸார்...."

"இதோ புறப்பட்டேன்'' என்றவர் செல்போனை அணைத்து பாக்கெட்டில் போட்டபடி சர்வேசனிடம் திரும்பினார். படபடத்தார்.

"வாங்க சர்வேசன் Z பிளாக்குக்கு போகலாம்"

"என்ன ஸார் ஏதாவது பிரச்சினையா ?"

"போய்ப் பார்த்தாத்தான் தெரியும்... அது பிரச்சினையா.... இல்லையான்னு......"

அடுத்த சில விநாடிகளில் ஃப்ளாட்டைப் பூட்டிக்கொண்டு இருவரும் புறப்பட்டார்கள்.

Z பிளாக் போய் சேர்வதற்குள் சந்திரசூடன் சர்வேசனிடம் விபரத்தைச் சொல்ல அவர் லேசாய் கோபப்பட்டார்.

"ஆதிகேசவன் தப்பு பண்ணிட்டார்....ராவ்டே பிந்தருக்கு

போன் பண்ணி விஷயத்தைச் சொல்றதுக்கு பதிலாய், நேரிடையாய் உங்களுக்கு போன் பண்ணி அந்த காமிரா பேர்வழியைப்பத்தி சொல்லியிருக்கலாமே .....?"

"நோ.....நோ..... நான் ஃப்ளாட்டை விட்டு வெளியே வந்துட்டா அவன் அந்த அபார்ட்மெண்ட்டோட மொட்டைமாடியிலிருந்து கீழே இறங்கிடுவானோன்னு ஆதிகேசவன் நினைச்சிருக்கார். அதுவும் சரியான காரணம்தான்"

"இப்போ மொட்டைமாடியில் என்ன நடந்திருக்கும்ன்னு தெரியலையே'' இருவரும் பேசிக்கொண்டே வேக நடை போட்டு அபார்ட்மெண்ட்டை நெருங்கினார்கள்.

Z அபார்ட்மெண்ட்டின் பிரதான வாயிலில் தவிப்போடு நின்றிருந்தார் ஆதிகேசவன். அவரை நெருங்கிய சந்திரசூடன் கேட்டார்.

"என்ன..... மொட்டை மாடிக்குப் போய் பார்த்தீங்களா .....?"

"இல்ல ஸார்..... நான் மட்டும் தனியாய்ப் போக பயமாயிருந்தது. உங்களுக்காகத்தான் வெயிட் பண்ணிட்டிருக்கேன்....."

"சரி.... வாங்க போலாம்....."

வேகவேகமாய் மூன்று பேரும் நடந்தார்கள்.

நடக்க நடக்க ஆதிகேசவனிடம் சர்வேசன் கேட்டார். "இங்கே லிஃப்ட் இருக்கா....?"

"லிஃப்ட் இருக்கு ஸார்.... ஆனா ரிப்பேர்......"

"மொத்தம் எத்தனை மாடி.....?"

"நாலு"

"லிஃப்ட் இல்லாமே இங்கே எப்படி குடியிருக்காங்க .....?"

"பாதி ஃப்ளாட்ஸ் வேக்கண்ட் ஸார்.... ஃப்ளாட் ஓனர்ஸ் வந்த விலைக்கு விற்க தயாராயிருக்காங்க....."

அரைகுறை வெளிச்சத்தோடு தெரிந்த மாடிப்படிகளில் ஏறிக்கொண்டே சந்திரசூடன் கேட்டார்.

"ராவ்டே பிந்தர்க்கு மறுபடியும் போன் பண்ணிப்

பார்த்தீங்களா .....?"

"பண்ணிட்டேயிருந்தேன் ஸார்... நாட் ரீச்சபிள்ங்கிற ரெக்கார்டட் வாய்ஸ்தான் வருது...... இந்த ஏரியாவில் அடிக்கடி இப்படிப்பட்ட டவர் ப்ராப்ளம் வர்றது சகஜம்"

மூன்று பேரும் மூச்சு வாங்கி, முகம் வியர்த்து நான்காவது மாடியின் படிகளில் ஏறி மொட்டைமாடிக்கு வந்தார்கள். மாடியின் வலதுபக்க மூலைக்கு சென்ற அவர்களுடைய பார்வைகள் ஓர் அதிர்வுக்கு உட்பட்டன.

33

மாடியின் வலது பக்க மூலையில் வெள்ளைக்கோடுகள் போட்ட சிவப்பு சட்டை அணிந்து தலையில் தொப்பியோடு அந்த உருவம் குப்புறக்கிடந்தது. மூன்று பேரும் அந்த உருவத்தை நோக்கி வேக நடை போட ஆதிகேசவன் பதட்டக்குரலில் சந்திரசூடனிடம் சொன்னார்.

“ஸார்..... இவன்தான் கையில டெலஸ்கோப்பிக் காமிராவை வெச்சுகிட்டு 144 நெம்பர் ஃப்ளாட்டை வீடியோ எடுத்துட்டிருந்தான். இதே சிவப்பு சட்டையோடும் தலையில் தொப்பியோடும்தான் நான் இவனைப் பார்த்தேன்”

“ராவ்டே பிந்தர் எங்கே ....?” சந்திரசூடன் குழப்பத்துடன் சுற்றும் முற்றும் பார்த்துக்கொண்டே கேட்டார்.

“காமிரா பேர்வழியைத் தாக்கிட்டு நம்மைத் தேடி கீழே இறங்கிப் போயிருப்பாரோ.......?” ஆதிகேசவன் இடைமறித்து சொன்னார்.

“அப்படியிருக்க வாய்ப்பில்லை ஸார். ஏன்னா அபார்ட்மெண்ட்டுக்கு கீழே மாடிப்படிகளுக்கும் பக்கத்துலதான் நான் நின்னுட்டிருந்தேன். ராவ்டே பிந்தர் இறங்கி வந்திருந்தால் என்னோட பார்வையில பட்டிருப்பார்........”

“சரி.... மொதல்ல சிவப்பு சட்டைகாரன் யார்ன்னு பார்ப்போம்'' ஆர்வமான குரலில் சந்திரசூடன் சொல்லிக்கொண்டே குனிந்து குப்புறக்கிடந்த உடலைப்

புரட்டினார். உடல் மல்லாந்து விழ சந்திரசூடனும், ஆதிகேசவனும் திகைத்துப் போன விழிகளோடு ஒருவரையொருவர் பார்த்துக்கொண்டார்கள்.

“இ...இ....இது ராவ்டே பிந்தர். நீங்க காமிரா பேர்வழின்னு சொன்னீங்களே ஆதிகேசவன் ....?”

“ஆமா ஸார்..... அவன்தான் சிவப்பு சட்டையோடும், தலையில் தொப்பியோடும் இருந்தான். இந்த ட்ரஸ் மாற்றம் எப்படீன்னு தெரியலையே? ஒருவேளை ராவ்டே பிந்தரைத் தாக்கி அவர் மயக்கமானதும் அவனோட ட்ரஸை ராவ்டேக்கு மாட்டிட்டு, அவரோட சட்டையை அவன் மாட்டிகிட்டு தப்பிச்சு போயிருக்கணும் ஸார்” ஆதிகேசவன் நடுக்கமான குரலில் சொல்லிக்கொண்டிருக்கும்போதே ராவ்டே பிந்தர் மெல்லிய முனகலோடு அசைந்தார். சந்திரசூடன் அவரருகே குனிந்து தோளை மெல்லத் தொட்டார்.

“ராவ்டே....”

“ம்....”

“நான் சந்திரசூடன்....... நான் பேசறது உங்களுக்குக் கேட்குதா.......?”

ராவ்டேவின் கண்ணிமைகள் சற்றே சிரமத்தோடு பிரிந்தன. சந்திரசூடனைப் பார்த்ததும் எழுந்து உட்கார முயற்சித்தார். சர்வேசன் மண்டியிட்டு குனிந்து அவருடைய இடுப்புக்கு கை கொடுத்து உட்கார வைத்ததும் சன்னமான குரலில் பேச ஆரம்பித்தார். பார்வை சுற்றும் முற்றும் சுழன்றது.

“ஸ....ஸார்.... அவனைப் பி...பி....பிடிச்சுட்டீங்களா ....?”

“இ....இல்லை..... அவன் யார்ன்னு உங்களுக்கு அடையாளம் தெரிஞ்சுதா ....?”

“தெ....தெ....தெரியலை..... மு....முகத்தைப் பார்க்க முடியலை... நா...நான் அவனைத் தாக்குறதுக்குள்ளே, அவன் வேகமாக கையை வீசி எ...எ...என்னோட பின் கழுத்தை கத்தியால வெட்டற மாதிரி வெட்டினான். எ....எ.... எனக்கு உடனே கண்ணை இருட்டிகிட்டு வந்தது. நிலை குலைஞ்சு போய் குப்புற விழுந்தேன்... என்னால எந்திரிக்க முடியலை.... மரக்கட்டை மாதிரி அப்படியே கிடந்தேன்.

அ...அ...அவனோட சட்டையை எனக்கு மாட்டிவிட்டு எ...எ....என்னோட சட்டையை அவன் மாட்டிகிட்டான். அவன் யா..... யார்ன்னு பார்க்க கழுத்தைத் தி....தி.... திருப்பிப் பார்க்க எவ்வளவோ மு....மு.....முயற்சி பண்ணினேன்... முடியலை..... சரியான வலி”

“இப்ப உங்களால கழுத்தைத் திருப்ப முடியுதா ....?”

“இ....இ....இப்ப பரவால்ல ஸார்.....”

“எந்திரிச்சு நிக்கமுடியுதான்னு பாருங்க.....”சர்வேசன் சொல்ல, ராவ்டேபிந்தர் தன்னுடைய இரண்டு கைகளையும் ஊன்றிக்கொண்டு ஸ்லோமோஷனில் மெல்ல எழுந்து நின்றார். உடம்பு லேசாய் நடுங்கியது.

“உடம்புக்கு ஏதாவது பிரச்சினைன்னா சொல்லுங்க.....? பக்கத்தில் இருக்கிற ஏதாவது ஒரு ஹாஸ்பிடலுக்குப் போயிடலாம்”

“வே.....வே.. வேண்டாம்.. ஸார். அயாம் ஆல் ரைட். இப்படியொரு சம்பவம் நடந்தது. என் வீட்டுக்குத் தெரியக்கூடாது. என்னோட ஒஃய்ப்பும் டாட்டரும் ரொம்பவுமே பயந்த சுபாவம்”

சந்திரசூடன் ராவ்டேபிந்தரின் தோள் மீது கையை வைத்தார்.

“இந்த விஷயம் உங்க வீட்டுக்கு போகாது.... நீங்க போய் ரெஸ்ட் எடுங்க.... அவனைக் கண்டுபிடிக்கிற வேலையை நாங்க பார்த்துக்கறோம்”

“ஸார்..... எங்க அதிரா அபார்ட்மெண்ட்டில நடக்கிற அசாதாரண சம்பவங்களை இதுவரைக்கும் எந்த ஒரு போலீஸ் அதிகாரியும் சீரியஸாய் எடுத்துகிட்டு இந்த அளவுக்கு உங்களைப்போல யாரும் இன்வெஸ்டிகேஷன் பண்ணியதில்லை. ஒரு கண்துடைப்பு விசாரணை மட்டுமே நடக்கும். ஆனா கடந்து பத்து நாட்களாய் நீங்க இந்த ஒரு கேஸுக்கு மட்டுமே முக்கியத்துவம் கொடுத்து இருட்டில் ஒளிஞ்சிட்டிருக்கிற உண்மைகளை வெளிச்சத்துக்கு கொண்டு வர படாத பாடு பட்டுகிட்டு இருக்கீங்க. ஐ மஸ்ட் தேங்க்யூ ஸார்”

சந்திரசூடன் மெல்லச் சிரித்தரார்.

“மிஸ்டர் ராவ்டே...... நான் என்னோட ட்யூட்டியைத்தான்

பண்ணிட்டிருக்கேன். இந்த கேஸ்ல நான் கூடுதல் கவனம் செலுத்தறதுக்குக் காரணம் லட்சணா கொடூரமான முறையில் கொலை செய்யப்பட்டதுதான். ஒரு பெண்ணை கை நீட்டி அடிக்கிறதே பாவம். ஒரு பெண்ணை கொலை செய்யறது மகா பாவம். கொலை செய்யப்பட்ட பெண்ணின் உடம்பை நிர்வாணமாக்கி அடையாளம் தெரியாமல் இருக்கிறதுக்காக கருப்பு பெயிண்ட் பூசி பெண்மையை களங்கப்படுத்தியது பாவத்திலும் பாவம் மகாமகாபாவம். அந்த பாவத்தைச் செஞ்ச அரக்க குணம் கொண்ட கொலையாளிகளை சும்மாவிடலாமா..... அவங்க யார்ன்னு கண்டுபிடிச்சு சட்டத்துக்கு முன்னாடி நிறுத்தி தூக்குக்கயித்துல தொங்கவிட வேண்டாமா.... அதுக்கான இன்வெஸ்டிகேஷன்தான் இது"

ராவ்டே பிந்தரின் கண்களில் இப்போது நீர் பனித்து கனத்து உதிர்ந்தது. இரண்டு கைகளையும் குவித்து சந்திரசூடனை கும்பிட்டார்.

"ஸார்..... நீங்க பேசறதை கேட்ககேட்க ஐ ஃபீல் கில்டி...... ஐ மீன் எனக்குள்ளே ஒரு குற்ற உணர்ச்சி"

"ஒரு குற்ற உணர்ச்சியா.....?"

"எஸ்"

"எதுக்காக.......?"

"ஒரு குற்றம் நடந்த சம்பவத்தை போலீஸ்கிட்டயிருந்து மறைக்கிறது தப்பா இல்லையா ....?"

"மிகப்பெரிய தப்பு"

"அந்தத் தப்பை நான் பண்ணிட்டேன்"

"வாட் டூ யூ ஸே ....?"

ராவ்டே பிந்தர் சில விநாடிகள் மௌனமாய் இருந்துவிட்டு சந்திரசூடனை ஏறிட்டார்.

"ஸார்..... லட்சணா கொடூரமான முறையில கொலை செய்யப்பட்டு உங்க நண்பர் கங்காதரனின் கார் டிக்கியில அடைக்கப்பட்ட சம்பவம் இந்த அதிரா அபார்ட்மெண்ட்டில்தான் நடந்திருக்கணும்ன்னு நீங்க கெஸ் பண்ணி வெச்சிருக்கீங்க இல்லையா ....?"

"ஆமா....."

"அதுக்கு ஆதாரம் ஏதாவது இருக்கா ....?"

"இல்லை....."

"ஆனா அதுக்கான ஆதாரம் என்கிட்டே இருக்கு"

சந்திரசூடனின் இரு புருவங்களும் சட்டென்று சுருங்கி வியப்பில் முடிச்சிட்டுக் கொண்டன. "என்ன ஆதாரம் ....?"

ராவ்டே பிந்தர் தலையைக் குனிந்தபடி தயக்கமான குரலில் சொன்னார்.

"ஸார்....... இப்ப நான் சொல்லப் போற விஷயம் நம்ம நாலு பேர்க்கு மட்டுமே தெரிஞ்சதாக இருக்கணும். வெளியே யார்க்கும் தெரியக்கூடாது. ஏன்னா இந்த விஷயத்துல என்னோட பொண்ணு பத்மஜா சம்பந்தப்பட்டிருக்கா......"

"உங்க டாட்டரா ....?"

"எஸ்...... பிரசவத்துக்காக வந்து இங்கே தங்கியிருக்கா. லட்சணாவோட கொலைச் சம்பவம் நடந்த அன்னிக்கு ராத்திரி பத்மஜா காத்து வாங்கறதுக்காக எங்க பிளாக் மொட்டை மாடிக்கு போயிருக்கா... மாடியில வாக்கிங் பண்ணிட்டிருக்கும்போதுதான் உங்க ஃப்ரண்ட் கங்காதரனோட கார் அவருடைய ஃப்ளாட் ஏரியா பார்க்கிங்கில் வந்து நின்னதைப் பார்த்திருக்கா. கங்காதரனும் அவரோட மனைவியும் காரைவிட்டு இறங்கிப் போனபின்னாடி, அடுத்த சில நிமிஷங்களில் ஒரு வேன் அந்தக் கார்க்குப் பக்கத்தில் வந்து நின்னதையும் அந்த வேனிலிருந்த ரெண்டு பேர் இறங்கி மூட்டை மாதிரி எதையோ தூக்கிட்டு வந்து காரோட டிக்கியை ஓப்பன் பண்ணி திணிச்சதையும் பத்மஜா பார்த்திருக்கா. பார்த்ததோடு மட்டுமில்லை. அதை தன்னோட செல்போனில் வீடியோவும் எடுத்திருக்கா....."

சந்திரசூடன் பெரிதாய் மலர்ந்தார்.

"ஃபெண்டாஸ்டிக்..... அந்த வீடியோ பதிவை நீங்க பார்த்தீங்களா ....?"

"பார்த்தேன் ஸார்.... அந்தப் பதிவை உங்களுக்கு அனுப்பவும் முயற்சி செஞ்சேன். ஆனா என்னோட ஒஃய்ப் வசுந்தராவும், டாட்டர் பத்மஜாவும் போலீஸீக்கு இந்த விஷயத்தைக்கொண்டு போனா நமக்கு ஏதாவது பிரச்சினை வரலாம்ன்னு சொல்லி அந்தப் பதிவை செல்போனிலிருந்து

டெலிட் பண்ணச் சொல்லிட்டாங்க. நான்தான் டெலிட் பண்ணினேன். அவங்களோட பேச்சை என்னால தட்ட முடியலை”

சந்திரசூடன் லேசாய் முகம் சிவந்தார். கோபத்தில் வார்த்தைகள் தடித்தது.

“மிஸ்டர் ராவ்டே...... நீங்க ஒரு எக்ஸ் சர்வீஸ்மேன். ஆர்மியில் ஒரு ஆபீஸராய் இருந்திருக்கீங்க. குற்றச்சம்பவத்துக்கு ஆதாரமாய் இருந்த ஒரு வீடியோ பதிவை போலீஸீக்கு தெரியப்படுத்தாமல் இருந்ததும் அதை ஒய்ப்பும் டாட்டரும் வேண்டாம்ன்னு சொன்ன ஒரேயொரு காரணத்துக்காக டெலிட் பண்ணினது எவ்வளவு பெரிய க்ரிமினல் அஃபென்ஸ் தெரியுமா ....?”

“தெரியும் ஸார்”

“தெரிஞ்சும் ஏன் பண்ணீங்க ....?”

“டோண்ட் மிஸ்டேக்... மீ..... ஸார்.... என் பொண்ணோட செல்போனை வாங்கி அந்த வீடியோ பதிவை நான் டெலிட் பண்ணினது உண்மைதான். ஆனா அதை டெலிட் பண்றதுக்கு முன்னாடி அந்தப் பதிவை என்னோட செல்போனின் வாட்ஸ்அப் நெம்பர்க்கு ஃபார்வேர்ட் பண்ணிகிட்டேன். இது என் ஒய்ப்புக்கும் டாட்டருக்கும் தெரியாது. நான் மிலிடெரியில் இருந்தவன் ஸார். சட்டத்துக்கு பாதகமாய் என்னிக்குமே நடந்துக்கமாட்டேன்... அந்த செல்போன் பதிவை இந்த வாரத்துல உங்க ஆபீஸீக்கே வந்து காட்டலாம்ன்னு இருந்தேன். அதுக்குள்ளே என்னோட டாட்டரை ஹாஸ்பிடல்ல அட்மிட் பண்ண வேண்டியதாயிடுச்சு”

“ஏன் என்னாச்சு ....?”

“ஷி ஈஸ் அனிமிக்..... ப்ளட்ல ஹீமோகுளோபின் லெவல் ரொம்பவும் கம்மியாய் இருந்தது. டெலிவரி சமயத்துல அது ஒரு பிரச்சினையாய் மாறலாம்ன்னு டாக்டர் சொன்னதால இப்ப ட்ரீட்மெண்ட் போயிட்டிருக்கு....... அம்மாவும் பொண்ணும் ஹாஸ்பிடல்ல இருக்காங்க. இந்த சந்தர்ப்பத்தைப் பயன்படுத்திகிட்டு உங்களை நேர்ல வந்து பார்த்து என் பொண்ணு பத்மஜா எடுத்த அந்த வீடியோ பதிவை உங்ககிட்ட காட்டலாம்ன்னு இருந்தேன். அதுக்குள்ளே நீங்களே வந்துட்டீங்க.....”

சந்திரசூடன் புன்முறுவல் பூத்த முகத்தோடு ராவ்டேவின் தோளைத் தட்டிக் கொடுத்தார்.

“ஸாரி....... உங்க மனநிலையையும், உண்மையான நிலவரத்தையும் புரிஞ்சுக்காமே கொஞ்சம் கோபமாய் பேசிட்டேன்”

“அது நியாயமான கோபம் ஸார்.....” சொன்ன ராவ்டே தன்னுடைய செல்போனை உயிர்ப்பித்து வாட்ஸ்அப்புக்கு போய் அங்கே பார்வேர்ட் செய்யப்பட்டிருந்த அந்த வீடியோ பதிவை காட்டினார். சந்திரசூடன் போனை வாங்கிப்பார்த்தார்.

வீடியோ ஓடியது.

அபார்ட்மெண்ட்டின் பேஸ்மெண்ட் பார்க்கிங் ஏரியாவில் கங்காதரனின் நீலநிறக்காரும், ஒரு வேனும் பார்வைக்கு கிடைக்க, இரண்டு பேர் ஒரு மூட்டையைத் தூக்கிக்கொண்டு வருவதும், டிக்கிக்குள் திணிப்பதும், பிறகு அந்த வேன் வேகவேகமாய் கிளம்பிப் போவதும் என்று ஒரு முப்பது விநாடி நேரத்திற்குள் வீடியோ முடிந்து விட்டது.

வீடியோவைப் பார்த்து முடித்த சந்திரசூடனின் நெற்றியில் வியப்புக் கோடுகள் உற்பத்தியானது.

“நாம குற்றவாளியை நெருங்கிட்டோம்.. சர்வேசன்...!”

●●●

இரண்டாம் பாகத்தில்...அதிர்ச்சிகள் தொடரும்

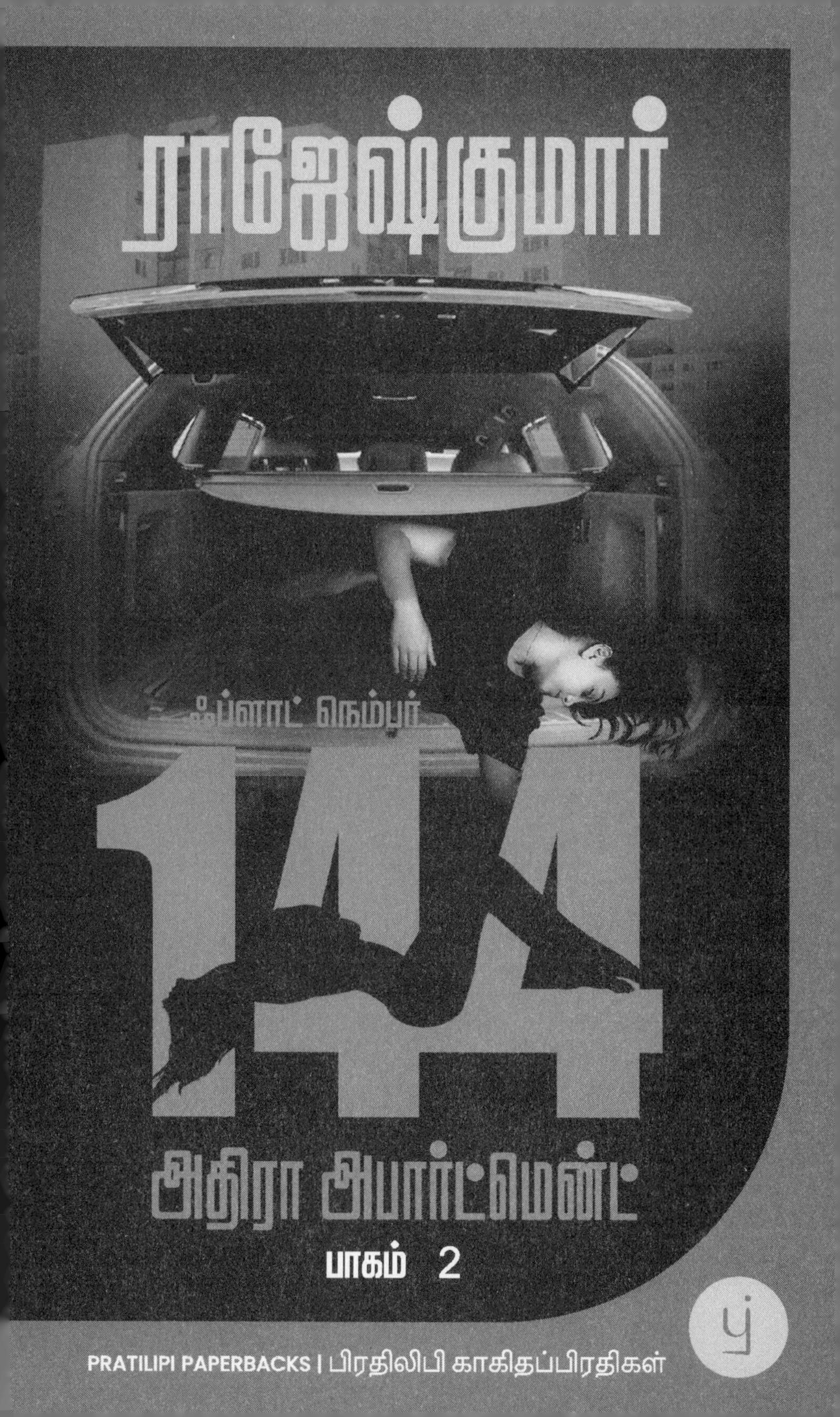
ராஜேஷ்குமார்
ஃப்ளாட் நெம்பர்
144
அதிரா அபார்ட்மெண்ட்
பாகம் 2
PRATILIPI PAPERBACKS | பிரதிலிபி காகிதப்பிரதிகள்